எம்.ஜி. சுரேஷ் கடந்த இருபத்தைந்து ஆண்டுகளுக்கும் மேலாக சிறுகதை, நாவல், கட்டுரை, விமர்சனம் போன்ற தளங்களில் பின்நவீன எழுத்து, புதியவகை எழுத்து என இயங்கினார். மூன்று சிறுகதைத் தொகுதிகள், ஏழு நாவல்கள், இரண்டு கட்டுரைத் தொகுதிகள், ஒரு திறனாய்வு நூல், ஐந்து பின்நவீன அறிமுக நூல்கள் வெளிவந்திருக் கின்றன. இதன் மூலம் இவருடைய செயல்பாடுகள் தமிழ்ச் சூழலில் முக்கிய கவனத்தைப் பெற்றன. அட்லாண்டிஸ் மனிதன் மற்றும் சிலருடன், அலெக்ஸாண்டரும் ஒரு கோப்பைத் தேநீரும் உள்பட இவருடைய நாவல்கள் அனைத்தும் பல கல்லூரிகளில் பாடத் திட்டத்தில் இடம்பெற்றுள்ளன; முனைவர் பட்டத்திற்காக ஆய்வும் செய்யப்படுகின்றன. பன்முகம் என்னும் காலாண்டு இதழின் ஆசிரியராக இருந்தார். அக்டோபர் 2, 2017 அன்று சிங்கப்பூரில் காலமானார்.

பின்நவீனத்துவம் என்றால் என்ன?

எம்.ஜி. சுரேஷ்

அடையாளம்

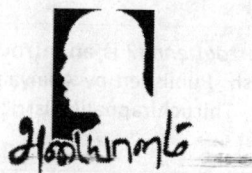

முதல் அடையாளம் பதிப்பு 2009
இரண்டாவது மீளச்சு 2019
© ஹன்னா நிர்மலா சுரேஷ்
வெளியீடு: அடையாளம், 1205/1 கருப்பூர் சாலை, புத்தாநத்தம் 621310, திருச்சி மாவட்டம், இந்தியா, தொலைபேசி: 04332 273444
நூல் வடிவம்: த பாபிரஸ், அச்சாக்கம்: அடையாளம் பிரஸ், இந்தியா
ISBN 978 81 7720 094 2
விலை: ₹ 150

Pinnaveenathuvam entraal enna? is an introduction to Postmodernisam in Tamil by M.G. Suresh, Published by Adaiyaalam, 1205/1 Karupur Road, Puthanatham 621310, Thiruchirappalli District, Tamilnadu, India, email: info@adaiyaalam.net

இயல்கடந்த இருத்தலை
எய்திவிட்ட
தெரிதாவுக்கு

பதிப்புரை

இன்றைய இலக்கிய உலகில் படைப்பாளி, வாசகன், விமர்சகன் என்கிற எல்லாத் தரப்பினரையும் விட்டு விலகாத சந்தேகமாய்த் தோன்றி உருப்பெற்றுத் திரிகிற ஒரே கேள்விதான் 'பின்நவீனத்துவம் என்றால் என்ன?'

இதனை முழுமையாகப் புரிந்துக்கொள்ள ஒரு நூல் எளிமையான மொழியில் கிடைக்காதோ என்று பலர் எங்களிடம் கேட்டிருந்தனர். இதனால் இந்நூலின் தேவை உணரப்பட்டது. இதற்காகவே இந்நூலைத் திட்டமிட்டு உருவாக்கினோம்.

பின்நவீனத்துவம் என்றால் என்ன என்று ஆரம்பித்து, அங்கிருந்து பின்னோக்கிப் போய் முந்தைய யுகங்களில், இஸங்களில் எல்லாம் பயணம் செய்துவிட்டுப் பின்பு மீண்டும் பின்நவீனத்துவத்துக்கே திரும்பிவந்து முன்னும் பின்னுமாகத் திரைப்பட பிளாஷ்-பேக் போன்ற உத்தியில் எளிமையாக எழுதப்பட்டிருக்கும் இந்த நூலை வாசிக்கும் போது கலை இலக்கிய வரலாறும் தத்துவமும் இயல்பான பரிணாம வளர்ச்சியில் ஒன்றிக்கிடப்பது புரியும்.

இந்நூல் நவீனத் தமிழ் இலக்கியத் திறனாய்வைச் செழுமைப் படுத்துவதில் முக்கியப் பங்காற்றும். இன்றைய தலைமுறையினருக்கு இலக்கியத்தைப் புதிய கோணத்தில் அணுகும் மாற்றுப் பார்வையை உருவாக்கும்.

இந்நூலின் தேவையை உணர்ந்து வெளியிட்டிருக்கும் எங்கள் முயற்சி வெற்றிபெற மாணவர்களும், வாசகர்களும் ஆதரவளிப்பார்கள் என்பதில் எங்களுக்கு முழுநம்பிக்கை உண்டு.

பதிப்பாளர்

பொருளடக்கம்

பதிப்புரை

1 'போமோ' என்றால் என்ன? 1

2 ஆறு யுகங்களும் 2800 ஆண்டுகளும் 5

3 நவீனத்துவத்தின் ஐந்து இஸங்கள் 20

4 பின்நவீனத்துவம் 44

5 அமைப்பியல் 50

6 பின்அமைப்பியல் 57

7 கட்டவிழ்ப்பு 62

8 மொழியும் பின்நவீனத்துவமும் 71

9 அதிகாரமும் பின்நவீனத்துவமும் 80

10 பின்நவீனத்துவமும் இலக்கியமும் 94

11 பின்நவீனத்துவமும் உளவியலும் 105

12 பின்நவீனத்துவமும் பெண்ணியமும் 113

13 மூன்று மரணங்கள் 117

14 மரங்கள் வேண்டாமே 125

15 பின்நவீனத்துவமும் பிரதிகளும் 131

16 பின்நவீனத்துவமும் ஓவியமும் 144

17 பின்நவீனத்துவமும் திரைப்படங்களும் 148

18	பின்நவீனத்துவமும் 'தமிழ்ச்சூழ'லும்	153
19	பின்நவீனத்துவம் எதிர்கொள்ளும் பிரச்சினைகள்	161
	பின்னுரை	171
	பின்னிணைப்பு	173
	பின்நவீனத்துவ முன்னோடிகள்	175
	கலைச்சொற்கள்	184
	உசாத்துணை	186

பின்நவீனத்துவம் என்றால் என்ன?

1

‘போமோ’ என்றால் என்ன?

‘போமோ’

நமது காலத்தில் மிக முக்கியமான வார்த்தையாகப் புழங்கப்படும் ‘போமோ’ என்கிற இந்த இரண்டெழுத்துப் பதம் போஸ்ட் மாடர்னிசத்தைக் குறிக்கிறது.

போஸ்ட் மாடர்னிசம் என்று அழைக்கப்படும் பின்நவீனத்து வத்துக்கு இப்போது வயது முப்பத்தியெட்டு ஆகிறது. 1966ஆம் ஆண்டு ழாக் தெரிதா என்னும் பிரெஞ்சுச் சிந்தனையாளர் கட்டவிழ்ப்பு (டிகன்ஸ்ட்ரக்சன்) என்ற வார்த்தையை முதன்முதலாகப் பிரயோகித்த போது தான் பின்நவீனத்துவம் பிறந்ததாக நாம் கொள்ள வேண்டும். உண்மையில் பின்நவீனத்துவம் என்கிற பதம் ஐம்பது ஆண்டுகளுக்கு முன்னமே ஜான் வாட்கின்ஸ் சாப்மேன், ருடோல்ஃப் பான்விட்ஸ் போன்றவர்களால் அறிமுகப்படுத்தப்பட்டுள்ளது என்றபோதிலும் பின்நவீனத்துவத்தின் அங்கீகரிக்கப்பட்ட பிறப்பு என்பது 1966இல் நிகழ்ந்ததாக நாம் கொள்ளலாம்.

நமது காலத்தில் பெரிதும் தவறாகப் புரிந்துகொள்ளப்பட்டிருக்கும் ‘இஸங்’களில் பின்நவீனத்துவம்தான் முதலிடம் வகிக்கிறது. வேறு எந்த ஒரு இஸத்துக்கும் இல்லாத சிறப்பு போஸ்ட் மாடர்னிசம் என்று அழைக்கப்படும் பின்நவீனத்துவத்துக்கு இருக்கிறது. ஏனெனில், மற்ற எல்லா ‘இஸங்’களையும் இது இன்னதுதான் என்று கறாராக வரையறுத்துச் சொல்ல முடியும். பின்நவீனத்துவத்தை அவ்வாறு சுலபமாக வரையறுத்துவிட இயலாது. அதுவே இதன் சிறப்பு அல்லது தன்மை எனலாம். இதனால்தான் யார் வேண்டுமானாலும் ‘இதுதான் பின்நவீனத்துவம்’ என்று எதை வேண்டுமானாலும் சொல்லிக் கொள்வதற்குத் தோதாக இருக்கிறது.

உண்மையில் பின்நவீனத்துவம்தான் என்ன?

அது நவீனத்துவத்தின் தொடர்ச்சி.

இல்லை, அது நவீனத்துவ நிராகரிப்பு.

இல்லை, இல்லை. அது நவீனத்துவத்தின் நீட்சி.

அதுதான் இல்லை. அது நவீனத்துவத்தின் பின்நிகழ்வு.

இல்லவே இல்லை. அது நவீனத்துவத்தின் மறுபிறப்பு.

அதுவும் இல்லை. அது நவீனத்துவத்தின் அடுத்தக் கட்டம்.

எதுவுமே இல்லை. அது நவீனத்துவத்தின் இறப்பு.

என்றெல்லாம் பின்நவீனத்துவம் பற்றிப் பேசுபவர்கள் பலவிதமாக விளக்கம் தருகிறார்கள்.

இவற்றில் எது சரி?

மேற்சொன்ன எல்லாவற்றையுமே சரி அல்லது தவறு என்று வரையறுத்துச் சொல்ல முற்படுவது பின்நவீனத்துவத்தை ஒரு சட்டகத்தில் வைத்துப் பூட்டுவது என்றே கொள்ளவேண்டும்.

எதுவுமே திடீரென்று வந்து குதிப்பதில்லை. ஒன்றிலிருந்துதான் வேறு ஒன்று உருவாகிறது. உதாரணமாக, ஒரு விதையிலிருந்து செடி உருவாகிறது. செடி மரமாக வளர்கிறது. அந்த மரத்திலிருந்து மரக் கூழும், மரக்கூழிலிருந்து காகிதமும் உருவாகின்றன. விதையும் மரமும் காகிதமும் ஒன்றிலிருந்து வேறு ஒன்றாக உருவானவை. விதையும் காகிதமும் ஒன்று அல்ல என்பது உண்மை. ஆனால், விதைதான் காகிதம் தோன்றக் காரணமாக இருந்தது என்பதும் உண்மை. எனவே விதையும் மரமும் காகிதமும் ஏக காலத்தில் ஒன்றாகவும் வேறு வேறாகவும் இருக்கின்றன. இதைத்தான் நாகார்ஜுனரின் தத்துவப் பள்ளியைச் சேர்ந்த பௌத்தம் 'அது அதுவாகவும் இருக்கிறது; அதுவாக இல்லாமலும் இருக்கிறது' என்றது. இதில் மரம் என்பதே ஒற்றைப் பொருள் அல்ல. மரத்திலுள்ள வேர், அடிமரம், கிளை, இலை போன்ற எல்லாமே ஒன்றல்ல; வேறு வேறானவை என்று பிரித்துப் பார்ப்பது பின்நவீனத்துவச் சிந்தனையாகும். இதில்தான் பௌத்தமும் பின்நவீனத்துவமும் வேறுபடுகின்றன. இந்த மாற்றம் பரிணாம வளர்ச்சி ஆகும். இதை இயங்கியல் என்பார்கள்.

இந்த இயங்கியலின்படியே, தொன்மையிலிருந்து மரபு தன்னை வளர்த்துக்கொண்டது. மரபிலிருந்து நவீனத்துவம் தன்னை விடுவித்துக்கொண்டது. அதேபோல் நவீனத்துவத்திலிருந்து பின்நவீனத்துவம் தன்னைத் துண்டித்துக்கொண்டிருக்கிறது.

பல நூற்றாண்டுக் காலமாகவே தத்துவவாதிகளும் சிந்தனையாளர் களும் தம்மைச் சுற்றியுள்ள பிரபஞ்சம் மற்றும் தங்களது இருப்பு போன்றவை குறித்துத் தீவிரமாக ஆராய்ந்து வந்திருக்கிறார்கள்.

இந்தப் புதிரைப் புரிந்துகொள்ளப்படாத பாடுபட்டு வந்திருக் கிறார்கள். அவரவர் புரிதலுக்கேற்பத் தங்களது கண்டுபிடிப்புகளைப் பலவிதமான கோட்பாடுகளாக நம்முன் வைத்துவிட்டுப் போயிருக் கிறார்கள். அவை தங்களுக்குள் மோதிக்கொள்கின்றன. உரையாடு கின்றன. இதுவரை நமக்குமுன் வந்துபோனவர்கள் முன்வைத்து விட்டுப்போன இந்தக் கலை இலக்கியத் தத்துவக் கோட்பாடுகளை, மறுவிசாரணை செய்யவந்த கலாசார இயக்கமாகப் பின் நவீனத்துவத்தை நாம் அடையாளப்படுத்திக்கொள்ளலாம்.

சரி, நவீனத்துவம் என்றால் என்ன?

நவீனத்துவத்தைக் குறிக்கும் ஆங்கில வார்த்தையான மாடர்ன் என்பது லத்தீன் வார்த்தையான மோடோ என்பதிலிருந்து பெறப் பட்டது. இதற்கு 'இப்போது' (ஜஸ்ட் நவ்) என்று பொருள் கொள்ளலாம். இந்த நவீனத்துவம் என்பதே கறாராக வரையறுக்க இயலாத வார்த்தையாகும். ஏனெனில், 1127ஆம் ஆண்டு பாரிசிலிருந்த ஒரு தேவாலயம் சீரமைக்கப்பட்டபோது அது 'நவீனப்'படுத்தப் பட்டதாக அறிவிக்கப்பட்டது. அந்தத் தேவாலயத்தைச் சீரமைத்த சுஜர் என்பவர் தனது புதிய சீரமைப்பை ஓபஸ் மாடர்னம் என்ற லத்தீன் வார்த்தையால் குறிப்பிட்டார். அதற்கு நவீனப் படைப்பு என்று பொருள். ஆக, ஆயிரம் வருடங்களுக்கு முன்பே நவீனம் என்ற வார்த்தையே பழைய வார்த்தையாகவும் நெடுங் காலத்துக்கு முன்பிருந்தே பழக்கத்தில் இருக்கும் வார்த்தையாகவும் இருப்பதால் 'எது நவீனம்?' என்ற கேள்வியை அது எழுப்புவதாக இருக்கிறது.

தொன்மைக் காலத்திலிருந்தே 'அப்போது', 'இப்போது' என்ற வார்த்தைகள் 'பழைய', 'நவீன' என்ற அர்த்தத்தில் பயன்படுத்தப்பட்டு வந்திருக்கின்றன. அதில் பின்னாளில் சிக்கல் வந்தது. 'அப்போது' என்றால் அது எப்போது? அதேபோல் 'இப்போது' என்றால் அந்த 'இப்போது' எப்போதிலிருந்து? என்பன போன்ற கேள்விகள் அவ்வப் போது தலைதூக்க ஆரம்பித்தன. இதனால் கலை இலக்கியத் தத்துவ வரலாறுகளைக் கட்டமைக்கும்போது பிரச்சினைகள் எழுந்தன. எனவே, ஒரு சௌகர்யம் கருதிக் கலை இலக்கியத் தத்துவ வரலாறு பின்வருமாறு அறிஞர்களால் வரையறுத்துக் கட்டமைக்கப்பட்டது.

1. தொன்மை யுகம்
2. மத்திய யுகம்
3. மறுமலர்ச்சி யுகம்
4. பரோக் யுகம்

5. ரொமாண்டிக் யுகம்

6. நவீனத்துவ யுகம்

இப்படி ஆறு முக்கியப் பகுதிகளாகப் பிரிக்கப்பட்டுக் கலை இலக்கியத் தத்துவ வரலாறு ஆராய்ச்சிக்குள்ளாக்கப்பட்டு வருகிறது.

இப்படி ஆறு பகுதிகளாகப் பிரிக்கப்பட்டிருக்கும் இந்த யுகங்களை நாம் எவ்வாறு புரிந்துகொள்வது?

அதற்கு ஒரு சுலபமான வழி இருக்கிறது.

மனித வரலாற்றை ஒரே வாரத்தில் நடந்திருப்பதாக நாம் கற்பனை செய்து பார்ப்போம். ஒரு வாரம் என்பது ஏழு நாட்களாகப் பகுக்கப் பட்டிருக்கிறது. அதன்படி பார்த்தால் திங்கட்கிழமையன்று வரலாற்றுக்கு முற்பட்ட காலம் பிறந்தது என்றும், செவ்வாய்க்கிழமையன்று தொன்மை யுகம் பிறப்பதாகவும் கொள்ளலாம். செவ்வாய் இரவு இருண்டயுகம்: புதனன்று மத்திய யுகம் என்றும் வியாழனன்று மறுமலர்ச்சியுகம் என்றும் எடுத்துக்கொள்ளலாம். அப்புறம் வரும் வெள்ளியன்று பரோக் யுகம், சனிக்கிழமை ரொமாண்டிக் யுகம். ஞாயிறன்று நவீனத்துவம். பிறகு திங்களன்று பின்நவீனத்துவ யுகம் பிறப்பதாகக் கருதிக்கொள்ளலாம்.

பின்நவீனத்துவத்துக்குள் நுழையுமுன் இந்த யுகங்களைப் பற்றிச் சுருக்கமாகத் தெரிந்துகொள்வது உதவிகரமாக இருக்கும்.

2

ஆறு யுகங்களும் 2800 ஆண்டுகளும்

தொன்மை யுகம்

தொன்மையுகம் என்பது எழுதப்பட்ட மனித வரலாற்றுக்கு முற்பட்ட காலத்திலிருந்தே ஆரம்பிக்கிறது. ஹோமோ சாபியன்ஸ் என்று அழைக்கப்படும் ஆதி மனிதன் 37,000 ஆண்டுகளுக்கு முன்னமே தோன்றிவிட்டான். ஆனாலும் புதிய கற்காலமான 2800 ஆண்டு களுக்கு முன்பிருந்துதான் மனிதன் தாவரங்களைப் பயிரிடுவது; வளர்ப்புப் பிராணிகளைப் பராமரிப்பது; ஓர் இடத்தில் நிரந்தரமாகத் தங்குமிடங்களை ஏற்படுத்திக்கொள்வது போன்ற செயல்களில் ஈடுபட ஆரம்பித்தான்.

பண்டைய நாகரிகங்கள் என்று அறியப்படும் 'எகிப்து, சுமேரியா, பாபிலோன் (மெசபடேமியா), அஸ்ஸீரியா' போன்றவை புராதன நாகரிகங்களாகும். இவற்றுக்குப் பின்னர் கி.மு. 1100 முதல் 800 வரையிலான காலகட்டம் இருண்டகாலம் என்று அழைக்கப்படுகிறது. ஏனெனில், இக்காலகட்டத்தில் வாழ்ந்த மனிதர்களைப் பற்றிய எழுத்து பூர்வமான ஆதாரங்கள் ஏதும் கிடைத்தபாடாக இல்லை. அதன்பின் வரும் யுகம்—அதாவது சுமார் 2800 ஆண்டுகட்கு முன்பிருந்துதான்—ஆதி இலக்கியங்கள் தோன்றின. அதுதான் தொன்மை யுகம் என்று அறியப்படுகிறது. கிரேக்கத்தில் ஹோமரின் 'இலியாத்'தும் 'ஓதிஸிய'மும் எழுதப்பட்டதிலிருந்து இருண்ட யுகம் முடிந்து தொன்மை யுகம் பிறப்பதாகக்கொள்ள வேண்டும். ஹோமருக்குப் பின் ஹெஸியாத் முக்கியமான கவியாக உருவானவர். இவர்களைத் தொடர்ந்து சாக்ரட்டீஸ், பிளேட்டோ, அரிஸ்டாட்டில் (தத்துவம்), சோபாக்ளீஸ், எஷ்கிலஸ், யூரிபைடிஸ் (நாடகம்), அரிஸ்டோபேன்ஸ், மெனாண்டர் (இன்பியல் நாடகம்), ஹெரடோட்டஸ், தூசிடைடிஸ் (வரலாறு), ஹிப்போக்ரைடிஸ் (மருத்துவம்), பிதாகரஸ் (கணிதம்), டெமாக்ரிடஸ் (பொருள்முதல் வாதம்), அரிஸ்டார்ச்சூஸ் (வானவியல்) என்று

தொன்மையுகம் பல முக்கியமான அறிஞர்களை உலகுக்கு அளித்திருக்கிறது.

டெமாக்ரிடஸ் 2500 ஆண்டுகளுக்கு முன்பே அணுக்கொள்கையை விவரித்தவர். அவரது கொள்கையின்படி பிரபஞ்சம் முழுக்க அணுக்களால் ஆனது. ஒரு உடம்போ, மரமோ அல்லது விலங்கோ இறந்ததும் அது அழிந்து தனித் தனித் துகள்களாகப் பிரிந்துவிடுகிறது. பிரிந்த இந்த அணுக்கள் மீண்டும் மீண்டும் இணைந்து பல உருவங்களாக மாறுகின்றன. டெமாக்ரிடஸின் கோட்பாட்டின்படி ஆன்மா என்று எதுவும் இல்லை. அணுக்களும் வெற்றிடமும் கொண்டதே பிரபஞ்சம். அவர் அணு என்ற பொருள் (மேட்டர்) மேல் மட்டுமே நம்பிக்கை வைத்ததால் பொருள்முதல்வாதியாகிறார்.

டெமாக்ரிடஸுக்கு முந்தைய சிந்தனையாளர்களான பார்மினைடும் ஹெராக்லிடஸும் கருத்தியலில் இரு துருவங்களாக இருந்தவர்கள். பார்மினைடின் கருத்துப்படி,

'பிரபஞ்சத்தில் எதுவும் மாறாது.
நமது புலனறிவு நம்பத்தக்கது அல்ல.'

ஹெராக்லிடஸின் கருத்தின்படி,

'பிரபஞ்சத்தில் எல்லாம் மாறுதலுக்குட்பட்டதே. மாறாதது என்று எதுவும் இல்லை.
நமது புலனறிவு நம்பத்தக்கதே.'

இந்த இரண்டு விதமான எதிர் எதிர் கோட்பாடுகளிலிருந்துதான் பின்னாளில் பல தத்துவப் பள்ளிகள் தோன்றின.

கிரேக்கம்தான் உலகின் முதல் தொன்மைச் சமூகம் என்று கருதப் படுகிறது. இன்றைய நவீனச் சிந்தனைகள் யாவற்றுக்கும் கிரேக்கச் சிந்தனைதான் அடிப்படையாக இருக்கிறது. எனவே, மேற்கத்தியச் சிந்தனை மரபு பண்டைய கிரேக்கச் சிந்தனை மரபின் நீட்சியாகவே இருக்கிறது. மருத்துவம், புவியியல், வரைகணிதம், இயற்பியல், வானவியல் என்று அனைத்துத் துறைகளிலும் கிரேக்கர்கள் சாதித்ததை இன்றளவும் மதிப்புடன் நினைவுகூர வேண்டியிருக்கிறது.

பண்டைய கிரேக்கத்தில் இரண்டுவிதமான கடவுள் வழிபாடுகள் இருந்தன. ஒன்று டிமிட்டர் என்ற கடவுள் வழிபாடு. இன்னொன்று டயோனிஸியஸ் என்ற கடவுள் மீதான வழிபாடு. டிமிட்டர் என்பதற்கு 'நில அன்னை' என்று பொருள். அதேபோல் டயோனிஸியஸும் காய்கறி, நிலவளம், மது போன்றவற்றுக்கான கடவுள்.

நிலவளம், உற்பத்தி, மக்கட்பெருக்கம் போன்ற கோரிக்கைகளை முன்வைத்து அவர்கள் கடவுள் வழிபாடு செய்வார்கள். சுமேரியர்களையும் எகிப்தியர்களையும் போல கிரேக்கர்களும் இவ்வாறு ஆண்டுக்கொருமுறை பயிர்விளைச்சலைக் கொண்டாடிப் பண்டிகை எடுப்பார்கள். அந்தப் பண்டிகை நாட்களில் பலவிதமான பாடல்களை அவர்கள் இயற்றிப் பாடுவார்கள். இந்தப் பாடல்கள்தான் ஆரம்பகால இலக்கியங்கள் எனலாம். இந்தப் பாடல்கள்தான் பின்னாளில் பரிணாம வளர்ச்சியடைந்து துன்பியல் நாடகக் காவியங்களாக மாறின. துன்பியல் நாடகங்களைத் தொடர்ந்து இன்பியல் நாடகங்கள் தோன்றின.

மத்திய யுகம்

சுமேரியர் காலத்திலிருந்து ரோமாபுரியின் வீழ்ச்சிவரையுள்ள காலத்தைத் தொன்மை யுகம் என்கிறார்கள். அதேபோல் ரோமாபுரியின் வீழ்ச்சிக்குப் பிந்தைய காலக்கட்டமே மத்திய யுகத்தின் துவக்கமாகும்.

ரோமாபுரி உச்சத்திலிருந்த காலத்தில் செழித்திருந்த கலை இலக்கியங்கள், தொழில்நுட்பங்கள் போன்றவை மத்திய காலத்தில் சீரழியத் தொடங்கின. லத்தீன் மொழியின் பயன்பாடும் சீர்கெட ஆரம்பித்தது. ரோமாபுரியில் லத்தீன் மொழி, படித்தவர்கள், கலைஞர்கள், இலக்கியவாதிகளின் மொழியாக இருந்தது. மத்திய காலத்தில் லத்தீன் புறக் கணிக்கப்பட்ட மொழியாயிற்று. பிரெஞ்ச், ஜெர்மன் போன்ற வட்டார மொழிகள் புழக்கத்துக்கு வர ஆரம்பித்தன.

ரோமானிய மைய அரசு விலக்கிக்கொள்ளப்பட்டு நிலப் பிரபுத்துவ அரசியல் அதிகாரத்துக்கு வந்தது. உள்ளூர் நிலப்பிரபுக்கள் விவசாயிகள் மீதும் நிலங்களின் மீதும் நேரடி ஆட்சி செலுத்த ஆரம்பித்தனர். ஒரு மைய அரசு என்பது இல்லாமல் போனது. ஐரோப்பா முழுவதுமே பண்ணை நிலப்பகுதிகளாகவும், அப்பண்ணைகளின் உரிமை நிலப்பிரபுக்களால் நிர்வகிக்கப்படுவதாகவும் உருவானது.

தொடக்க கால மத்தியக் கலாசாரம் என்பது காட்டுமிராண்டித் தனமும் ரோமானியச் செல்வாக்கும் கலந்த ஒரு கலவையாக இருந்தது. தீவிர எழுத்து என்பது லத்தீன் மொழியில் எழுதப்பட்டது. மற்றபடி பொதுவாக வட்டார மொழிகள் பயன்படுத்தப்பட்டன.

பொதுவாக மத்திய யுகம் என்பதை மதவாதிகளின் காலம்; இரும்புக் கரங்களால் ஆளப்பட்ட யுகம் என்று சொல்வார்கள். மத்திய காலத்தில் தான் கிறிஸ்துவ மதம் முழு வீச்சுடன் இயங்க ஆரம்பித்தது. கிரேக்கத்

தத்துவங்களுக்குத் தடை விதிக்கப்பட்டது. ஏதென்சில் பிளேட்டோவின் அகாடமி இழுத்து மூடப்பட்டது. துறவிகளின் மடங்கள் கல்விச் சாலைகளாக மாறின. மதநூல்களை வாசித்தலும் தியானம் மேற்கொள்ளலுமே கல்வியாகக் கற்பிக்கப்பட்டன.

அதேசமயத்தில் மத்திய யுகத்தில்தான் தனித்தனி நகரங்களும் குடிமக்களும் கொண்ட பல தேசிய இனங்களின் அரசுகள் உருவாயின. பழங் கதைகள், நாடோடிக் கதைகள், நாட்டுப்புறப் பாடல்கள் போன்றவை மத்திய யுகத்தில்தான் தோன்றின. இங்கிலாந்து, பிரான்ஸ், ஜெர்மனி போன்ற நகரங்களும் அவற்றின் பெயர்களும் மத்திய யுகத்தில்தான் பிறந்தன.

மத்திய யுகத்தில் தோன்றிய மிக முக்கியமான தத்துவஞானியாக புனித அக்வினாஸைக் குறிப்பிடலாம். அடிப்படையில் மத நம்பிக்கையும் பகுத்தறிவும் ஒன்றுக்கொன்று முரணானவை. அக்வினாஸ் மத நம்பிக்கைக்கும் பகுத்தறிவுக்கும் இடையிலான முரணைச் சமன்படுத்த முயன்றார். அக்வினாஸ் கிரேக்கச் சிந்தனை யாளரான அரிஸ்டாட்டிலின் தத்துவங்களைக் கிறிஸ்துவமயமாக்க முயன்றார். இயல்பான அறிவையும் மத நம்பிக்கையையும் ஒன்றிணைத்து, 'உண்மையை, கிறிஸ்துவமத நம்பிக்கையின் மூலமும் காணலாம்; அதேபோல் நமது இயற்கையான அறிவின் மூலமும் கண்டடையலாம்' என்று அறிவித்தார்.

மூடநம்பிக்கைக்கும் பகுத்தறிவுக்கும் இடைப்பட்ட போராட்டம் மற்றும் சமரசம் போன்றவற்றின் யுகமாகவே மத்திய யுகம் இருந்தது என்பதை அக்வினாஸ் போன்றவர்களின் கோட்பாட்டிலிருந்து அறியலாம்.

மறுமலர்ச்சி யுகம்

மத்திய யுகத்தைத் தொடர்ந்துவரும் யுகம் மறுமலர்ச்சி யுகமாகும். மறுமலர்ச்சி என்பதற்கு 'மறுபிறப்பு' என்று பொருள் கொள்ளலாம். பண்டைய இதிகாசங்களையும் மதிப்பீடுகளையும் மீட்டெடுக்கும் முயற்சியே மறுமலர்ச்சி யுகத்தின் முக்கிய அம்சமாக இருந்தது. கலை இலக்கியங்கள் தேக்கமடைந்துவிட்டன. அவற்றைப் புனர்நிர்மாணம் செய்வது முக்கியமான பணியாக உணரப்பட்டது. மறுமலர்ச்சி என்பது பழைய இலக்கியங்களைத் தூசு தட்டும் முயற்சியாக மட்டுமே நின்றுவிடாமல் புதிய நாடுகளைக் கண்டுபிடித்தல், கோப்பர் நிக்கஸின் கோட்பாட்டை டாலமியின் கோட்பாட்டுக்குப் பதிலாக

வைத்தல், நிலப்பிரபுத்துவத்துக்குப் பதிலாக வர்த்தக வளர்ச்சியை முன்னிறுத் துதல்; காகிதம், அச்சுக்கலை, காம்பஸ் கருவி, வெடிமருந்து போன்றவற்றைக் கண்டுபிடித்தல் என்று நீண்டது.

புனித அக்வினாஸுக்குப் பின்னர் அவரது கோட்பாடான கிரேக்க –கிறிஸ்துவக் கோட்பாடுகளின் இணைப்பில் விரிசல் ஏற்பட்டது. தத்துவமும் அறிவியலும் தனித்தனியே பிரிந்து போயின. மறுமலர்ச்சி என்பது பதினான்காம் நூற்றாண்டில் இத்தாலியில் தோன்றி, பதினைந்து பதினாறாம் நூற்றாண்டுவாக்கில் வடக்குநோக்கி நகர்ந்த புயல் எனலாம். 'மூலத்தை நோக்கிப் போ' (கோ டு த சோர்ஸ்) என்பது மறுமலர்ச்சி யுகத்தின் பிரகடனமாக இருந்தது. 'குதிரைகள் பிறக்கின்றன. மனிதனோ பிறப்பதில்லை. உருவாக்கப்படுபவன்' என்பது மறுமலர்ச்சி யுகத்தின் இன்னொரு பிரகடனம்.

லியனார்டோ டாவின்சி, மைக்கேல் ஆஞ்சலோ, ராஃபேல் போன்றவர்கள் மறுமலர்ச்சி யுகம் உலகுக்கு அளித்த முக்கியமான கலைஞர்கள். கிறிஸ்துவ சர்ச்சுகளின் வீழ்ச்சி, மனிதாபிமானத்தின் (ஹியூமனிசம்) பின்னடைவு போன்றவை மறுமலர்ச்சி யுகத்தின் முக்கிய நிகழ்வுகளாகும்.

மறுமலர்ச்சி யுகம் மனித குலத்தைப் பற்றிய புதிய பார்வையைத் தோற்றுவித்தது.

மறுமலர்ச்சி யுகம் ஒருபுறம் மனிதாபிமானத்தைப் பற்றிப் பேசிய படியே மறுபுறம் வெடிமருந்துகளையும் தயாரித்து மனிதநேயத்துக்கு எதிரான காரியத்தையும் செய்தது. இதனால் மறுமலர்ச்சி யுகம் ஏககாலத்தில் 'நல்ல'தாகவும் 'தீய'தாகவும் இருந்தது.

மறுமலர்ச்சி யுக அறிவியலறிஞரான கலீலியோ கலீலி, 'அளக்கப் பட முடிந்தவற்றை அளக்க வேண்டும். அளக்க முடியாதவற்றை அளக்கத்தக்க தன்மையுடையதாக மாற்றவேண்டும்' என்றார். மேலும் அவர், 'இயற்கை கணித மொழியால் எழுதப்பட்டிருக்கிறது' என்றும் சொன்னார். பிரான்ஸில் பேக்கன் 'அறிவே சக்தி' (நாலெட்ஜ் ஈஸ் பவர்) என்று அறிவித்தார். மறுமலர்ச்சி யுகம் அறிவின் துணைகொண்டு இயற்கையை ஆராய்ந்தது. புதுப்புதுக் கண்டுபிடிப்பு களை மேற்கொண்டது. மறுமலர்ச்சி யுகக் கண்டுபிடிப்பு களின் தொடர்ச்சியாகப் பின்னாளில் நூற்கும் ஜென்னிகள் கண்டு பிடிக்கப்பட்டு ஒருபுறம் துணிகளின் பெருக்கமும் மறுபுறம் வேலையற்ற கைவினை நெசவுத் தொழிலாளர்களின் பெருக்கமும் தோன்றின.

மத்தியகால மனிதர்கள் பூமியைச் சூரியன் சுற்றிவருவதாக நம்பினார்கள். இதைப் 'புவிமையக் கோட்பாட்டுச் சித்திரம்' (ஜியோசென்டிரிக் வோல்ட் பிக்சர்ஸ்) என்பார்கள். 1543இல் கோபர் நிக்கஸ் விண்கோள்களின் சுழற்சிகள் என்ற புத்தகத்தை எழுதிய போது புவிமையச் சித்திரம் தகர்ந்தது. சூரியன்தான் மையம். பூமி உட்பட இதர கிரகங்கள் சூரியனைச் சுற்றிவருகின்றன என்ற கருத்தை அந்த நூலில் அவர் நிறுவியிருந்தார்.

அவரது கோட்பாடு சூரியமையக் கோட்பாட்டுச் சித்திரம் (ஹெலியோ சென்டிரிக் வோல்ட் பிக்சர்ஸ்) என்று அழைக்கப்படுகிறது. தொடர்ந்து ஐசக் நியூட்டன் புவி ஈர்ப்புவிசைக் கோட்பாட்டைக் கண்டுபிடித்த போது சூரியனை ஏன் கிரகங்கள் சுற்றிவருகின்றன என்பதற்கான விடையும் கிடைத்தது. மறுமலர்ச்சியுகம் இந்தக் கண்டுபிடிப்புகளின் மூலம் ஒரு பெரிய முன்னகர்வை நிகழ்த்தியது என்றே சொல்லலாம்.

பரோக் யுகம்

'பரோக்' என்பது பொதுவாக 17ஆம் நூற்றாண்டில் உருவான கலை இலக்கியங்களின் மீது இடப்படும் முத்திரையாகும். போர்த்துக்கீசிய வார்த்தையான பேராக்கோ என்ற சொல்லிலிருந்து 'பரோக்' என்ற சொல் பிறந்தது. பரோக் என்றால் 'ஒழுங்கற்ற வடிவம் கொண்ட முத்து' என்று பொருள்.

பரோக் என்பது இரண்டுவிதமாக விளக்கப்படுகிறது. ஒன்று: மறுமலர்ச்சி யுகத்தில் உருவான கலை இலக்கியங்களோடு ஒப்பிட்டுப் பார்க்கும்போது பதினேழாம் நூற்றாண்டில் உருவான கலை இலக்கியங்கள் ஒழுங்கற்ற முத்துக்களைப் போல் குறைபாடு கொண்டவை யாக இருக்கின்றன. எனவே ஒழுங்கற்ற முத்துக்களை ஒழுங்குப்படுத்த வேண்டும். இன்னொன்று: ஒழுங்கின்மைதான் பரோக் காலக் கலைகளின் குணாம்சம். சாதாரண இயல்பான கலைகளைவிட ஒழுங்கின்மையால் ஆன இக்கலைகள் முரண்பட்ட தன்மையுடன் வித்தியாசமாக இருக்கின்றன. மரபின் ஒழுங்கை 'பரோக்'கின் ஒழுங்கின்மை தகர்க்கிறது. இந்த இரண்டுவிதமான கருத்தியல்களில், அலெக்ஸ் பிரமிங்கர் பிரின்ஸ்டன் என்சைக்ளோபிடியா ஆஃப் பொயட்ரி அண்ட் பொயடிக்ஸ் என்ற நூலில் மொழியோடு 'பரோக்' என்ற கோட்பாட்டைப் பொருத்திப் பார்க்க இயலாது என்கிறார்.

பிரம்மாண்டமான வண்ண ஓவியங்கள், அகன்ற மிகப்பெரிய மேற்கூரையின் உட்பரப்புகளில் மிகப்பரந்த அளவில் வரையப்பட்ட ஓவியங்கள் என்று பரோக் ஓவியங்கள் பார்வையாளனைப் பிரமிக்க வைத்தன. ரெம்ப்ராண்ட், ரூபன்ஸ், வான் டைக், ரென் போன்றோர் பரோக் யுகத்தில் வாழ்ந்த ஓவியர்கள். இவர்கள் மறுமலர்ச்சி யுகத்து ஓவியர்களான டாவின்சி, மைக்கேல் ஆஞ்சலோவைப்போல் வறுமையில் இல்லாமல் பெரும் பணக்காரர்களாக வாழ்ந்தவர்கள்.

பரோக் யுகத்தின் முக்கியமான பங்களிப்பு கட்டடக்கலையில்தான் தெரிகிறது என்று சொல்ல வேண்டும். சர்ச்சுகள், மாளிகைகள், தோட்டங்கள் போன்றவை பரோக் பாணியின் மூலம் கண்கவர் அற்புதங்களாக நிகழ்த்திக்காட்டப்பட்டன. பாரிஸ், வீயன்னா, ம்யூனிச், மாட்ரிட், வார்சா, ப்ரேக் என்று பெரிய ஐரோப்பிய நகரங்கள் யாவும் பரோக் நகரங்களாக உருவாயின.

அன்றாட வாழ்க்கை முறையையும் பரோக் மாற்றியது. காபி, டீ, கொக்கோ போன்ற பானங்கள் பரோக் காலத்து வரவுகள். புதுவகைப் பருத்தித் துணிகளை பரோக்தான் அறிமுகப்படுத்தியது. உணவு மேஜையின் முன்னால் போடப்பட்ட நீண்ட பெஞ்சுகள் அகற்றப்பட்டு தனித்தனி நாற்காலிகள் போடப்பட்டது பரோக் யுகத்தில்தான். உணவு மேஜையில் துணிவிரிப்புகள், உறிஞ்சு துண்டுகள் (நாப்கின்ஸ்), பழைய பழக்கமான தனித்தட்டுகளில் உணவு கொண்டுவந்து வைப்பது போய் பெரிய பாத்திரத்தில் உணவு கொண்டுவந்து வைக்கும் புதியமுறை போன்றவை அமலுக்கு வந்தன. பெரிய கோப்பைகள் மேஜையில் அலங்காரப் பொருட்களாக வைக்கப்பட்டதும் அப்போதுதான். உலோகத்தாலான கரண்டிகள், பாத்திரங்கள் யாவும் பூ வேலைப்பாடுகளாலான பீங்கான் பொருட்களாக மாற்றம் கொண்டதும் பரோக் காலத்தில்தான்.

வெனீசில் க்ளாடியோ மான்டிவெர்டி முதல் ‘ஒபேரா’வை எழுதினார். இசையையும் நாடகத்தையும் கலந்து உருவாக்கப்பட்ட ‘ஒபேரா’ உடனடியாக வெற்றியடைந்தது. ஏகப்பட்ட ஒபேரா அரங்குகள் திறக்கப்பட்டன. ஒபேரா நாடகங்கள் நடிக நடிகையர்களை நட்சத்திரங்களாக உருவாக் கின. கதாநாயகனுக்கும் கதாநாயகிக்கும் பின்னணிக் குரல் கொடுக்கும் சோப்ரனோ எனப்படும் பாடகர்கள் உருவானதும் அப்போதுதான்.

பரோக் காலத்தில்தான் டெகார்டேயின் புகழ்பெற்ற நூலான முறைமைகள் பற்றிய உரையாடல் (டிஸ்கோர்ஸ் ஆன் மெதேட்ஸ்)

பிரசுரமானது. தத்துவஞானி ஸ்பினோஸாவின் கருத்துகள் பிறந்தன.

பரோக் யுகத்தின் முக்கியமான பிரகடனம்: 'இன்றைய தினத்தைக் கைப்பற்றிக் கொள்'; 'நீ இறக்கப் போகிறவன் என்பதை நினைவில் கொள்' (ரிமெம்பர் தட் யூ மஸ்ட் டை). எதிரும் புதிருமான இந்தக் கோட்பாடுகளை பரோக்கின் முரணான தன்மையின் வெளிப்பாடு எனலாம். மிகப் பிரம்மாண்டமான ஓவியங்கள் டாம்பீகமாக வரையப்பட்டு அவற்றின் மூலைகளில் சின்னதாக மண்டையோட்டின் படங்கள் வரையப்பட்டன. ஒருபுறம் பகட்டான ஆடம்பர மாளிகைகள் கட்டப்பட்டன. மறுபுறம் மடாலயங்கள் கட்டப்பட்டுத் துறவறமும் வளர்ச்சியடைந்தது.

பகட்டுத்தன்மையும், செயற்கைத்தனமும் பரோக்கின் அம்சங்கள். பரோக் யுகத்தில் ஐரோப்பா யுத்தத்தால் சீர்குலைந்தது. வறட்சியும் கொள்ளை நோயும் மக்களை நிலைகுலைய வைத்தன. மேட்டிமை வாசிகளோ 'வாழ்க்கையே ஒரு நாடக மேடை' என்று வேதாந்தம் பேசுவதிலும் மதுவை ருசிப்பதிலும் ஈடுபட்டனர். அதே சமயத்தில் சாதாரணக் குடிமகனோ பரோக் காலத்தின் கலை இலக்கியம், கட்டடக்கலை போன்ற எதையுமே அறிந்துகொள்ளாமலே இருந்தான். இவையெல்லாம் மேட்டிமை மக்களுக்கு மட்டுமே வாய்த்தன.

ரொமாண்டிக் யுகம்

பதினெட்டாம் நூற்றாண்டின் இறுதியில் தொடங்கிப் பத்தொன்பதாம் நூற்றாண்டின் நடுப்பகுதிவரை நிலவிவந்த ஒரு முக்கியமான கோட்பாடு தான் ரொமாண்டிசிசம் என்று அழைக்கப்படும் எதிர்–இயல்புப் பண்பியல்பு என்று சொல்லலாம். இலக்கியம், ஓவியம், இசை, கட்டடக்கலை, திறனாய்வு என்று எல்லாத் துறைகளிலும் கால்பரப்பி நின்ற இந்தக் கோட்பாடு ஒழுங்கமைதி, ஒத்திசைவு, சமநிலை, லட்சியம், பகுத்தறிவு ஆகியவற்றை முன்னிறுத்திய கிளாஸிஸம், நியோ-கிளாஸிஸம் போன்றவற்றை நிராகரித்தது. வாழ்க்கையை அணுகுவதற்கான கடைசி முயற்சியாக ரொமாண்டிசிசத்தை ஐரோப்பா மேற்கொண்டது எனலாம்.

இந்த முயற்சி முதலில் ஜெர்மனியில்தான் துவங்கியது. பதினெட்டாம் நூற்றாண்டில் எழுச்சியடைந்த அறிவொளி இயக்கம் (என்லைட்டென் மெண்ட்) பகுத்தறிவை வலியுறுத்தியது. ஏற்கெனவே, கலீலியோ, கோப்பர்நிக்கஸ் போன்றவர்களின் கண்டுபிடிப்புகளால்

கடவுளும் மதமும் ஆட்டங்கண்டிருந்தன. வாழ்க்கையைப் பகுத்தறிவின் மூலமே அணுக வேண்டும் என்று அறிவொளி இயக்கம் வலியுறுத்தியது. அறிவொளி இயக்கத்தின் மிதமிஞ்சிய வற்புறுத்தலால் சலிப்படைந்து போன சிந்தனையாளர்கள் எதிர்-இயல்புப் பண்பியல் வாதிகளாக மாறினார்கள்.

'உணர்தல்', 'கற்பனை', 'அனுபவம்', 'ஏக்கம்' போன்றவை ரொமாண்டிக் யுகத்தின் முதன்மைச் சொற்களாகும்.

தனிமனிதன் என்பவன் பகுத்தறிவுக்குட்படாதவன்; கற்பனாவாதி; தனிப்பட்டவன்; தன்னிச்சையாக இயங்குபவன்; உணர்ச்சிப் பிழம்பால் ஆனவன்; மனக்கோட்டைகளைக் கட்டுபவன்; இயல்பை மீறிச் செல்பவன் என்றெல்லாம் ரொமாண்டிசிசவாதிகள் மனிதனைப் பற்றிப் பிரகடனம் செய்தார்கள்.

இயற்கையை ஆழமான ஈடுபாட்டுடன் ஆராதிக்க வேண்டும். காரண காரியங்களைவிட உணர்ச்சிப் பெருக்கே மேலானது. புத்திசாலித் தனத்தைவிட புலன்கள் மேன்மையானவை. ஒரு தனி மனித ஆளுமையின் மனநிலையும் திறமைகளும் போற்றப்பட வேண்டும்.

ஒரு கலைஞன் என்பவன் அதீதமான தனித்துவம்மிக்க படைப்பாளி. அவனைக் கேள்விகள் கேட்க முடியாது. அவனது படைப்புத்திறன் வழக்கமான சட்டதிட்டங்கள், விதிகள் போன்றவற்றுக்கெல்லாம் அப்பாற்பட்டது. கற்பனையாற்றல் என்பது இயல்பைக் கடந்து செல்லும் அனுபவத்தைத் தருவதால் அதுவே ஆன்மிக உண்மையாகும் என்று ரொமாண்டிசிசவாதிகள் அறிவித்தார்கள்.

நாடோடிக் கலைகள்; தேசியம்; பல்வேறு இனங்களின் கலாச்சாரங்கள்; மர்மம்; அமானுஷ்யத்தன்மை; கவர்ச்சித்தன்மை; மிருகத்தனம்; நோயுற்றதன்மை; சாத்தான் தன்மை போன்ற கூறுகள் ரொமாண்டிசிசவாதிகளால் கையகப்படுத்தப்பட்டன.

முதல் வரலாற்று நாவலை உருவாக்கிய எழுத்தாளர் சர் வால்டர் ஸ்காட் மற்றும் ஜான் கீட்ஸ், லார்ட் பைரன், ஷெல்லி போன்ற கவிஞர்கள், ப்ரான்கென்ஸ்டீன் நாவலாசிரியை மேரி ஷெல்லி, பாலியல் வக்கிர எழுத்தாளர் மர்க்கி தெ ஸாதே போன்றோர் ரொமாண்டிசிஸ்டுகள்.

ரொமாண்டிசிசம் தனது காலத்தில் ஐரோப்பாவை ஆட்சி செய்தது. தாமஸ் டி க்வின்ஸி, விக்டர் ஹ்யூகோ, ஸ்டெந்தால், அலெக்ஸாண்டர் டூமா, அலெக்ஸாண்டர் புஷ்கின் மற்றும் உள் நாட்டுப் போருக்கு முந்தைய எல்லா அமெரிக்கா எழுத்தாளர்களும் ரொமாண்டிசிசவாதிகளே.

ரொமாண்டிசிசத்தின் முதல் விதையைத் தூவியவராக ஜெர்மன் தத்துவவாதியான இம்மானுவேல் காண்ட்டைக் குறிப்பிடலாம்.

காண்ட் பகுத்தறிவைக் கேள்விக்குட்படுத்தினார். உலகத்தை நாம் நமது 'புலனறி'வினாலும், 'பகுத்தறிவினா'லும் புரிந்துகொள்கிறோம்.

உலகை நாம் எவ்வாறு பார்க்கிறோமோ உண்மையில் அப்படியே தான் அது இருக்கிறதா? அதுதான் இல்லை.

ஒரு மரத்தை நாம் ஒரு மஞ்சள் கண்ணாடி அணிந்து பார்ப்பதாக வைத்துக்கொள்வோம். அப்போது அந்த மரம் மஞ்சள் நிறத்தில் இருப்பதாக நமது 'புலனறிவு' சொல்கிறது. ஆனால் யதார்த்தத்தில் மரம் மஞ்சள் நிறத்தில் இல்லை. எனவே மரத்தைக் கண்ணாடி மஞ்சளாகக் காட்டுவதால் நமது புலனறிவு மரத்தை மஞ்சள் நிறமாகப் புரிந்து கொள்கிறது.

ஆக, நம்முடைய மனம் அமைந்திருக்கும் விதத்தைச் சார்ந்தே நமது புலனறிவு செயல்படுகிறது. அதையே நமது பகுத்தறிவின் மூலம் நாம் கண்டுகொண்ட உண்மையாக நம்புகிறோம்.

பிரபஞ்சத்தில் இருக்கும் இரண்டு முக்கியமான விஷயங்கள்: காலம் மற்றும் வெளி. இந்த இரண்டுமே நமது இருப்பின் நிலையைப் பொறுத்தே தோற்றம் காட்டுகின்றன. இவை இரண்டும் நமது பார்வையைப் பொறுத்தவையே தவிர புறப்பொருட்களாக இருப்பதன் விளைவுகள் அல்ல என்றார் காண்ட்.

காண்ட் புறப்பொருள்களை இரண்டு விதமாகப் பிரித்துக் காட்டினார்.

ஒன்று: ஒரு பொருள் இயல்பில் அதுவாக இருப்பது. இன்னொன்று: அந்தப் பொருள் எனக்கு எப்படி இருப்பதாகத் தெரிகிறது என்பது.

நம்மால் நிச்சயம் ஒரு பொருள் இயல்பிலேயே அது அதுவாக எப்படி இருக்கிறது என்று சொல்ல முடியாது. அது எப்படி என் கண்ணுக்குத் தெரிகிறது என்று மட்டுமே என்னால் சொல்ல முடியும். ஒரு பொருளைப் பற்றிய காரண (காஸ்) காரியங்களைப் (எஃபக்ட்) பற்றி ஒன்றுமே தெரிந்திராமல், எனது ஞாபகத்தில் ஒரு பகுதியாக அது பதிந்துவிட்ட ஒரே காரணத்தினால் அதைத் தெரிந்துகொண்டு விட்டதாக நான் முடிவுக்கு வர முடியாது.

காண்டின் இந்தக் கருத்தியல் மனிதனைச் சுதந்திரமானவனாக்கி விடுதலை செய்தது. ஒரு தனிமனிதன் தன் வாழ்க்கையைத் தன் இஷ்டப்படி புரிந்துகொண்டு விளக்கம் தரமுடியும் என்பது முடிவானது.

இதன்படி 'நான்' (ஈகோ) என்பது 'எனது அறி'வின் பொறுப்பாளி என்று ஆனது. 'நான்' என்பது கொண்டாடப்பட (ஈகோ-வொர்சிப்) வேண்டியதாயிற்று. எனவே ஒரு கலைஞன் புகழப்பட வேண்டியவன்; கொண்டாடப்பட வேண்டியவன் என்பது புதிய சிந்தனையானது. ரொமாண்டிசிசம் பீத்தோவனைப் போன்ற சுதந்திரமான, 'ஏங்க வைக்கும்' இசைக் கோவைகளை உருவாக்கும் மேதைகளை உருவாக்கியது. பரோக் யுக மேதைகளான பாக், ஹாண்டல் போன்றவர்கள் கடவுளின் புகழைப்பாடி இசையமைத்தவர்கள். கட்டுப்பாடான சட்டதிட்டங்களின்படி இசையை நெறிப்படுத்தியவர்கள். ஆனால் பீத்தோவனோ 'நீங்கள் விதிகளை உருவாக்கு கிறீர்கள். நான் எப்போதுமே அதை மீற வந்தவன்' என்றார். ஜெர்மன் கவி ஷில்லர், எழுத்தாளர் நோவாலிஸ் போன்றவர்கள் ஆதி ரொமாண்டிசிஸ்டுகள். நோவாலிஸ் 'உலகம் ஒரு கனவாக மாறுகிறது. கனவு யதார்த்தமாகிறது' என்றார். ஆங்கிலக் கவி கோலரிட்ஜ் புகழ்பெற்ற ரொமாண்டிசிசக் கவிஞர். 1774இல் ஜெர்மன் கவிஞர் கதேயின் நாவலான இளம் வெர்தரின் துயரங்கள் வெளியான போது அதைப் படித்த பலர் தற்கொலை செய்துகொண்டார்கள். காரணம், அதில் வரும் நாயகன் வெர்தர் காதல் தோல்வியின் காரணமாகத் தன்னைத் துப்பாக்கியால் சுட்டுத் தற்கொலை செய்துகொள்கிறான். காதல்-காதல் தோல்வி-கிடைக்காத காதலியின் மீதான ஏக்கம் என்று நீளும் இந்த நாவல் பலரைத் தற்கொலை செய்துகொள்ளத் தூண்டியதால் தடைசெய்யப் பட்டது.

இதுபோல் இழந்துபோன காலங்களை நினைத்து ஏங்குவது; கிடைக்காததை எண்ணி மறுகுவது எல்லாம் ரொமாண்டிசிசத்தின் தன்மைகள். 1813ஆம் ஆண்டு சோரன் கீர்க்கேகார்ட் என்னும் சிந்தனை யாளர் பிறந்து ரொமாண்டிசிசத்தின் மீதான தனது போரைத் தொடங்கும்வரை ரொமாண்டிசிசம் தனது ஆட்சியை நிலைநிறுத்திக் கொண்டிருந்தது.

நவீனத்துவ யுகம்

ஆஸ்திரிய நாட்டுக் கவிஞரான ஹ்யூகோ வான் ஹாஃப்மன்ஸ்தால் 1893ஆம் ஆண்டில் 'நவீனத்துவம்' என்றால் என்ன என்பது பற்றிப் பின்வருமாறு விளக்கம் தந்தார்:

'இன்று இரண்டுவிதமான விஷயங்கள் நவீனமானவையாக இருக்கின்றன: வாழ்க்கையை ஆய்வு செய்தல்; வாழ்க்கையிலிருந்து

விலகிச் செல்லுதல். மனித மனத்தின் உள்ளார்ந்த வாழ்க்கையை அல்லது கனவுகளைப் பகுப்பாய்வு செய்வதையும், நம்ப முடியாத மாயத் தோற்றங்கள், கண்ணாடியில் தோன்றுவது போன்ற மாயப் பிம்பங்கள், கனவுத் தோற்றங்கள் போன்றவை மீது கவனம் செலுத்துவதையும் இதோடு சேர்த்துக்கொள்ளலாம். பழைய மேஜை நாற்காலிகளைப் போலவே புதிய கண்டுபிடிப்பான நியூரானும் நவீனமானதே; பால் பூர்கேயும், புத்தரும் நவீனமானவர்களே. நவீனம் என்பது ஒரு மனநிலையை, பெருமூச்சை, மனசாட்சியின் குத்தலைப் பகுத்துப் பார்த்தலே; வண்ணங்கள், பளிச்சிடும் உவமை, அற்புதமான தொடர் உருவகங்கள் ஆகியவற்றுக்குத் தன்னை ஒப்புக் கொடுத்தலே.'

1890 முதல் *1930* வரையிலான காலகட்டத்தை நவீனத்துவத்தின் (மாடர்னிசம்) காலகட்டமாக மால்கம் பிராட்பரி, ஜேம்ஸ் மக்ஃபர்லேன் போன்ற கலை இலக்கிய ஆய்வாளர்கள் வரையறுக்கிறார்கள்.

அறிவொளிக் காலத்தின் 'நெருக்கடிக்'குள்ளான அறிவும் ரொமாண்டிக் யுகத்தின் 'புத்தாய்வை நாடும் ஆர்வமும்' சேர்ந்ததே நவீனத்துவத்தின் பண்பாகும்.

பத்தொன்பதாம் நூற்றாண்டின் கண்டுபிடிப்புகளான நீராவி எஞ்சின், டீசல் எஞ்சின், பெட்ரோலியம், மின்காந்தம், தொலைபேசி, சாயம், செயற்கை இழை கண்டுபிடிப்பு போன்றவை ஒருபுறம் சமூக அரசியல் பொருளாதார மாற்றங்களைக் கொண்டுவந்தன. மறுபுறம், கலை இலக்கியத் தத்துவத் தளங்களில் மாறுதல்களை நிகழ்த்தின.

ரொமான்டிசிசத்தின் ஆதர்சச் சிந்தனையாளரான ஜெர்மன் தத்துவஞானி ஹெகல் 'வரலாறு என்பது ஆற்றைப் போன்றது' என்றார். 'ஆற்றின் எந்தவொரு இடத்தில் ஒரு சின்ன சலனம் ஏற்பட்டாலும் அதற்கு அந்த இடம் மட்டுமே பொறுப்பானதல்ல. ஆற்றின் வழியில் குறுக்கிடும் அருவிகள், நீர்ச் சுழல்கள் போன்ற குறுக்கீடுகள்தான் இந்தச் சலனத்துக்கு முக்கியக் காரணம். இந்த இயக்கம் முன்கூட்டித் தீர்மானிக்கப்பட்டதே. வரலாறும் ஆற்றைப் போன்றதே. வரலாற்றில் எந்த ஒரு காலகட்டத்தில் நிகழும் எந்த ஒரு நிகழ்வும் மொத்த வரலாற்றின் விளைவே அன்றித் தனித்த நிகழ்வல்ல. அதேபோல் தனிமனித நிகழ்வு என்பதும் வரலாற்று நிகழ்வின் ஒரு துளி மட்டுமே; அந்தத் துளிக்குத் தனித்த இடம் என்று எதுவும் கிடையாது. எந்த

ஒரு தனிச் சிந்தனையையும் 'சரி', 'தவறு' என்று பொத்தாம் பொது வாகச் சொல்ல முடியாது. வரலாற்றில் ஒரு காலத்தில் 'சரி' என்று கருதப்பட்டவை வேறு ஒரு காலத்தில் 'தவறு' என்று தீர்மானிக்கப் பட்டு வருகின்றன' என்றெல்லாம் வாதிட்டார்.

ஹெகலின் இந்த வரலாற்றுவாதத்தையும், ரொமாண்டிசிசத்தின் லட்சியக் கருத்தாக்கத்தையும் எதிர்த்தவர் சோரன் கீர்க்கேகார்ட். இவை இரண்டுமே 'தனி மனிதனின் பொறுப்புகளைக் குழப்பத்துக்கு உள்ளாக்கிவிட்டன' என்றார் கீர்க்கேகார்ட்.

'இதுபோன்ற கொள்கைகளால் ஒட்டுமொத்த ஐரோப்பாவும் திவாலாகிக்கொண்டிருக்கிறது' என்று புகார் சொன்ன கீர்க்கேகார்ட் தனது ஆய்வுக் கட்டுரையான 'நகைமுரண் பற்றிய கருத்திய'லில் ரொமாண்டிசிசத்தின் நகைமுரணையும், ரொமாண்டிசிசம் மாயத் தோற்றங்கள் மீது கொண்டிருந்த நிபந்தனையற்ற காதலையும் கடுமை யாகச் சாடினார்.

'ஹெகல் தனிநபரைவிட வரலாற்றை மிக முக்கியமானதாகப் பார்ப்பதற்குக் காரணம். அவர், தான் ஒரு மனிதன் என்பதையே மறந்துவிட்டதுதான்' என்று கிண்டலாகக் குறிப்பிட்ட கீர்க்கேகார்ட், 'ஒவ்வொரு தனி மனிதனின் இருத்தல் என்பது மிக முக்கியமானது' என்று வலியுறுத்தினார்.

1870–1913ஆம் ஆண்டுகளுக்கிடையேயான காலகட்டத்தில் தொழிற் புரட்சியின் விளைவாகத் தொழிலும் தொழில்நுட்பமும் மனிதகுல வரலாற்றில் ஒரு பெரும் பாய்ச்சலை நிகழ்த்தின. ஒரு புறம் தொழிற் சாலைகளும் மறுபுறம் தொழிலாளர் வர்க்கமும் பெருகின. மக்கட் தொகைப் பெருக்கமும் அதிகரித்துக்கொண்டே போனது. உலகின் இதர நாடுகளை நேரடியாகவோ அல்லது மறைமுகமாகவோ ஐரோப்பா தனது கட்டுப்பாட்டின் கீழ் கொண்டுவந்தது. உலகப் போர்களும் ஐரோப்பாவையும், அதனைச் சார்ந்து நின்ற பல நாடுகளையும் நிலைகுலைய வைத்தன. ஒருபுறம் அதிகார மேலாண்மையும் மறுபுறம் அதற்கு எதிரான புரட்சிப் போக்குகளும் வளர்ந்துவந்தன. உலகச் சந்தையின் தேவையில் 60%ஐ ஜெர்மனியும் பிரான்ஸும் பகிர்ந்து கொண்டன. 1910ஆம் ஆண்டுவாக்கில் லண்டன், நியூயார்க் நகரங்களின் ஜனத்தொகை ஐந்து மில்லியனைத் தாண்டியது. பாரிஸில் மூன்று மில்லியனும், பெர்லினில் இரண்டு மில்லியனுமாக மக்கட்தொகை அதிகரித்தது. நகரங்களில் தொழிற்சாலை, அலுவலகம் போன்ற புதிய சூழல்கள் உருவாயின. அச்சூழலில் பணிபுரியும் புதிய

மனிதவர்க்கம் உருவானது. இச்சமூகம் பெரிய அளவில் பண்டங்களை உற்பத்தி செய்து அதற்குரிய பெரிய சந்தையைப் பிடிக்க வேண்டிய நிர்ப்பந்தத்துக்கு ஆளாயிற்று. இந்தச் சூழ்நிலையில்தான் லூமியர் சகோதரர்கள் சினிமா என்னும் ஊடகத்தைக் கண்டுபிடித்தனர். மார்க்கோனி கம்பியில்லாத் தந்தியைக் கண்டுபிடித்தார். 1905இல் நிக்கலோடியன் என்ற பெயரில் முதல் சினிமா திரையரங்கு திறக்கப்பட்டது. ஒரு புதிய ஊடகம் புழக்கத்துக்கு வந்தது. ஐரோப்பா உலக அளவில் பொருளாதாரத்தை நிர்ணயிக்கும் சக்தியாக உருவானது. ஐரோப்பாவில் இரண்டுவிதமான வர்க்கங்கள் தோன்றின. பணக்கார வர்க்கம் மேலும் மேலும் பணக்காரர்களாகவும் ஏழைகள் மிகமிக ஏழைகளாகவும் மாறி இரண்டு வர்க்கங்களுக்குமிடையே மிகப்பெரிய வித்தியாசம் தோன்றியது. ஏழைகளின் பெருக்கம் நகரத்தில் சேரிகளை உருவாக்கியது. இந்தச் சூழலில் 1914ஆம் ஆண்டுவாக்கில் ஐரோப்பாவில் இரண்டு விதமான எதிரெதிர் முகாம்கள் தோன்றின. பிரான்ஸூம் ரஷ்யாவும் ஓர் அணியிலும் இதர ஐரோப்பிய நாடுகள் மறு அணியிலும் இருந்தன. பிரிட்டன் ஜெர்மனியுடன் ஆயுதப் போட்டியில் இறங்கியது. இத்தகைய சூழல் ஓர் உலகப்போரை நோக்கி நகர்ந்தது. இந்தச் சூழல் சராசரி மனிதனின் மனத்தில் சுயப் பிரக்ஞை, தன்னம்பிக்கை, துணிவு போன்றவற்றைச் சிதைத்தது. பதற்றம், பயம், அற்புதங்கள் மீதான நம்பிக்கை, குற்ற உணர்வு என்று பலவிதமான உணர்வுகளை மனித மனத்தில் புயலாக வீசியது. இந்த உணர்வுகளே அப்போது உருவான கலை இலக்கிய நிகழ்வுகளில் பிரதிபலித்தன.

பிக்காஸோவின் 'அவிக்னான் என்ற இடத்தைச் சேர்ந்த கன்னியர்' என்று தலைப்பிடப்பட்ட நிர்வாணப் பெண்களின் ஓவியம் இதுவரை அறியப்பட்டிருந்த மரபு ஓவியங்களிலிருந்து தன்னை முற்றாக வெட்டிக் கொண்டு ஒரு புதுவகை ஓவியமாகத் தன்னை அறிவித்துக் கொண்டது. அது ஒரு கலாச்சார அதிர்ச்சியைத் தோற்றுவித்தது. தொண்ணூறுகளில் அசாதாரணமான வகைமைகள் தோன்றிக் கலை இலக்கிய வரலாற்றில் ஒரு புதிய திருப்பத்தை உருவாக்கின. தொடர்ந்து கட்டடக்கலை, வடிவமைப்புகள் போன்றவற்றிலும் மாறுதல்கள் நிகழ்ந்தன. ஸ்ட்ரின்பெர்க், ஆண்டன் செகாவ், ஆந்த்ரே ழீத், ப்ரௌஸ்த், பால் வலேரி, தாமஸ் மான், காப்கா, ஹெர்மன் ஹெஸ்ஸே, லாரன்ஸ், ஜேம்ஸ் ஜாய்ஸ், ஜெர்ட்ரூட் ஸ்டீன், என்று ஏகப்பட்ட கலைஞர்கள் ஐரோப்பாவில் தோன்றி நவீனக் கலை இலக்கியத்தின் வரைபடத்தை உருவாக்கினர்.

கலை இலக்கிய வெளியில் புதுப்புதுச் சிந்தனைகள் தோன்றியதை யடுத்துப் புதுப்புதுக் கோட்பாடுகள் தோன்றின.

குறியீட்டுருவம் (சிம்போலிசம்), பொதுமைப்பாவக் கலைத்திறம் (இம்ப்ரஷனிசம்), புனைவுவியம் (இமேஜிசம்), சுழற்சி இயக்கக் கோட்பாடு (வோர்டிசம்), மரபறுக்கும் புரட்சி இயக்கம் (ஃபியூசரிசம்), அகத்திறப் பாங்கியல் (எக்ஸ்பிரஷனிசம்), டாடாயிஸம் (டாடாயிசம்), அடிமனம் மற்றும் புற இயல்பு சார்ந்த கோட்பாடு (சர்ரியலிசம்), கன சதுரக் கோட்பாடு (கியூபிசம்) என்று எண்ணற்ற 'இஸங்'கள் ஒன்றன்பின் ஒன்றாக அணிவகுத்தன. இவற்றை ஒன்றின் போதாமை யின் விளைவாக இன்னொன்று தோன்றியதாக நாம் கொள்ளலாம்.

பின்நவீனத்துவத்துக்கு முந்தைய இஸங்களான இவற்றில் சிலவற்றையும் பின்நவீனத்துவம் பேசும் சிலர் தாங்கள் கூறும் பின்நவீனத்துவ எல்லைக்குள் சேர்த்து அடைத்துப் பின்நவீனத்துவத்தைப் பிதுங்கச் செய்கிறார்கள். எனவே பின்நவீனத்துவத்துக்குள் புகுமுன் நவீனத்துவத்தின் கூறுகளான கீழ்க்காணும் இந்த இஸங்களில் முக்கியமான சில இஸங்களைப் பற்றிச் சுருக்கமாகப் பார்ப்போம்.

1. இம்ப்ரெஷனிஸம் (1880)
2. எக்ஸ்பிரஷனிஸம் (1900)
3. க்யூபிஸம் (1914)
4. டாடாயிஸம் (1916)
5. சர்ரியலிஸம் (1919)

என்று அறியப்படும் இந்த இஸங்கள் சர்வதேச ரீதியில் பெரிதும் பாதிப்பை நிகழ்த்தியவையாகும்.

3

நவீனத்துவத்தின் ஐந்து இஸங்கள்

இம்ப்ரெஷனிஸம்

தங்களை 'அநாமதேயக் கூட்டம்' (அனோனிமஸ் குரூப்) என்று அழைத்துக் கொண்டவர்களும், ஓவியக் கலைக்குப் புதிய முகவரியைத் தந்தவர்களுமான அந்த இயக்கத்தினர் தங்களை 'இம்ப்ரெஷனிஸ்ட்கள்' என்று அடையாளப்படுத்திக்கொண்டார்கள்.

வாழ்வின் நழுவிப் போகும் தருணங்களை உறையவைத்துப் பார்க்க வேண்டும் என்கிற துடிப்பே 'இம்ப்ரெஷனிஸம்' என்னும் பாவியல் கலைத்திறம் அல்லது பொதுமைப் பாவமும் தொனியும் உண்டாக்கும் கலைப்பண்பு என்ற கோட்பாட்டின் ஆதாரச் சுருதியாகும்.

கலைஞனின் தனிப்பட்ட உணர்ச்சிக்கு முக்கியத்துவம் தரும் கட்டற்ற புனைவாற்றல் (ரொமாண்டிக்) கோட்பாட்டுக்கு எதிரான கோட்பாடு என்றே இந்த இம்ப்ரெஷனிஸக் கோட்பாட்டைக் கூறலாம்.

1860 முதல் 1880 வரையிலான காலகட்டத்தில் வண்ணங்கள் மற்றும் காட்சிப் பதிவுகள் தொடர்பான முன்னேற்றம் இத்தகைய மாறுபட்ட சிந்தனை தோன்றக் காரணமாக இருந்தது. வண்ணம் தீட்டுவதில் ஒளி மற்றும் நிறம் போன்ற இரண்டை மட்டுமே மையப் படுத்திக் காட்டும் தன்மை இவ்வகை ஓவியங்களுக்கு இருந்தது.

1860ஆம் ஆண்டின் பிற்பகுதியில் பிரான்ஸில்தான் இந்த இயக்கம் கால் கொண்டது. க்ளாத் மானட், அகஸ்டின் ரினாய்ர், பெர்த் மாரிஸாட் போன்ற ஓவியர்கள் ஒரு குழுவாக இணைந்து 'இம்ப்ரெஷனிஸ்ட்' இயக்கத்தை முன்னெடுத்துச் சென்றார்கள்.

எதுவார்த் மானேட்டும், எட்கர் தேகாஸும் ஒன்றிணைந்து முதல் இம்ப்ரெஷனிஸ்ட் ஓவியக் கண்காட்சியை பாரிஸில் நிகழ்த்திக் காட்டினார்கள்.

இம்ப்ரெஷனிஸம் என்ற வார்த்தையே மானட்டின் புகழ்பெற்ற ஓவியமான இம்ப்ரஷன்: சன்ரைஸ் என்ற ஓவியத்தின் தலைப்பிலிருந்து பெறப்பட்டதாகும். அதன் பொருள் அந்த ஓவியம் அந்தக் காட்சியை அழுத்தமான பதிவுடன் தீவிரப்படுத்திக் காட்டுகிறது என்பதே.

இன்றைக்கு 'இம்ப்ரெஷனிஸம்' என்ற வார்த்தையின் பொருள் 'அழுத்தமான பதிவு' என்ற அர்த்தத்தை மீறி வேறு தளத்துக்குச் சென்று விட்டது. இன்றைய தேதியில் 'இம்ப்ரெஷனிஸம்' என்றால் 'எவ்வாறு இயற்கை அதன் இயல்பான தன்மைகளோடு ஒளியும் வண்ணமுமாகப் பகுத்தாயப்படுகிறது' என்ற பொருளிலும் மறுமலர்ச்சிக் காலத்திலிருந்து ஓவியங்கள் பார்க்கப்பட்டு வந்த ஒற்றைத்தன்மைப் பார்வை எவ்வாறு பன்மைப் பார்வையாக விரிவடைந்திருக்கிறது என்ற விரிந்த பொருளிலும் உணரப்படுகிறது.

நிலப்பரப்புகள், நகரக் காட்சிகள் போன்றவை இம்ப்ரெஷனிஸ வகை ஓவியங்களில் பிரதானமாக வரையப்பட்டன. அதேபோல் முந்தைய பாணி ஓவியங்களைப் போலப் பழசைப் பார்த்து நகலெடுத்து வரையாமல் நேரடியாக அந்த அந்த இடங்களுக்குப் போய் நேராகப் பொருட்களைப் பார்த்து வரையும் புதிய பாணியே 'இம்ப்ரெஷனிஸப் பாணி' எனலாம்.

பொருட்களைப் பொதுவாகப் பார்க்கும் நமது தட்டையான பார்வைக்குப் புலனாகாமல் தப்பித்துப் போய்ப் போக்குக் காட்டும் இயற்கையின் வண்ணங்கள் இம்ப்ரெஷனிஸ்ட் ஓவியர்களின் தூரிகை களில் தப்ப முடியாமல் சிக்கிக்கொண்டன. இவர்களின் இலக்கு ஒரு காட்சியை அதன்மேல் படியும் ஒளி மற்றும் வண்ண அலகுகளைப் பகுப்பாய்வு முறையில் பதிவு செய்வதே.

இவர்கள் வண்ணச் சிதறல்களைத் தனித்தனியாகவும், வெவ்வேறு வண்ணங்களை ஒன்றன்மீது ஒன்றாகப் பூசியும் காட்சிப்படுத்தத் தரப்படும் பொருளை அது கண்ணில் படுவது போலன்றி அது கவனத்தில் எப்படிப் பதிவாகிறதோ அதேபோல் பதிவு செய்வதில் வெற்றி பெற்றனர். காட்சி எவ்விதம் கோருகிறதோ அவ்விதமே வண்ணக் கோடுகள் தீட்டப்பட்டன. ஒரு நீலநிற ஆகாயத்தை வரையும் போதுகூட சுலபமாக ஒற்றை நீல வண்ணத்தைப் பரவலாகப் பூசித் திருப்தியடை யாமல் இவர்கள் ஆகாயத்தின் நீலநிறம் என்பது எப்படி ஒளி மற்றும் வண்ணத்தின் விளையாட்டோ, அதேபோல் திரைச்சீலையிலும் அந்த ஒளி—வண்ண விளையாட்டாக அந்த நீலநிற ஆகாயத்தை வரைந்து காட்டினார்கள்.

மெனட்டின் ஓவியம்

'உயிர்த் துடிப்புள்ள பிரகாசம்' என்பதே இம்ப்ரெஷனிஸத்தின் கோஷம் எனலாம். பத்தொன்பதாம் நூற்றாண்டில் கலைத்துறையில் புதியதொரு வெளிப்பாடாக உயிர்த்தெழுந்த இக்கோட்பாட்டில் இயங்கிய கமிலி பிஸ்ஸாரோ, ஆல்ஃப்ரட் சிஸ்லி, மோனேட் போன்றோர் நிலப்பரப்பு மற்றும் நகரத்தின் காட்சிகள் போன்றவற்றை வரைவதில் ஆர்வம் காட்டினார்கள். அகஸ்டின் ரினாய்ர் உருவச் சிலைகளை வரைவதில் ஈடுபாடு காட்டினார். தேகாஸும் ரோடினும் சிற்பத் துறையில் 'இம்ப்ரெஷனிஸ'த்தைப் புகுத்தினார்கள்.

மன்னன் நெப்போலியன் காலத்தில் செல்வாக்குடன் திகழ்ந்த இந்தப் பாணி மத்தியதர வர்க்க மக்களின் சந்தோஷங்கள், குறுக்கீடுகள், துக்கங்கள் போன்றவற்றைப் படம்பிடித்துக்காட்டியது. பழைய மரபில் ஓவியம் என்பது பைபிள், வரலாறு, புராணங்கள் போன்றவற்றின் அடிப்படையிலான சம்பவங்களைக் காட்சிப்படுத்துவதாக இருந்தது. இம்ப்ரெஷனிஸம் அந்தப் பழைய மரபை மீறியது. தெருவோரக் காட்சிகள், ஆற்றோரம், நடைபாதைச் சிற்றுண்டிச் சாலைகள் போன்ற அன்றாடக் காட்சிகளை யதார்த்தமாகவும் ஒளி-வண்ண விளையாட்டு களுடனும் முன்னிறுத்தியது. தட்பவெப்ப நிலையைக்கூடத் துல்லியப் படுத்திக் காட்சிகள் தத்ரூபமாக வரையப்பட்டன.

எல்லா இஸங்களைப் போலவே இம்ப்ரெஷனிஸமும் இலக்கியத் துறையிலும் தன் செல்வாக்கை விஸ்தரித்தது.

பிரெஞ்சு எழுத்தாளர் எமிலி ஜோலாவின் புகழ்பெற்ற வாசகமான 'வாழ்க்கையிலிருந்து ஒரு துண்டு' (ஏ ஸ்லைஸ் ஆஃப் லைஃப்) என்ற வாக்கியத்துக்கேற்ப 'இம்ப்ரெஷனிஸ்ட்' ஓவியன் என்பவன் மரபார்ந்த

பழைய அணுகு முறையைத் தவிர்த்துவிட்டுத் தன் பார்வையில் பட்ட ஒரு காட்சியைக் கண்ணில் பட்டபடி இயற்கையாக அதன் ஒளி மற்றும் வண்ண விளையாட்டுடன் வரைய ஆரம்பித்தான். இதன் நீட்சியாக, 'தூய ஓவியம்' (பியூர் பெயிண்டிங்) என்ற கோட்பாடும் பிறந்தது. ஜோலா இதைத் தன் எழுத்தில் கொண்டு வந்தார்.

ஜெர்மானியக் கவிஞர்களான ஆர்னோஹோல் (1863–1929), தெத்லெவ் வான் லிலியன் க்ரான் (1844–1909) மற்றும் எழுத்தாளர்களான தியோடார் பான்டேன் (1819–1898), ஹெர்மன் சுடர்மான் (1957–1928) போன்றோர் முக்கியமான இம்ப்ரெஷனிஸ்ட் படைப்பாளிகள் ஆவர். ஜெர்ஹார்ட் ஹாம்ட்பேன் நாடகத்துறையில் இம்ப்ரெஷனிஸத்தைப் புகுத்தியவர்.

'சம்பவங்களும் கதாபாத்திரங்களும் மரபாக உருவாக்கப்படும் அதனதன் பார்வையினாலான யதார்த்தத்தில் அமைக்கப்படாமல், அந்தத் தருணத்தில் அவை ஆசிரியனின் பார்வையில் தோன்றும் யதார்த்தத்தின்படி அமைக்கப்பட வேண்டும்' என்பது இம்ப்ரெஷனிஸ இலக்கியக் கோட்பாடு ஆகும்.

இசையையும் 'இம்ப்ரெஷனிஸம்' விட்டுவைக்கவில்லை. கிளாத் டிபுஸி முதல் இம்ப்ரெஷனிஸ இசையமைப்பாளராகக் கருதப்படுகிறார். மாரி ரேவல், பால் டுகாஸ் போன்றவர்கள் இம்ப்ரெஷனிஸ மரபை முன்னெடுத்துச் சென்ற இசையமைப்பாளர்களில் குறிப்பிடத் தக்கவர்கள்.

மரபார்ந்த இசை 'தீம்' என்று சொல்லப்படும் கருத்துருவை இசைக் கோவையாக வளர்த்தெடுப்பது. இம்ப்ரெஷனிஸம் மரபார்ந்த வடிவங்களான சோனடா, ஸிம்பொனி போன்றவற்றை நிராகரித்து விட்டுப் பூடகமான ஒழுங்கற்ற துண்டாடப்பட்ட இசை வடிவங்களை முன் வைத்தது.

1885ஆம் ஆண்டுவரை அசைக்க முடியாத கோட்பாடாக விசுவரூப மெடுத்து நின்ற 'இம்ப்ரெஷனிஸம்' அதன் பிறகு மாறுதல்களுக்குள்ளாக ஆரம்பித்தது. உருவச்சிலைகள், பொருண்மையான பொருட்கள் போன்றவை யதார்த்தத்தை மீறிச் சிக்கலான அமைப்புகளுக்கு மாறும் காரியத்தை ரினாய்ரின் படைப்புகள் செய்ய ஆரம்பித்தன. பின்னாளில் 'க்யூபிஸம்' என்று புகழ்பெறப் போகும் ஒரு சிக்கலான பாணியின் ஆரம்பநிலையில் பால் செஸான் தீவிரமான உழைப்பில் ஈடுபட்டுக் கொண்டிருந்தார். இம்ப்ரெஷனிஸக் கூறுகளும் பால் செஸானின் புதிய கூறுகளும் கலப்படைந்து வேறு ஒரு பாணி

நவீனத்துவத்தின் ஐந்து இஸங்கள் ✦ 23

சூல்கொள்ள ஆரம்பித்தது. இருபதாம் நூற்றாண்டில் 'ரியலிஸம்' என்கிற யதார்த்த பாணி மரணத்தைத் தழுவியதைத் தொடர்ந்து கலை இலக்கியப் பெருவெளியில் குறியீடுகளும் பூடகங்களும் இருண்மையும் நுழையவே மரபார்ந்த ஓவியப் பாணிகளுள் ஒன்றான 'இம்ப்ரெஷனிஸம்' உயிர்விடுவதைத் தவிர்க்க முடியாமல் போனது.

எது எப்படி இருப்பினும், ஒளி மற்றும் வண்ணம் ஆகிய இரண்டு பொருட்களின் விளையாட்டாகப் பிரபஞ்சத்தைப் பார்க்கும் ஒரு புதிய பார்வையை முன்வைத்ததன் மூலம் இம்ப்ரெஷனிஸம் மரபான ஓவியப் பாணியிலிருந்து விலகி ஒரு பாய்ச்சலை நிகழ்த்தியது என்ற உண்மையை யாரும் மறந்துவிட முடியாது.

எக்ஸ்பிரஷனிஸம்

இருபதாம் நூற்றாண்டின் கலையைப் பற்றிய பலவிதமான பார்வைகளில், எக்ஸ்பிரஷனிஸம் எனப்படும் அகத்திறப் பாங்கியல் முன்வைக்கும் பார்வை 'உணர்ச்சிப் பெருக்கு' என்பதே. எந்தவிதமான கலைக்கும் அடிப்படை 'உணர்ச்சிப் பெருக்கே' என்ற கோஷத்தை அது உயர்த்திப் பிடிக்கிறது. ஒரு கலைஞன் ஓவியனாக இருக்கலாம்; சிற்பியாக இருக்கலாம்; கட்டடக் கலைஞனாக இருக்கலாம்; யாராக இருப்பினும் அவன் ஆழ்ந்த உணர்ச்சிப் பெருக்கை உடையவனாக இருக்க வேண்டும் என்று எக்ஸ்பிரஷனிஸம் வரையறுக்கிறது.

19ஆம் நூற்றாண்டின் பிற்பகுதியில் இருந்த ரியலிஸம், இம்ப்ரஷனிஸம் போன்ற கோட்பாடுகள் முன்னிறுத்தும் மரபார்ந்த வடிவங்கள் உண்மையான கலையை உருவாக்குவதற்குத் தடையாக இருந்ததை எக்ஸ்பிரஷனிஸ்ட்கள் கண்டார்கள்.

விமர்சகர்கள் பொதுப்படையாக எல்லா நவீன ஓவியங்களுமே 'எக்ஸ்பிரஷனிஸ' வகைமையைச் சேர்ந்தவைதான் என்று அடித்துக் கூறினாலும், உண்மையில் எக்ஸ்பிரஷனிஸம் என்பது ரொமாண்டிசிசத்துடன் சம்பந்தப்பட்டது. அதேபோல் நார்டிக் மற்றும் ஸ்லாவிய கலாச்சாரத்துக்குக் கடன்பட்டது.

தூலூஸ் லாட்ரெக், காசின், வான் கோ போன்றவர்கள் சற்றுமுன் கோலோச்சிக்கொண்டிருந்த 'இம்ப்ரெஷனிஸத்'தைச் சவப்பெட்டியில் வைத்து மூடி 'எக்ஸ்பிரஷனிஸ' ஆணிகளை அறைய ஆரம்பித்தார்கள்.

வான் கோவின் வார்த்தைகளில் சொல்வதாக இருந்தால், 'அடிப்படை உணர்வுகளான மகிழ்ச்சி, துக்கம், கோபம், பயம் போன்றவையே எக்ஸ்பிரஷனிஸத்தின் வெளிப்பாட்டுக் கருவிகள்.'

வான் கோவின் 'விவசாயியின் காலணி'

பிரான்ஸில் எக்ஸ்பிரஷனிஸம் அலையடிக்கத் துவங்கிய உடனேயே அது நார்வே, பெல்ஜியம், ஸ்விட்ஸர்லாந்து என்று பரவ ஆரம்பித்தது. நாடோடி வாழ்க்கை, குழந்தைகள், மனநலம் குன்றியவர்கள் ஆகியவை எக்ஸ்பிரஷனிஸ்ட்டுகளின் கருப்பொருட்களாக இருந்தன.

எக்ஸ்பிரஷனிஸ்ட்டுகள் குழைத்துப் பூசிய வண்ணங்கள் மனத்தின் சமநிலையைக் குலைத்தன. துக்கம் வரவழைத்தன. பயமுறுத்தின. வான்கோவின் 'விவசாயியின் காலணி' என்ற ஓவியம் எக்ஸ்பிரஷனிஸ்ட் பாணி ஓவிய வகைமைக்கு இலச்சினையாக விளங்குகிறது.

முதன்முதலில் 'எக்ஸ்பிரஷனிஸம்' என்ற வார்த்தை ஓவியர்களுக்கான வார்த்தையாகத்தான் இருந்தது. காலப்போக்கில் அது இலக்கியத்திலும் ஊடுருவியது.

சிக்மண்ட் பிராய்டின் கனவுகளுக்கான விளக்கங்கள் வெளியான போது எக்ஸ்பிரஷனிஸ எழுத்துகளின் தேவை இலக்கியத்தில் உணரப் பட்டது. அதன் விளைவாக எக்ஸ்பிரஷனிஸ எழுத்தாளர்கள் உருவானார்கள். அவர்கள் திருகலான மொழியையும், குழப்பமான பொருட்கள், புற உலகம் தொடர்பான விஷயங்கள் போன்றவற்றைக் கருப்பொருளாகக் கையாண்டார்கள். அகவயமான பாதிப்புகள், கெட்ட கனவுகள் குறித்த உணர்ச்சிப்பெருக்கின் பாதிப்பாக அவர்களது எழுத்துகள் அமைந்தன. மேலும் தொழிற்புரட்சியின் விளைவாக உருவாகி வந்த இயந்திர மயமான வாழ்க்கை தனிமனிதனின் மேல் பிரயோகிக்கும் வலி, அச்சுறுத்தல், பீதி போன்றவை குறித்து அவர்கள் எழுதலானார்கள்.

தாஸ்தாயெவ்ஸ்கியின் எழுத்தும், ஹென்றி பெர்க்ஸனின் தத்துவமும் அகஸ்த் ஸ்ட்ரின்பெர்க்கின் நாடகமும் எக்ஸ்பிரஷனிஸ சிந்தனைக்கு வகைமைகளாக எடுத்துக்காட்டப்படுகின்றன. ஸ்ட்ரின்பெர்க் தனது ஒரு கனவு நாடகம் என்ற நாடகப் பிரதிக்கான முன்னுரையில், 'கனவில் துண்டாடப்பட்ட ஆனால் தர்க்கரீதியான விஷயத்தை இந்த நாடகத்தில் நகலெடுக்க முயன்றிருக்கிறேன்' என்று எழுதினார்.

ஜெர்மனியில் எக்ஸ்பிரஷனிஸ பாணி என்பது 'எதிர்-யதார்த்த பரீட்சார்த்த மனநிலை' என்று கருதப்பட்டது. 1910–1928 வாக்கில் ஜார்ஜ் கெய்ஸர், எர்னஸ்ட் டோலர் போன்றவர்கள் எக்ஸ்பிரஷனிஸ்ட் நாடகாசிரியர்களாக அறியப்பட்டவர்கள். உலகப் புகழ்பெற்ற மகத்தான கலைஞரான பெர்ட்டோல்ட் ப்ரெக்ட் எக்ஸ்பிரஷனிஸ்ட் நாடகாசிரியர் என்பது குறிப்பிடத்தக்கது. டி.எஸ். எலியட், ஜேம்ஸ் ஜாய்ஸ், சாமுவேல் பெக்கெட் போன்றோர் ஆங்கில மொழியில் எழுதிக்கொண்டிருந்த எக்ஸ்பிரஷனிஸ்ட்டுகள்.

இசையிலும் ரிச்சர்ட் வாக்னர், குஸ்தவ் மேலர் போன்றவர்கள் எக்ஸ்பிரஷனிஸ உத்திகளைப் புகுத்தினார்கள். 'இறுக்கப்பட்ட, குறியீடாக மாற்றப்பட்ட இசை வடிவம், மனத்திரையில் பிரமையான தோற்றங்களை உருவாக்கத்தக்கவையும் நூதன ஒலிகளை எழுப்புதல்' போன்றவையும் எக்ஸ்பிரஷனிஸப் பாணி இசையாகும்.

பால் செஸானும், பிக்காஸோவும், ஜார்ஜ் பிரேக்கும் வளர்த்தெடுத்த புதிய கோட்பாடான க்யூபிஸம் என்ற புதிய பாணி தலையெடுக்கும் வரை, எக்ஸ்பிரஷனிஸம் உலகக் கலை இலக்கிய வெளியில் கேள்வி கேட்பாரின்றி சுதந்திரமாக உலவிக்கொண்டிருந்தது.

க்யூபிஸம்

பாரிஸ் நகரத் தெருக்களில் நிச்சயமற்ற எதிர்காலத்துடன் திரிந்து கொண்டிருந்த இளைஞன் பாப்லோ பிக்காஸோவை பிரெஞ்சு ஓவியர் பால் செஸான் தான்தோன்றியாக வரைந்திருந்த ஓவியங்கள் வசீகரித்தன. இந்தப் புதிய பாணியில் பிக்காஸோ தனது தோழர் ஜார்ஜ் பிரேக்குடன் சேர்ந்தும் தனியாக இயங்கியும் வரைந்த ஓவியங்களே க்யூபிஸ்ட் ஓவியங்கள் என்று அழைக்கப்படுகின்றன. இன்னதென்று தெரியாமல் வரையப்பட்டுக்கொண்டிருந்த இந்த ஓவிய பாணிக்கு பிரெஞ்சு ஓவிய விமர்சகர் லூயி வாக்ஸால் சூட்டிய பெயர்தான் க்யூபிஸம்.

இருபதாம் நூற்றாண்டின் ஓவியத் துறையைப் பெரிதும் பாதித்த முக்கியமான பாணி என்று க்யூபிஸத்தைக் கூறலாம். 1907 முதல் 1914

பிக்காஸோவின் 'நிர்வாணப் பெண்கள்'

வரையிலான காலகட்டத்தில் பாப்லோ பிக்காஸோவும் ஜார்ஜ் பிரேக்கும் இணைந்து உருவாக்கிய இக்கலை மரபு ஓவியப் பார்வை தொழில்நுட்பம், மாடல் வைத்து வரைவது, நகலெடுப்பது போன்ற எல்லாவற்றையும் முற்றிலுமாய் நிராகரித்தது.

கனசதுர வீடுகள், சிலிண்டர் உருளை வடிவ மரங்கள் என்று ஜார்ஜ் பிரேக் வரைந்த ஓவியங்கள் மரபு ஓவியர்களையும், சராசரி மனிதர்களையும் திகைப்பிலாழ்த்தின. 1907இல் பிக்காஸோ வரைந்த நிர்வாணப் பெண்களின் ஓவியம் உடைந்துபோன கோணங்களில் நிர்வாணப் பெண்களை முன்னிறுத்தி பார்வையாளர்களை துணுக்குறச் செய்தது. ஓவியங்கள் ஜியோமிதி வரைவு வடிவங்களில் புத்துயிர் பெற்று எழுந்தன. அதன் விளைவாக 1910 முதல் 1912 வரையிலான கால கட்டத்தில் உருவான ஓவியங்கள் பகுப்புக் கியூபிஸ (அனலிடிகல் கியூபிஸம்) ஓவியங்கள் என்று அழைக்கப்பட்டன. இந்த ஓவியங்களில் ஒரே வண்ணம் பல அடர்த்திகளில் (மோனோக்குரோம்) தீட்டப்பட்டது. இதன் விளைவாக ஒரே பொருள் ஏக காலத்தில் பல்வேறு கோணங்களில் பார்க்கப்படும் தன்மை முன்னிறுத்தப்பட்டது. கியூபிஸத்தின் ஆன்மா இதுதான் எனலாம்.

தொடர்ந்து, இணைக்கப்பட்ட அல்லது தொகுப்பட்ட க்யூபிஸம் (சின்தெடிக் க்யூபிசம்) 1912 வாக்கில் உருப்பெற்றது. வண்ணங்கள் பிரதானப்படுத்தப்பட்ட இந்த ஓவியப் பாணியில் துண்டுகள், பலவித வடிவங்கள், புகையிலைத்தாள் உறைகள் என்று பலவிதமான ஒன்றுக்கொன்று முரண்பாடான பொருட்கள் திரைச்சீலையில் ஒட்டப்பட்டன.

பிக்காஸோவின் 'மான்டோலின் இசைக்கும் பெண்'

குழம்ப வைக்கும் இந்த ஓவியப்பாணி கொலாஜ் என்று அழைக்கப் பட்டது. உண்மைக்கும், பிரமைக்கும் உள்ள வேறுபாடு என்ன என்கிற கேள்வியை எழுப்புவதே இந்த ஓவியப் பாணியின் கருதுகோள் என்று முன்வைக்கப்பட்டது. இதர பரிசோதனை முயற்சிகளைப் போலவே க்யூபிஸமும் ஓவியத்திலிருந்து இதர கலைகளுக்கும் பரவிப் படர்ந்தது. ஒரு புதிய கலை இலக்கியக்கோட்பாடாக விஸ்வரூப மெடுத்தது. பிரான்ஸில் கில்லாம் அப்போலினேர், ஜீன் காக்தோ, பியர் ரிவர்டி போன்றோர் க்யூபிஸக் கவிதைகளையும், ஜெர்ட்ரூட் ஸ்டீன் போன்றோர் க்யூபிஸக் கதைகளையும் எழுதி ஐரோப்பாவைத் திடுக்கிட வைத்தனர். அமெரிக்காவின் கவனத்தையும் ஈர்த்தனர். ஜெர்ட்ரூட் ஸ்டீனின் எழுத்துகளால் கவரப்பட்டு ஆனால் வேறு மாதிரியான பாணியில் அமெரிக்க எழுத்தாளரான ஜான் டாஸ் பாஸோஸ் நிறைய க்யூபிஸ நாவல்கள் எழுதியிருக்கிறார். அவர் கதைகள் கலைடோஸ்கோப் கதைகள் என்று அழைக்கப்படுகின்றன.

'உண்மை என்பது பார்வையாளனின் கண்களில் இருப்பதா அல்லது திரைச்சீலையில் என்ன தோன்றுகிறதோ அதுவா?' என்கிற கேள்வியை க்யூபிஸ்டுகள் முன்வைத்தார்கள்.

பிக்காஸோவோ, 'எனது ஓவியங்கள் கண்களால் அல்ல, தலையால் கண்டு உணரப்பட வேண்டியவை' என்று பிரகடனம் செய்தார்.

பலர் 'இதெல்லாம் ஓவியமாகுமா?' என்று கிண்டல் செய்தார்கள்.

வழக்கம் போலவே புதிதாக உருவெடுக்கும் எந்த ஒரு தத்துவத் துக்கும் நேரும் வரவேற்பும் எதிர்ப்பும் க்யூபிஸத்துக்கும் நேர்ந்தது.

எது எப்படி இருப்பினும் ஓர் ஓவியம் என்பது ரூபங்களிலிருந்து விடுதலைபெற்று குறியீடாக்கப்பட்ட வடிவங்கள், கோடுகள், வண்ணங் களுடன் ஜனிக்க முடியும். உறைந்து போன தருணத்தை நகல் எடுப்பதல்ல ஓவியத்தின் லட்சியம். காட்சிப்பொருளுக்கான முக்கியத்துவத்தை நிராகரித்துவிட்ட ஓவியனின் உள்ளுணர்வுகளின் பிம்பத்தை உருவாக்குவதே 'க்யூபிஸம்' எனப்படும் அதன் இலக்கு எனலாம்.

பிக்காஸோவின் புகழ்பெற்ற ஓவியமான 'நிர்வாணப் பெண்கள்' வழக்கமான மரபு ஓவியத்துக்குரிய பார்வையை நிராகரிக்கிறது. ஏனெனில், மரபுப் பார்வை என்பது ஒரு ஒற்றைப் பரிமாணப் பார்வை. அதாவது ஒரு பொருளின் முன்னால் ஒரு பார்வையாளனை அசையாமல் ஆணியடித்தது போல் இருத்தி வைக்க முயலும் செயற்கையான முனைப்பை மரபு ஓவியம் கொண்டிருக்கிறது. தனது இந்த ஓவியத்தில் பிக்காஸோ பார்வையாளனின் மரபார்ந்த பார்வைக் கோணத்தை மாற்றியமைத்தார். தலைகள், மூக்குகள், கண்கள் போன்ற உறுப்புகள் ஏககாலத்தில் நேர்த்தோற்றத் திலும் பக்கவாட்டுத் தோற்றத்திலும் தோற்றம்கொண்டன. உருவங்கள் வரைகணித வடிவங்களில் வரையப்பட்டன. பழங்கள் வைக்கப்பட்ட மேஜையோ மேலிருந்து பார்ப்பது போன்ற தலைக்கு மேலிருந்து கீழ்நோக்கிப் பார்க்கும் கோணத்தில் வரையப்பட்டிருந்தது. இதன் மூலம் பார்வையாளனின் பார்வை மேலும் விஸ்தரிக்கப்பட்டது. ஓவியத்தை அவனால் ஏககாலத்தில் மேலும் கீழும் பக்கவாட்டுகளில் எல்லாம் நகராமல் ஒரே இடத்தில் இருந்தபடியே பார்க்க முடியும். இதன் மூலம் க்யூபிஸம் பார்வையாளனுக்குப் புதியவகை ஓவியத்தை மட்டுமல்ல, புதுமாதிரி இடத்தையும், புதிய காலப் பரிமாணத்தையும் அர்த்தப் படுத்திக்காட்டியது. மெல்லவும் முடியாமல் விழுங்கவும் முடியாமல் பார்வையாளர்கள் திணறியபோதும் க்யூபிஸம் உலகெங்கும் தனது வெற்றியை ஸ்தாபிக்கவே செய்தது. எதிர்த்தவர்களும் நாளடைவில் பணிந்துபோக வேண்டிய கால நிர்ப்பந்தம் வந்தது.

மறுமலர்ச்சி யுகத்துக்குப் பின்னர் உருவான கோட்பாடுகளில் டாடாயிஸம், சர்ரியலிஸம், எக்ஸ்பிரஷனிஸம் போன்றவை காலாவதி யாகிவிட்ட போதும் க்யூபிஸம் மட்டும் தனது இருப்பை இன்னமும்

நவீனத்துவத்தின் ஐந்து இஸங்கள் ✦ 29

காப்பாற்றிக்கொண்டிருப்பது அதன் வீரியத்தைக் காட்டுகிறது என்றே சொல்ல வேண்டும்.

மற்ற கோட்பாடுகளைப் போலப் பெரிய பேச்சு பேசாமல் நிதர்சன உண்மை குறித்துப் பேசியது இதனுடைய பலம் என்று சொல்லலாம்.

பின்னாளில் வந்த பின்நவீனத்துவவாதிகளான தெரிதா, ஃபூக்கோ போன்றவர்கள் முன்வைத்த 'பலபொருள்களுக்கு இடம் தரும்' (ஆம்பிகுயிடி) தன்மை க்யூபிஸத்தின் இயல்பான தன்மை என்பதால் பின்நவீனத்துவம் கோரும் புதுமைத் தன்மை இதற்குள் தாராளமாக இருக்கிறது. அதனாலேயே இது இன்னமும் ஜீவித்துக்கொண்டிருக்கிறது எனலாம்.

டாடாயிஸம்

தலைமறைவு வாழ்க்கை வாழ்ந்துகொண்டிருந்த லெனின், ஜுரிச்சில் 12, ஸ்பீல் கிளாஸ் தெரு என்ற முகவரியில் வசித்துவந்த அதே சமயத்தில், 1 என்று இலக்கமிட்ட வீட்டில் கவிஞர் ஹியூகோ பால் குடியிருந்தார். ஐரோப்பாவும், ஜெர்மன் அரசும் ஒரு புரட்சியின் பொருட்டு 12ஆம் நம்பர் வீட்டையே கண்காணித்துக்கொண்டிருந்தன. அதேசமயம் 1ஆம் நம்பர் வீட்டில் வேறொரு புரட்சி சத்தமில்லாமல் உதயமாகிக் கொண்டிருந்த விஷயம் அப்போது அவர்களுக்குத் தெரிந்திருக்க வில்லை.

எந்தவொரு இயக்கமும் இந்த அளவுக்குத் தீவிரமற்ற தன்மையோடு இருந்ததில்லை. டாடாயிஸ்டுகள் சிரத்தை எடுத்துக்கொண்டு எதிர்கால வரலாற்றாசிரியர்களையும், விமர்சகர்களையும் திகைப்புக்கு உள்ளாக் கினார்கள். ருமேனிய ஓவியர் மார்ஸல் ஜான்கோ வரலாற்று மதிப்பீடு களை ரத்து செய்தார். ஜெர்மானிய ஓவியரும் கவிஞருமான மாக்ஸ் எர்னஸ்ட் கலையின் சட்டகத்துக்குள் தற்காலிகத் தன்மையின் பிடிபடாமையை அறிவித்தார். ழீன் ஆர்ப் மரபார்ந்த கலையின் பண்புத் தன்மையை கேலிக்கு உள்ளாக்கினார்.

திட்டங்கள், மரபார்ந்த அமைப்புகள் ஆகியவற்றின் மீதான அவநம்பிக்கை; பல்வேறு புதிய நம்பிக்கைகளையும் அறிக்கைகளையும் முன்வைப்பதில் உற்சாகம்; ஏற்கனவே நிலவியிருந்த கோட்பாடு களுக்கு எதிரான கலகம் போன்றவை 'டாடாயிஸ'மாக உருவெடுத்தன.

1916ஆம் வருடம் பிப்ரவரி 8ஆம் தேதி மாலை 6.00 மணிக்கு ட்ரிஸ்டன் ட்ஸாரா உச்சரித்த வார்த்தைதான் 'டாடா' என்பது. ஜுரிச்சிலிருந்த 'கஃபே டெரஸ்' என்ற உணவு விடுதியில் அவர்,

தன் நண்பர்களோடு உணவருந்திக் கொண்டிருந்தபோது இந்த வார்த்தையைத் தற்செயலாக உச்சரித்தார்.

உடனே, அவரைச் சூழ்ந்திருந்த நண்பர்களும் வேறு சிலரும் அவரை வினோதமாகப் பார்த்தனர்.

சில மாதங்களுக்குப் பின் மொத்த ஐரோப்பாவும் பார்த்தது. சில வருடங்களில் உலகமே பார்த்தது.

ட்ரிஸ்டன் ட்ஸாராவும், வால்டர் செர்னர், ஹ்யூகோ பால் போன்றவர்களும் அவரவர் அளவில் தனித்தன்மையோடு இயங்கிய 'டாடா'யிஸ்டுகள்.

பிரெஞ்சு மொழியில் டாடா என்றால் ஆடும் குதிரையைக் குறிக்கும். ஆப்பிரிக்க மொழியில் புனிதப் பசுவின் வாலுக்கு 'டாடா' என்று பெயர். இத்தாலியின் ஒரு பகுதியில் தாயக்கட்டைக்குப் பெயர் டாடா. ருமேனிய மொழியில் 'ஆமாம், ஆமாம்.'

கவிதை, உரைநடை, ஓவியம், நாட்டியம் என்று சகல துறைகளிலும் 'டாடா'யிஸம் கிளை பரப்பியது. டாடாயிஸத்தின் கலைமறுப்புக் கொள்கை பலரை அதிர்ச்சிக்குள்ளாக்கிறது.

ஓவியர் ஹான்ஸ் ஆர்ப் ஓர் ஓவியத்தை வரைந்தார். பின்பு அதைச் சுக்கல் சுக்கலாகக் கிழித்து எறிந்தார். பின்பு கீழே தரையில் கிடந்த கிழித்தெறியப்பட்ட ஓவியத் துணுக்குகளை அவை எப்படித் தரையில் கிடந்தனவோ அவற்றை அப்படியே ஒரு பலகையில் பசை தடவி ஒட்டினார். இதுதான் 'டாடா' என்றார்.

'முதலில் வரையப்பட்டது திட்டமிட்ட ஓவியம். இப்போது கிடைத்திருப்பது புதிய வடிவம். இது 'சந்தர்ப்ப வசமாக' அமைந்துள்ளது. இந்தச் 'சந்தர்ப்ப வசமே' உண்மையானது. திட்டமிடுதல் பொய்யானது' என்று விளக்கம் சொன்னார். இது 'டாடா'யிஸத்துக்கான —அதைப் புரிந்துகொள்வதற்கான— ஒரு நல்ல விளக்கம் என்றே சொல்ல வேண்டும்.

நியூயார்க், பெர்லின், ஹானோவர், ஸ்பெயின், கோலோன், பாரிஸ், இத்தாலி, ஹங்கேரி என்று இந்த ஜுரம் ஐரோப்பாவிலும், பின்னர் அமெரிக்காவிலும் வேகமாகப் பரவியது.

1914—1918 ஆண்டுகளின் காலகட்டத்தில் நிகழ்ந்த போர் அறிவார்ந்த, கலாச்சார சமூக அமைப்பைத் திவாலாக்கிக் காட்டியது. மதம், பகுத்தறிவு, மனித மதிப்பீடுகள் யாவுமே ஐரோப்பாவின் 'நாகரிகம்' அடைந்த நாடுகளால் கேட்பாரின்றி யுத்தம் என்ற பெயரால் 'கசாப்பு'க் கடைக்கு அனுப்பப்பட்டன. சக தேசத்தவனின் குரல்வளையை

அறுத்துத் தன் தேசத்தின் தேசியத்தைக் காத்துக்கொள்ள முயலும் அவலம், சிந்திக்கத் தெரிந்தவர்களின் முகத்தில் பேயாய் அறைந்தது. இந்த அபத்தத்தை அறிவுஜீவிகள் எதிர்த்து வந்திருக்கிறார்கள். இந்த எதிர்ப்பின் விளைவே டாடா எனலாம். தவிரவும், அந்தக்கால கட்டத்தில்தான் சார்லஸ் டார்வின், கார்ல் மார்க்ஸ், சிக்மண்ட் பிராய்டு, ஐன்ஸ்டீன் போன்றவர்கள் தத்தம் துறைகளில் நிலவிவந்த நம்பிக்கைகளை வெற்றிகரமாகத் தகர்த்து எறிந்தார்கள்.

எனவே, இப்சன் சொன்னது போல், அன்றைய கலைஞர்களுக்கு 'எல்லைக்கோடுகளைத் தாண்டிச் செல்ல வேண்டியது' தவிர்க்க இயலாத காரியமாயிற்று. நவீன யுகத்தின் நாற்றம் பொறுக்கமுடியாததாகி, அவர்கள் தொன்மையை நோக்கி நகர வேண்டியதாயிற்று. நேர்த்தியடையாத, இளம்பிராயத்தில் இருக்கிற ஆப்பிரிக்கக் கலைகளை முன்னெடுக்க வேண்டிய அவசியம் அவர்கள் கண்முன் கால் பரப்பி நின்றது. ஆப்பிரிக்கக் கலைகளின் நேரடித்தன்மையும், அப்பாவித் தனமும் (நெய்வ்) அவர்களைக் கவர்ந்தன.

அப்போது புழக்கத்தில் இருந்த கலை—இலக்கிய வடிவங்களை உருவாக்குவதில் ஏதோ குறைபாடு இருப்பதாக அவர்களுக்குச் சந்தேகம் வந்தது. 'உண்மை'யான உலகத்துக்கும், கலைகளில் சித்திரிக்கப்படும் 'உண்மை'க்கும் உள்ள சம்பந்தம் மிகக் குறைவு என்று உணர்ந்தார்கள். எனவே, ஓர் 'அகண்ட உண்மை' உலகத்தைப் பற்றிப் புரிதலுக்கு ஓர் 'உண்மை'யான கலையைப் பற்றிய புரிதல் மட்டுமே சரியானதாக இருக்க முடியும் என்று நம்பினார்கள்.

அதன் விளைவாகப் பல நூற்றாண்டுக் காலமாக ஓவியத்தில் பின்பற்றப்பட்டு வந்த கலைக் கொள்கைகள் ரத்து செய்யப்பட்டன. பால் செஸான் போன்றவர்கள் அதனை வெற்றிகரமாகச் செய்து காட்டினார்கள். இலக்கியவாதிகள் மரபார்ந்த யதார்த்தப் புனைவுகளுக்கு எதிராகப் 'புரியாத, புதிரான, அக உலகம் பற்றிய மற்றும் தூங்கும் மனதைப் பற்றிய' புனைவுகளை எழுதி அனைவரையும் திடுக்கிட வைத்தார்கள். மொழியைப் பலவிதமாகச் சொட்டை தட்டி, நீட்டி, நெளித்து வளைத்து வேறு மாதிரி மொழியாக்கிப் பயன்படுத்திக் காட்டினார்கள்.

கவிதைகள் எழுத்துக்களாகக் குறைந்தன. இசை ஒலித் துண்டுகளாகக் குறுகின. ஓவியம் வெறும் கோடுகளாகவும், வண்ணங்களாகவும் மாற்றம் கொண்டது. எனவே, டாடா என்பது ஏக காலத்தில் கலையாகவும் எதிர்-கலையாகவும் இருக்க நேர்ந்தது.

டாடாயிஸ்டுகள் பதிப்புத் துறையையும் விட்டுவைக்கவில்லை. ரோஜா நிற மூக்குக் கண்ணாடி, பயங்கரமான எர்னஸ்ட், திவால், மோசமான, மாத்திரை போன்ற பத்திரிகைகளும், ஏராளமான புத்தகங் களும் பிரசுரிக்கப்பட்டன. பல தடை செய்யப்பட்டன.

வாழ்க்கையில் எதிர்கொள்ள நேரும் அபத்தங்கள்; இருத்தலின் நிச்சயமற்ற தன்மை; எரிச்சலூட்டும் போலித்தனங்கள்; இவற்றின் மீதான கோபமும் எரிச்சலும் அதேசமயத்தில் இவற்றையெல்லாம் ஒன்றும் செய்ய முடியாமல் தோற்கிற நிலையும் ஒருத்தனுக்குள் குமுறலை ஏற்படுத்துகின்றன. பின்பு கவியும் விரக்தி அவனைக் கலகக் காரனாக மாற்றுகிறது. இறுதியில் கலகம் இலக்கற்று அலைந்து ஒரு கட்டத்துடன் நின்று போகிறது. அதனால்தான், 'சிறுநீர் கழிக்கும் கோப்பை'யையும் 'மீசை வரையப்பட்ட மோனலிஸா'வையும் ஓவியக் கண்காட்சியில் வைத்து அனைவரையும் திகைக்க வைத்த இந்த ஆர்ப்பாட்டக்காரர்கள் திடீரென்று ஓய்ந்துபோனார்கள்.

ஹியூகோ பால் கத்தோலிக்கத் துறவியானார். மற்ற 'டாடா'யிஸ்டுகள் கம்யூனிஸ்ட் கட்சியில் சேர்ந்தார்கள். ஓவியர் டுசாம்ப் ஓவியத்தைக் கைகழுவிவிட்டு 'செஸ்'ஸைக் கையில் எடுத்துக்கொண்டார். செஸ் விளையாடியே தன் இறுதி நாட்களைக் கழித்தார். இப்படியாக டாடா கலை இலக்கியத்தில் தேய்ந்து மறைந்துபானது. டாடா என்ற வார்த்தை ஒரு காலத்தில் சமூக ஒழுக்கக் கேட்டின் அடையாளமாகக் கருதப்பட்டது. இப்போதோ அந்த வார்த்தை கலை இலக்கிய வரலாற்றுப் பிரதியின் ஒரு முக்கியமான பக்கமாகக் கருதப்படுகிறது.

சர்ரியலிஸம்

1919ஆம் ஆண்டின், ஒரு மாலை வேளையில், தன் அறையில் ஜன்னலருகே அமர்ந்திருந்த ஆந்த்ரே பிரதான் திடீரென்று அந்தச் சிந்தனையால் தாக்குண்டார்.

'அங்கே ஒரு மனிதன் ஜன்னலால் இரண்டு பாகங்களாகத் துண்டாடப்பட்டு நிற்கிறான்.'

இந்தப் புதிய பார்வையின் விளைவாக அன்றுமுதல் கலை இலக்கியத்தில் ஒரு புதிய பாணி கால்கொண்டது.

அதன் பெயர்: சர்ரியலிஸம்.

டாடாயிஸ்ட்களின் இன்னொரு எழுச்சி என்றும் சர்ரியலிஸத்தைக் கூறலாம்.

பிரதானின் கூற்றுப்படி, 'சர்ரியலிஸம்' என்பது யதார்த்தத்தைப் பற்றிய நமது பழைய கோட்பாட்டை மறுபரிசீலனை செய்வது.

அதன்படி தானியங்கி எழுத்து (ஆட்டோமேடிக் ரைடிங்) , கனவுகளை எழுத்தில் வடித்தல், மயங்கிய நிலையிலான குழப்பமான விவரணை களை எழுதுதல், தான் தோன்றியான கவிதைகள் மற்றும் ஓவியங் களை உருவாக்குதல் இந்த அளவுகோலின்படி சர்ரியலிஸ ஆக்கங்கள் எனலாம்.

'உலகை நாம் பார்க்கும் பார்வையை மாற்றிக்கொண்டால் மட்டுமே உலகை மாற்றுவது சாத்தியம்' என்பது இவர்களின் கோட்பாடு.

'சர்ரியலிஸம்' என்ற வார்த்தை முதன் முதலில் பிரெஞ்சுக் கவிஞர் கில்லாம் அப்போலினேரின் அபத்த நாடகமான 'அந்தகக் கடவுள் திரேசியாவின் மார்பு' என்ற நாடகத்தில் பிரயோகிக்கப்பட்டது. அந்த நாடகம், 'சர்ரியலிஸ நாடகம்' என்று துணைத் தலைப்பிடப் பட்டிருந்தது.

அப்போலினேரைப் பொறுத்தவரை 'சர்ரியலிஸம்' என்பது யதார்த்தத்தை ஒப்பீட்டு அளவில் வெளிப்படுத்துவதாகும்.

அப்போலினேரின் கூற்றுப்படி,

'மனிதன் கால்களை நகல் செய்யும் பொருட்டு சக்கரங்களைக் கண்டு பிடித்தான். சக்கரம் என்பது மனிதனின் இயந்திரக் கால்கள் ஆகும். அதுபோலவே, ஒரு கலைஞன் மனித இருத்தலின் அடிப்படை உண்மைகளைக் கலைகளில் வெளியிடும்போது அது அப்பட்டமான நேரடி வாழ்க்கையை அப்படியே நகல் செய்து ஒப்பீட்டு அளவில் வெளிப்படுத்துவதாக இருக்கவேண்டும்.'

ஜெர்மனியில் புகழ்பெற்ற 'குழாம் 47' இலக்கிய இயக்கியத்தை நிறுவிய ஹான்ஸ் வெர்னர் ரிஷ்டர் வேடிக்கையாகக் குறிப்பிட்டார்:

'டாடாயிஸத்தின் இடது காதிலிருந்து 'சர்ரியலிஸம்' குதித்திருக்கிறது. அதன் விளைவாக ஒரே இரவில் அத்தனை டாடாயிஸ்டுகளும் சர்ரியலிஸ்டுகளாக மாறிவிட்டார்கள்.'

அது உண்மையே. ஏனெனில், பிரதான், எதுவர்டு, அரகான் போன்றவர்கள் பாரீஸ் டாடாயிஸத்தைச் சுதந்திரப்படுத்தி 'சர்ரியலிஸ'த்தை சாத்தியமாக்கினார்கள். 1919இல் பிரதானும் சூபோவும் பிரசுரித்த காந்தப் புயல்கள்' என்ற பிரதிதான் 'சர்ரியலிஸம்' தொடர்பாக எழுதப்பட்ட முதல் பிரகடனம். இவர்கள் அனைவரும் டாடாயிஸத்திலிருந்து உதித்தவர்கள்தான் என்றபோதிலும், டாடாயிஸத்துக்கும் முன்னாலிருந்த தங்களது பாரம்பர்ய வேர்களை அவர்கள் தேடினார்கள். மாக்கி தெ ஸாதேயின் கோதிக் நாவலில் அந்த வேர்களைக் கண்டடைந்ததாக பிரதான் ஒப்புக்கொண்டார்.

1922இல் டாடாயிஸத்துடனான உறவு முற்றிலுமாகத் துண்டிக்கப் பட்டது. ஒரு புதிய திசையை நோக்கிய சர்ரியலிஸத்தின் பயணம் தொடங்கியது.

தானியங்கி எழுத்து; கனவுகளை அப்படியே விவரித்தல்; ஒருவன் அரைமயக்க நிலையில் பேசும் உளறல்களை அப்படியே பதிவு செய்தல் போன்றவை தோன்றின. இவை 'உள்மனதின் அடியாழத்தில் உள்ள ஒப்பனையற்ற அசலான உணர்வுகளை, பகுத்தறிவை மீறிய நிலையில் இருந்து அலசுகின்றன' என்றார்கள் சர்ரியலிஸ்டுகள். இதுதான் சர்ரியலிஸத்தின் சாராம்சம்.

இதையே பின்னாளில் 'சர்ரியலிஸம்' என்பது 'உள்ளுணர்வுகளின் யுகம்' என்று பிரதான் பிரகடனம் செய்தார்.

தர்க்கத்தின் இறுக்கம்; பகுத்தறிவின் நிச்சயத்தன்மை; விழிப்பு நிலையின் கட்டுத்தளை ஆகியவற்றினின்றும் விடுபட்ட சுதந்திர மயப்படுத்தப்பட்ட சிந்தனைதான் 'சர்ரியலிஸம்' எனலாம். எனவே 'சிந்தனையின் மேலாதிக்கம் பொருளைக் கட்டுப்படுத்துகிறது' என்பது அவர்களின் வாதம். இது கலைகளில் தொடங்கியபோதிலும், கலைகளுடன் நின்றுவிடாமல் அரசியல், தத்துவம், சமூகம் ஆகியவற்றையும் பாதிக்கவேண்டும் என்று பிரதான் விரும்பினார். அதன் விளைவாக இவரும் இவரது சகாக்களும் 'எரிச்சலூட்டுபவர் களாக' மாறினார்கள்.

'முத்து விலை மதிப்பற்றது. அதை முத்துக்குளித்து வெளியே கொண்டுவருவதில் பலர் உயிரிழக்க நேர்வதும் உண்டு. எனவே, முத்து என்பது பல உயிர்களின் தொகுக்கப்பட்ட மதிப்பு உடையது. அதே போல் சர்ரியலிஸ்ட்டுகள் தங்கள் கொள்கை முத்துக்காகத் தங்களது உயிரையும் பணயம் வைத்துப் போராட வேண்டும்' என்பது இவர் களின் நோக்கமாகவும் வேலைத்திட்டமாகவும் இருந்தது.

முதற்கட்டமாக, இவர்கள் ஐரோப்பியப் பல்கலைக்கழக வேந்தர்கள் மேல் தாக்குதலைத் தொடுத்தார்கள்; அறிவுக் குருடர்களை உற்பத்தி செய்வதற்காக. மனித ஆன்மாக்களைக் கோணல் மாணலாக்குவதாக போப்பின் மீது குற்றம் சுமத்தினார்கள். பிரெஞ்சு எழுத்தாளர் அனடோல் பிரான்ஸ் மீது சனாதனி என்று புகார் வைத்தார்கள். பால் கிளாடல் இவர்களை ஓரினப் புணர்ச்சிக்காரர்கள் என்று சொல்லி வம்பை விலைக்கு வாங்கிக்கொண்டார். டாடாயிஸ்டுகளாக இருந்த போது இயங்கிய மாதிரியே இப்போதும் இவர்கள் கலைத்துறை யிலும் சமூகத்திலும் நிலவிய பிற்போக்கு வாதங்களை எதிர்த்தார்கள்.

மரபார்ந்த வாழ்க்கை நெறிகளைக் கட்டிக்காக்கும் இலக்கிய பூர்ஷுவாக்களின் குறுகலான பார்வையை அடித்து நொறுக்கினார்கள்.

மத்தியதர வர்க்கத்தினரின் வறட்டுத்தனமான பார்வையும் ஆன்ம தரிசனமும் கேலிக்குரியவை என்றார் பிரதான். இவர்களது அறிவுஜீவித்தன்மை என்பது பகுத்தறிவு மற்றும் தர்க்கம் சார்ந்தது; ஒழுக்கம் என்பது தேவாலயத்தைச் சார்ந்தது. அரசு குடும்பம் சமூக உறவுகள் போன்றவை செய்யும் தொழிலைச் சார்ந்தவை என்று இவர்கள் வரையறுத்தார்கள். இதன் விளைவாக டாடாயிஸத்தைப் போல் கலையுடன் நின்றுவிடாமல், சர்ரியலிஸம் தனது மூக்கை எல்லாப் பிரச்சினைகளிலும் நுழைத்தது.

'படித்த எல்லாவற்றையும் மறந்துவிடுவோம்'
'கனவுகள் காணத் தொடங்குவோம்'
'சோஷலிஸ யதார்த்தம் ஒழிக; சர்ரியலிஸம் வாழ்க!'
என்ற கோஷங்களை முன்வைத்தது சர்ரியலிஸம்; தான் மட்டுமே புரட்சிகரமான கொள்கைகளுக்கெல்லாம் புரட்சிகரமானது என்று தன்னை அறிவித்துக்கொண்டது.

மார்க்ஸியக் கருத்தியலான உலகை மாற்றும் நோக்கமும், பிரெஞ்சுக் கவி ரிம்பாடின் கொள்கையான வாழ்க்கையை மாற்றியமைக்கும் தீர்மானமும்—அதாவது நிலவும் யதார்த்தச் சூழ்நிலைகளைத் திருத்தி யமைப்பது—இவர்களது கொள்கையானது.

இதன் விளைவாக இவர்களது வேலைத் திட்டம் சார்ந்த புதிய அறிக்கை தயாரானது. அது முதல் அறிக்கையில் இல்லாத புதிய கொள்கைகளுடன் வெளியானது. எழுத்தாளர்களுக்கும் கலைஞர்களுக்கும் ஆணைகள் பிறப்பிக்கப்பட்டன.

'கலைஞர்களும் எழுத்தாளர்களும் வெறும் கருவிகள் மட்டுமே. எட்கார் ஆலன் போ, மல்லார்மே, ஜாரி மற்றும் ரிவர்டி போன்ற எழுத்தாளர்களும் சரி, மாடிஸ், பிக்காஸோ, பிகாபியா, ஷிரிகோ மற்றும் எர்னஸ்ட் போன்றவர்களும் சரி, சரியான முறையில் சேர்ந்திசையில் கோஷ்டிகானம் இசைக்காததால் அவர்களின் படைப்புகளில் ஒத்திசைவு இல்லாமல் போய்விட்டது!'

சர்ரியலிஸ்டுகள் தங்களைச் சுய சிந்தனையற்ற வெறும் பதிவு செய்யும் இயந்திரங்கள் என்று சொல்லிக்கொண்டார்கள்.

அரகான் ஒரு தடவை சொன்னார்: 'நான் ஒருமுறை பயன்படுத்திய வார்த்தைகளை எனக்கு எதிராக யாரும் பயன்படுத்தக்கூடாது. ஏனெனில், அவை சமாதான உடன்படிக்கை ஒப்பந்தங்கள் அல்ல.'

1925இல் பிரதான் திடீரென்று அறிவித்தார்:

'சர்ரியலிஸம் தனது கடமையைச் சரிவர நிறைவேற்றி முடித்து விட்டது. அதாவது தானியங்கி எழுத்து, கனவுகளை விவரித்தல், விவரித்துரைக்கப்பட்ட பேச்சுகள், கவிதைகள், தான்தோன்றி ஓவியங்கள் போன்ற படைப்பின் எல்லாச் சாத்தியங்களும் செய்து முடிக்கப்பட்டு விட்டன.'

இதைச் சில சர்ரியலிஸ்டுகள் ஒப்புக்கொண்டார்கள். சிலர் ஒப்புக் கொள்ள மறுத்தார்கள்; சர்ரியலிஸம் இன்னும் பரிமாண வளர்ச்சியை எய்திடவில்லை என்றார்கள்.

இதற்கிடையில் 1925இல் நடந்த மொராக்கா யுத்தம் சர்ரியலிஸ்ட் களைப் பெரிதும் பாதித்தது. சமூக அக்கறை உள்ளவர்கள் என்ற கடமை உணர்வில் தாங்கள் இடதுசாரி சார்பான கொள்கை நிலைப்பாட்டை எடுத்தாக வேண்டும் என்று உறுதிபூண்டார்கள். அதன் விளைவாக இவர்கள் பிரெஞ்சு கம்யூனிஸ்ட் கட்சியுடன் இணைந்து செயல்படுவது என்று தீர்மானித்தார்கள். மார்க்ஸியத்தை ஆதரித்தபோதும் கம்யூனிஸ்ட் கட்சியை ஆதரிப்பதில் சிறு குழப்பம் ஏற்பட்டது. இருந்தபோதிலும் கம்யூனிஸ்ட் கட்சியின் ஆன்மாவை அதன் எதிரிகளிடமிருந்து காப்பது பற்றித் தீவிரமாகச் சிந்திக்க ஆரம்பித்தார்கள். கம்யூனிஸ்ட்களுக்கு இவர்களது கோட்பாடுகள் புரியவில்லை என்றபோதிலும், ஏதோ கட்சிக்கு ஆதரவாக இவர்கள் இயங்கினாலே போதுமானது என்று அவர்கள் திருப்திப்பட்டுக்கொண்டார்கள். அதேசமயம் சர்ரியலிஸ்ட்கள் 'பிலிஸ்டைன்'களாக இருப்பார்களோ என்று உள்ளூர சந்தேகிக்கவும் செய்தார்கள். 'புரட்சி' என்ற சொல் சர்ரியலிஸ்ட்டுகளை ஆகர்ஷித்தது. கம்யூனிஸத்தை நோக்கி அவர்களை வசீகரித்ததும் அதுவே.

ஏக காலத்தில் ட்ராட்ஸ்கியின் மேல் காதலும், அறிவுஜீவிகளின் சுதந்திரத்துக்கு ட்ராட்ஸ்கியால் ஆபத்து நேருமோ என்ற பயமும் அவர்களை அலைக்கழித்தன.

காலப்போக்கில் பிரதான் தன்னை முழுக்கவே கம்யூனிஸத்துக்கு ஒப்புக்கொடுத்துவிட்டார். ஆனால் கம்யூனிஸ்ட் கட்சியின் இறுக்க மான கட்டளைகளுக்குக் கீழ்ப்படிவதைச் சக சர்ரியலிஸ்ட்களான அர்டாட், டெஸ்னோஸ் ரிப்மாண்ட் போன்றவர்கள் விரும்பவில்லை. இதனால் அவர்களை சர்ரியலிஸ்ட் இயக்கத்திலிருந்து வெளியேறும்படி பிரதான் கேட்டுக்கொண்டார். 'கட்சியின் ஐக்கியத்தை'விட 'சர்ரியலிஸத்தை ஊகவாணிபமாக்கும் முயற்சி'யில் பெரிதாக அவர்கள்

ஈடுபடுவதாலும், 'அரசியல் போர்க்குணத்தைப் பற்றித் தவறான புரிதலில்' இருப்பதாலும் இந்த நடவடிக்கை எடுக்கப்பட்டதாக பிரதான் அறிவித்தார்.

அதைத்தொடர்ந்து பிரதானின் சர்ரியலிஸ்ட் நாவலான நாடியா வெளிவந்தது. (நாவல் என்ற வடிவத்தைக் கடுமையாக எதிர்த்த 'சார்யலிஸ்ட்'டான பிரதான், தானே ஒரு நாவலை எழுத முற்பட்டது ஒரு நகைமுரண்!) அதைத் தொடர்ந்து லூயி புனுவலின் திரைப் படங்கள் சர்ரியலிஸத்தை உச்சத்துக்குக் கொண்டுசென்றன.

ஏற்கெனவே, சர்ரியலிஸ்ட்டுகளுக்கும் கம்யூனிஸ்ட் கட்சிக்கும் இடையில் ஒருவித ஒட்டாத தன்மை நிலவிக்கொண்டிருந்தது. சோவியத் யூனியன் சோஷலிச யதார்த்தம் என்கிற இலக்கியக் கோட்பாட்டை முன்வைத்தபோது சர்ரியலிஸ்ட்டுகளின் நிலைமை சிக்கலாயிற்று. அதன் விளைவாக, சர்வதேசக் கலாச்சாரப் பாதுகாப்புக் காங்கிரஸில் பேசப்போன ஆந்த்ரே பிரதானுக்கு அனுமதி மறுக்கப்பட்டது. அதோடு கம்யூனிஸ்ட்டுகளுக்கும் சர்ரியலிஸ்டுகளுக்கும் இடையிலான மெல்லிய உறவு இழை முற்றிலுமாக அறுந்துபோனது. சர்ரியலிஸ்ட்கள் சோவியத் மீதும் ஸ்டாலின் மீதும் குற்றச்சாட்டுகளைச் சுமத்தினார்கள். கம்யூனிஸ்ட் கட்சியைவிட்டு விலகியபோதும் சர்ரியலிஸ்ட்கள் புரட்சி செய்யும் மனோபாவத்தை மட்டும் கைவிட இயலாதவர்களாக இருந்தார்கள். கம்யூனிஸ்ட் கட்சி தனக்கு ஆதரவான புரட்சிகரமான சக்திகளை ஒருங்கிணைக்காமல், தங்களைப் போன்றவர்களை ஒதுக்குவதன் மூலம் மனிதகுலத்துக்குத் துரோகம் செய்துவிட்டது என்று புகார்செய்தார்கள். மார்க்ஸின் 'பிரக்ஞை' இந்த கட்சியைக் கட்டும் கம்யூனிஸ்ட் அரசியல்வாதிகளின் 'பிரக்ஞை'யைவிட மேன்மைமிக்கது; முற்றிலும் வேறானது என்று விமர்சித்தார்கள்.

ஐரோப்பாவை யுத்த மேகங்கள் சூழ்ந்தபோது ஆந்த்ரே பிரதான் உள்ளிட்ட பல 'சர்ரியலிஸ்ட்'கள் அமெரிக்காவுக்குப் புலம்பெயர்ந்து போக நேர்ந்தது. அமெரிக்கா சர்ரியலிஸத்தை இருகரம் நீட்டி வரவேற்றது. இந்தச் சூழ்நிலையில் சிலர் சர்ரியலிஸ்ட்டுகளாகவே நீடித்தார்கள். வேறு சிலர் பாசிஸத்தின் பக்கம் சாய்ந்தார்கள். அமெரிக்கக் கலை இலக்கியங்களின் மீதான சர்ரியலிஸ்ட்டுகளின் தாக்கம் மிக முக்கியமானது. அப்போது அமெரிக்காவின் முக்கியமான ஓவியராக இருந்த ஜாக்ஸன் பொல்லாக், 'கடந்த நூறு ஆண்டுக் காலத்தில் வரையப்பட்ட சிறந்த ஓவியங்கள் அனைத்தும் சர்ரியலிஸ்ட்டுகளால் பிரான்ஸில் வரைந்து முடித்தாயிற்று' என்று ஒப்புக்கொண்டார். யுத்த

காலத்தில் இவர்கள் பிரான்ஸில் இல்லாமல் போனதாலும், யுத்தத்தில் இவர்களின் பங்களிப்பு ஒன்றும் இல்லை என்பதாலும் இவர்கள் அமெரிக்காவி லிருந்து மீண்டும் பிரான்ஸுக்குத் திரும்பியபோது, பிரான்ஸ் இவர்களை உவப்புடன் வரவேற்கவில்லை. சார்த்தர் இவர்களைக் கடுமையாக எதிர்த்தார். எனினும், சர்ரியலிஸம் பிரான்ஸிலிருந்து அமெரிக்கா, லத்தீன் அமெரிக்கா, கரீபியன் நாடுகள் மற்றும் ஒரு டஜன் ஐரோப்பிய நாடுகள் என்று விரிந்து பரவிக் கொண்டே இருந்தது. இங்கிலாந்து மட்டும் சர்ரியலிஸத்தின்பால் மோகம் காட்டாமலிருந்தது. மிகத் தாமதமாகவே சர்ரியலிஸம் இங்கிலாந்தை எட்டியது. பிற நாடுகளில் தீ போலப் பரவிய சர்ரியலிஸம் இங்கிலாந்தில் மட்டும் வெறும் புகைச்சலாய் மண்டியது.

'உள்ளுணர்வுகளின் உந்துதல் யுகம்' என்று அறிவிக்கப்பட்ட சர்ரியலிஸத்துக்கு, காலப்போக்கில், 'காரணங்களால் நிறுவப்பட்ட யுகம்' என்று சொல்லிப் பழைய கோட்பாட்டை மாற்றி அறிவிக்க நேர்ந்தது ஒரு நகைமுரண். தவிரவும், புரட்சியை ஆதரிப்பது; அதன் காரணமாகக் கம்யூனிஸத்தைத் தழுவியது; அதேசமயம் கம்யூனிஸ்ட் இயக்கத்துடன் முரண்பட்டு நிற்றல் போன்றவை சர்ரியலிஸத்தின் தெளிவின்மைக்கு அடையாளமாக இருந்தன.

கலை தர்க்கங்களை மீறக்கூடியது; வாழ்வியல் யதார்த்தம் தர்க்கத்தின் மேல் கட்டுமானம் செய்யப்பட்டது. இந்த எதிரெதிர் நிலைகளை விஞ்ஞானக் கண்ணோட்டமின்றி இணைக்க முயன்றது தான் சர்ரியலிஸத்தின் பிரதான தோல்வியாகும். 'தான்தோன்றியான உந்துதல்' (தீஸிஸ்) என்ற கருத்தியலை, 'தர்க்கரீதியான உந்துதல்' (ஆன்டி-தீஸிஸ்) என்கிற மறுதலையுடன் சரியானபடி இணைக்க முடிந்திருந்தால் வெற்றிகரமான விளைவு (சிந்தஸிஸ்) என்பது சாத்தியப்பட்டிருக்கும் என்றபோதிலும் சர்ரியலிஸத்தின் கூறுகள் சாகாவரம் பெற்று இன்றைய நவீனக் கலை இலக்கிய வெளிப்பாடுகள் வரை காணக்கிடைப்பது அதன் வீரியத்தையும் காலாவதியாகாத தன்மையையும் உணர்த்தவே செய்கின்றன.

இருத்தலியல் கோட்பாடு

நவீனத்துவத்தின் கடைசி 'இஸ'மாக இருத்தலியல் கோட்பாட்டைக் (எக்ஸிஸ்டென்ஷியலிஸம்) கூறலாம். இதை நவீனத்துவத்தின் முடிவாகவும், பின்நவீனத்துவத்தின் வரவுக்காகக் காத்திருந்த கடைசிக் கோட்பாடாகவும் குறிப்பிடலாம்.

எக்ஸிஸ்டென்ஷியஸிஸத்தின் முக்கியமான தத்துவஞானியாக சார்த்தரைக் கூறலாம். அவருக்கு முன்னதாக ஜெர்மன் தத்துவஞானி மார்டின் ஹைடெக்கரையும் அவருடைய ஆசான்களாக சோரன் கீர்க்கேகார்டையும், பிரெட்ரிக் நீட்ஷேயையும் சொல்லலாம்.

சோரன் கீர்க்கேகார்டைப் போலவே பிரெட்ரிக் நீட்ஷேயும் ஹெகலின் 'வரலாற்றுவாதத்'துக்கு எதிராகப் போர் தொடுத்தவர். அவர் கடவுளின் மரணத்தை அறிவித்தவர். வாழ்க்கையின் மதிப்பீடு களை மறுமதிப்பீடு செய்யவேண்டும் என்று வற்புறுத்தியவர். நீட்ஷேயைப் பொறுத்தவரை கிறிஸ்துவ மதமும் மரபார்ந்த தத்துவமும் அசல் உலகைவிட்டு முகத்தைத் திருப்பிக்கொண்டன. அதற்குப் பதிலாக 'சொர்க்கத்'தைச் சுட்டிக்காட்டுகின்றன. அசல் உலகம் போலியான உலகமாகக் காட்டப்படுகிறது. உண்மையான உலகத்துக்கு உண்மை யாக இருக்க வேண்டாமா நாம்?

சார்த்தரின் எக்ஸிஸ்டென்ஷியலிஸம் மார்டின் ஹைடெக்கரால் பெரிதும் பாதிக்கப்பட்டது. 1940ஆம் ஆண்டுவாக்கில் சார்த்தரின் எக்ஸிஸ்டென்ஷியலிஸம் புகழின் உச்சத்தில் இருந்தது.

நீட்ஷேயின் 'கடவுளின் மரணம்' என்ற கோட்பாட்டையும், கீர்க்கேகார்டின் எக்ஸிஸ்டென்ஷியலிஸத்தையும் ஒன்றிணைத்து ஒரு புதிய இருத்தலியல் கோட்பாட்டை சார்த்தர் உருவாக்கினார்.

சார்த்தருக்கு முந்தைய இருத்தலியல்வாதிகளுக்கும் சார்த்தருக்கும் உள்ள முக்கியமான வேறுபாடு என்னவென்றால், முன்னவர்கள் இருத்தலை உயிருடன் இருத்தல் (எக்ஸிஸ்டன்ஸ்) என்ற நேரடியான பொருளில் பயன்படுத்தினார்கள். சார்த்தர் இருத்தல் என்பதை வேறு மாதிரி உணர்த்தினார். உயர்திணையான மனிதனின் இருத்தல் வேறு. அஃறிணைகளான தாவரங்கள், பிராணிகளின் இருத்தல் வேறு என்று சார்த்தர் வகைப்படுத்தினார்.

அதாவது தாவரங்கள், பிராணிகள் போன்றவற்றின் இருத்தல் 'அதற்குள் இருக்கிறது.' அதேசமயம் மனிதனின் இருத்தல் 'அவனுக் கானதாக இருக்கிறது.'

உலகில் உள்ள ஒவ்வொரு பொருளுக்கும் சாராம்சம் (எஸ்ஸென்ஸ்) இருக்கிறது என்பது பழைய சிந்தனை.

மனிதனுக்கு அத்தகைய சாராம்சம் ஏதும் இல்லை என்கிறார் சார்த்தர். சாராம்சம் என்பது ஒரு பொருள் அவ்வாறு இருப்பதற்கான இயற்கைத் தன்மை; நிலவரம். மனிதனுக்கு இதுபோன்ற இயற்கைத் தன்மைவாய்ந்த சாராம்சம் என்று ஒன்றும் இல்லை. எனவே

தனக்கென்று சாராம்சம் இல்லாத மனிதன் தனது சாராம்சத்தைத் தானே உருவாக்கிக் கொண்டாக வேண்டும் என்கிறார். ஏனெனில் மனிதனின் சாரம் என்பது ஏற்கெனவே தீர்மானிக்கப்பட்டதாக இல்லை.

மனிதர்கள் அனைவருமே கைவிடப்பட்டவர்கள். நம்மையுமறியாமல் நாம் இந்தப் பிரபஞ்சத்தினுள் தூக்கி எறியப்பட்டிருக்கிறோம். நாம் அனைவரும் மேடைக்குத் தரதரவென்று இழுத்து வரப்பட்டிருக்கும் நடிகர்கள். நமக்கு நம்முடைய வசனங்கள் எது என்று தெரியவில்லை; நமக்கான வசனத்தை யாரும் எழுதவும் இல்லை; சொல்லிக் கொடுப்பதற்கும் ஆளில்லை. நம் வசனங்களை நாமே பேசி நம்முடைய வாழ்க்கையை நாம்தான் வாழ்ந்துகொள்ள வேண்டும். அர்த்தங்கள் அற்ற ஓர் உலகில் மனிதன் அந்நியனாகவே வாழ்கிறான் என்றார் சார்த்தர்.

மறுமலர்ச்சிக்காலச் சிந்தனையாளர்கள் மனித சுதந்திரத்தைக் கொண்டாடினார்கள். ஆனால் சார்த்தர் அதைச் சாபம் என்கிறார்: மனிதன் சுதந்திரமானவனாக இருக்கும்படி சபிக்கப்பட்டிருக்கிறான்.

வாழ்க்கைக்கு அர்த்தம் இல்லை. அதாவது உள்ளார்ந்த அர்த்தங்கள் ஏதும் இல்லை. ஆனால் மனிதன் அதற்கு அர்த்தம் கற்பிக்கவேண்டும்.

இந்த உலகத்துடனான மனிதனின் அந்நியத்தன்மை அவனைப் பதற்றத்துக்குள்ளாக்குகிறது. சலிப்படைய வைக்கிறது; பீதியையும் வாந்தி வருவது போன்ற குமட்டல் உணர்வையும் ஏற்படுத்துகிறது.

நம்மீது விதிக்கப்பட்டுள்ள வாழ்க்கையை நாம் வாழ்ந்தாகவேண்டும். அந்த வாழ்க்கைக்கான மதிப்பீடுகள், கடைப்பிடிக்க வேண்டிய கோட்பாடுகள் என்று எதுவும் இல்லை. நம்முடைய வாழ்க்கையை எப்படி நகர்த்திச்செல்ல வேண்டும் என்பதற்கான தெரிவுகள் (சாய்சஸ்) நம் கையிலேயே உள்ளன. நம் கையில் உள்ள சுதந்திரம் நம்முடைய வாழ்க்கையை நம்பகத்தன்மையுடன் வாழ்ந்துகொள்வதற்கான சாத்தியத்துடன் இருக்கிறது.

வாழ்வது என்பது வாழ்க்கைக்கான அர்த்தத்தை உருவாக்கிக் கொள்வது. அதாவது, 'வாழ்க்கை என்பது ஒருவன் தன் வாழ்வைத் தானே உருவாக்கிக்கொள்வது.'

சார்த்தரின் காலத்தில் வாழ்ந்த ஆல்பர் கெமு, சாமுவேல் பெக்கெட் போன்றவர்களும் இருத்தலியல்வாதிகளே. அவர்கள் 'அபத்தம்' என்ற கொள்கையைப் பிரதானமாக முன்வைத்தனர்.

வாழ்க்கை என்பது அபத்தமானது. அதற்கு அர்த்தங்கள் என்று எதுவும் இல்லை. ஆனால் அபத்தங்கள் நிறைந்த இந்த வாழ்க்கைக்கு நாம் அர்த்தம் கற்பிக்க வேண்டும் என்பது இவர்களின் கோட்பாடு.

இருத்தலியல் கோட்பாடு இருபதாம் நூற்றாண்டின் இணையற்ற கோட்பாடாகத் திகழ்ந்தது. அதனுடைய வேர்கள் சார்த்தரிலிருந்து பின்னோக்கிப்போய் கீர்க்கேகார்ட் வழியாக சாக்ரடீஸைச் சென்றடைந்தன.

தத்துவம் என்பது 'சாக்ரட்டீஸ் முதல் சார்த்தர் வரை' என்று வரையறுக்கக்கூடிய அளவுக்கு சார்த்தர் இருபதாம் நூற்றாண்டின் மிக முக்கியமான தத்துவவாதியாகத் திகழ்ந்தார்.

'வாழ்க்கையின் அபத்தம் என்னை வாந்தி எடுக்கத் தூண்டுகிறது.' என்று அறிவித்த சார்த்தர், டெகார்டேயின் 'நான் சிந்திக்கிறேன்; எனவே நான் இருக்கிறேன்' என்ற கோட்பாட்டின் அடிப்படையில் தனது 'பிரக்ஞை—பிரபஞ்சம்' என்ற கருத்தியலை முன்வைத்தார். நான் என்பது எனது பிரக்ஞை. பிரபஞ்சம் என்பது என்னைச் சுற்றி இருக்கும் வெளி. எனக்கும் என்னைச் சுற்றி இருக்கும் பிரபஞ்சத்துக்கு மிடையே இந்த மொழிதான் இடையூறாக இருக்கிறது என்றார் சார்த்தர். 'குமட்டல்' (நாசியா) என்ற தமது நாவலில் மொழி என்பது குமட்ட வைப்பதாக இருக்கிறது என்று புகார் சொன்னார்.

பின்நவீனத்துவவாதிகள் 'மொழி என்பது வேறு; பிரக்ஞை என்பது வேறு என்று இல்லை. நமது பிரக்ஞை என்பதே மொழியால் கட்டமைக்கப்பட்டதுதான்' என்று அறிவித்தபோது சார்த்தரின் இருத்தியலியல்வாதம் நிலைகுலைந்து போனது.

ழாக் தெரிதா, மிஷல் ஃபூக்கோ, ரொலாண் பார்த் போன்ற பின்நவீனத்துவவாதிகள் சாக்ரடீஸ் முதல் சார்த்தர் வரையிலான எல்லா விதமான தத்துவங்களையும் கட்டவிழ்ப்பு (டி-கன்ஸ்ட்ரக்ஷன்) செய்தனர். பழைய கருத்தாக்கங்களையெல்லாம் கொட்டிக் கவிழ்த்தனர். இதனால், பழைய தத்துவங்கள் எல்லாம் கலகலத்துப்போயின.

பின்நவீனத்துவவாதிகள், சார்த்தரையையும் அவரது இருத்தலியல் கோட்பாட்டையும் காலாவதியாக்கினர். தான் உயிருடன் இருந்த காலத்திலேயே தன்னையும் தனது கோட்பாட்டையும் அருங் காட்சியகத்தில் வைத்துவிட்டார்களே என்ற அதிர்ச்சியுடன் சார்த்தர் வாழவேண்டிய கட்டாயம் 1966இல் நடந்தது.

4

பின்நவீனத்துவம்

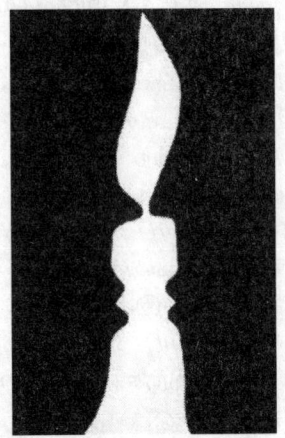

மேற்கண்ட படத்தை ஓரிரு கணங்கள் உற்றுப்பாருங்கள்.

பார்த்துவிட்டீர்களா?

நல்லது, என்ன தோன்றுகிறது?

இது ஒரு மெழுகுவர்த்தியின் படம்

இல்லை. இல்லை. இரண்டு முகங்களின் படம்,

என்று இரண்டுவிதமான குழப்பமான தோற்றம் தெரிகிறது அல்லவா?

இது மெழுவர்த்தியா அல்லது முகங்களா?

இதில் எது சரி?

இதில் என்ன சந்தேகம்? இரண்டுமே சரிதான். இந்த ஒரு படத்தில் இப்படி இரண்டுவிதமான தோற்றங்கள் புலனாவது உண்மைதான்.

இது ஒரு படம்.

இந்தப் படத்தில் மெழுகுவர்த்தி இருப்பதாக நினைத்துக் கொள்பவர்களுக்கு மெழுகுவர்த்தியும், இரண்டு முகங்கள் இருப்பதாக நினைத்துக் கொள்பவர்களுக்கு இரு முகங்களும் தெரிகின்றன.

இது படத்தில் இல்லை, பார்வையில் இருக்கிறது.

ஜெர்மானிய மொழியில் 'ஜெஸ்டால்ட்' என்ற கருதுகோள் இருக்கிறது. அதன்படி ஒரு மனிதனின் பார்வை இன்னொரு மனிதனின் பார்வையிலிருந்து மாறுபட்டது. இதனால் ஒரே பொருளை இரண்டுபேர் இரண்டு வெவ்வேறான தோற்றங்களாகக் காணமுடியும்.

அதன் அடிப்படையில் உளவியல் அறிஞர்களும் கல்வியாளர்களும் இதுபோன்ற பல படங்களை உருவாக்கியிருக்கிறார்கள்.

இதுபோன்ற படங்களில் முதல் பார்வையில் நமக்கு ஒரு சாத்தியப்பாடு மட்டுமே தெரிகிறது. அதாவது இது மெழுகுவர்த்தி அல்லது முகங்கள் என்று. இந்த இரண்டில் ஏதாவது ஒரு சாத்தியப்பாடு.

அந்த ஒரு சாத்தியப்பாட்டை 'மையம்' எனலாம். இன்னொரு சாத்தியப்பாட்டை 'விளிம்புநிலை' எனலாம்.

ஏனெனில், இந்த இரண்டு சாத்தியப்பாடுகளில் ஏதோ ஒன்றை மட்டும் நிறுவும்போது அது மையம் பெறுகிறது. மற்றது புறக்கணிக்கப்பட்டு விளிம்பு நிலைக்குத் தள்ளப்படுகிறது.

மெழுகுவர்த்தி அல்லது முகங்கள் என்கிற இந்த இரண்டு விதமான சாத்தியப்பாடுகளில் ஏதோ ஒன்றை மட்டும் பிடித்துக் கொண்டு வாதிடுபவர்கள் மையவாதிகள் ஆவார்கள். உதாரணமாக, இவ்விரண்டு தோற்றங்களில் முகம் மட்டும்தான் உள்ளது என்று பிடிவாதம் பிடிப்பவர்களை 'முகவாதிகள்' என்று பெயரிடுவோம். மெழுகுவர்த்திதான் என்று சொல்பவர்களுக்கு 'மெழுகுவாதிகள்' என்று பெயரிடுவோம். இந்த இரண்டில் இப்படி ஏதோ ஒன்றை மட்டும் வலியுறுத்துபவர்கள் 'மையவாதிகள்' எனப்படுகிறார்கள்.

1966ஆம் ஆண்டு ழாக் தெரிதா முன்வைத்த கட்டவிழ்ப்பு பற்றிய சிந்தனையையும், பின்நவீனத்துவக் கருத்துருவாக்கலையும் இந்த எளிய உதாரணத்தின் மூலம் நாம் புரிந்துகொள்ளலாம்.

அந்த ஆண்டு ழாக் தெரிதா ஹாப்கின்ஸ் பல்கலைக்கழகத்தில் 'கட்ட விழ்ப்பு' என்ற வார்த்தையை முதன்முதலாக உச்சரித்தபோது பார்வை யாளர்கள் திடுக்கிட்டார்கள். அந்த கட்டவிழ்ப்புக் கருத்தின்படி அதுவரை அறியப்பட்டிருந்த மேற்கத்தியத் தத்துவ, கலை இலக்கிய வரலாற்றை தெரிதா தலைகீழாகக் கொட்டிக் கவிழ்த்தபோது, பார்வையாளர்கள் அனைவரும் தங்கள் கால்களுக்குக் கீழேயிருந்த தரை நழுவியதைப் போல் உணர்ந்தார்கள். அன்று முதல் தெரிதா என்ற அந்த இளம் பிரெஞ்சு யூதர் தத்துவ வரலாற்றில் ஓர் இளம் போக்கிரி யாகக் கருதப்பட்டார்.

பின்நவீனத்துவம் ✱ 45

இந்த நிகழ்ச்சி நடப்பதற்கு முந்தைய அரை நூற்றாண்டுக் காலத்தில் ஜேம்ஸ் ஜாய்ஸ் உலிஸிஸ் நாவலை எழுதியிருந்தார். டி.எஸ் எலியட்டின் பாழ்நிலம் மற்றும் எஸ்ரா பௌண்டின் கேன்டோஸ் செய்யுள்களும் வெளி வந்திருந்தன. ஜாய்ஸின் நனவோடை உத்தியில் வாசகன் கதாபாத்திரங்களின் உளவியல் வெள்ளத்தில் அடித்துச் செல்லப்பட்டான். எலியட்டின் கவிதை வடிவம் துண்டாடப்பட்ட வடிவங்களால் ஆக்கப்பட்டிருந்தது. இவர்கள் பழைய நேரடி விவரிப்பு முறையைத் தவிர்த்துப் பழைய 'மையங்கள்' தகர்ந்த புதிய 'மையத்தை'க் கோரி நிற்கும் கருத்துகளைத் தங்கள் பிரதிகளில் முன்வைத்தனர். காஃப்காவின் உருமாற்றம் இலக்கியத்தை ஒரு புதிய திசையில் நகர்த்திச் சென்றது. உருமாற்றத்தின் கதாநாயகனான கிரகோர் சாம்ஸா இரவில் படுக்கைக்குப் போனவன் மறுநாள் காலை படுக்கையில் விழிக்கும்போது தான் ஒரு மிகப்பெரிய கரப்பான் பூச்சியாக மாறி இருப்பது கண்டு திடுக்கிடுகிறான். அவனோடு சேர்ந்து வாசகனும் திடுக்கிடுகிறான். இந்தப் பிரதிகள் நவீன வாசகனை நிலைகுலைய வைத்தன. திக்குத் தெரியாத காட்டில் அலையும் திகைப்பு தட்டிய உணர்வை அவனுக்கு அளித்தன.

புகைப்படம் கண்டுபிடிக்கப்பட்ட பின்னர் ஓவியத்தின் இடம் கேள்விக்குள்ளானது. நேரில் பார்க்கும் ஒரு பொருளைத் தத்ரூபமாகப் புகைப்படத்தால் பெறமுடியும்போது, மணிக்கணக்கில் அதை ஓவியமாக வரைவது வியர்த்தம் என்று தோன்றியது. எனவே ஓவியங்களில் ரியலிஸம் செத்தது. ரியலிஸம் என்பது ஒரு கண்ணாடிக் கோட்பாடு. கண்ணாடி எப்படி ஒரு பொருளை அப்படியே தோன்றுமாறு பிரதி பலிக்கிறதோ அதேபோல்தான் ரியலிஸமும் வாழ்க்கையை, வாழ்க்கை யின் தருணங்களைப் பிரதிபலிக்கிறது. புகைப்படம் அந்த வேலையைச் செய்யும்போது ஒரு கலைஞனும் அதையே செய்ய முடியாது. செய்யவும் கூடாது.

ஓவியர் பால் செஸான் சொன்னார்: 'இம்ப்ரெஷனிஸம் ஒளியின் விளைவாகப் பொருட்களின் தோற்றம் எப்படியெல்லாம் மாற்றம் அடைகிறது என்பதைக் காட்டியது. உண்மையில் பொருட்கள் அப்படியே இருப்பதில்லை. ஏனெனில், நாம் பார்க்கும் இடத்தை மாற்றிக்கொள்ளும்போது பார்க்கப்படும் பொருளும் மாறுகிறது. ஒரு மரத்தை வேறு வேறு கோணங்களில் நின்று பார்க்கும்போது அது வேறு வேறு மாதிரி தோன்றுகிறது. எனவே ஒரு பொருளைப் பற்றிய நமது பார்வை நிச்சயமின்மை கொண்டதாக இருக்கிறது.'

இதே கருத்தை இயற்பியல் விஞ்ஞானியான வெர்னர் ஹெய்ஸன் பெர்க்கும் தனது க்வாண்டம் இயந்திரவியல் கோட்பாட்டில் கண்டடைந்தார்.

'அணுவின் கருவைச் சுற்றிவரும் சார்நிலை அணுத்துகள்களான நியூட்ரான், எலெக்ட்ரான், புரோட்டான் போன்றவற்றின் இடம் நிச்சயமின்மை கொண்டதாக இருக்கிறது.'

இதே 'நிச்சயமின்மை'க் கோட்பாட்டைத்தான் தனது கட்டவிழ்ப்பு செயல்பாட்டின் மூலம் நிறுவுகிறார் தெரிதா.

'மெழுகுவர்த்தியா—முகங்களா' என்ற கேள்வி மெழுவர்த்தியின் இடத்தையும் நிச்சயமற்றதாக்குகிறது; முகங்களின் இடத்தையும் நிச்சயமற்றதாக்குகிறது.

சரி, கட்டவிழ்ப்பு என்றால் என்ன? 'கட்டவிழ்ப்பு'க்கும் 'நிச்சய மின்மை'க்கும் என்ன சம்பந்தம்?

சம்பந்தம் இருக்கிறது.

எப்படி என்று பார்ப்போம்.

நம்முடைய சிந்தனை என்பது மொழியால் ஆனது. நாம் எதையும் மொழி ரூபமாகவே சிந்திக்கிறோம். 'நான் நடக்கிறேன்', 'அந்தக் குழந்தை அழகாக இருக்கிறது', 'கல்கத்தா மதுரையிலிருந்து வெகு தூரத்தில் இருக்கிறது' என்ற ரீதியில் மொழியால் வார்த்தைகளாகவே நாம் சிந்திக்கிறோம். ஆக, நாம் மொழியைச் சார்ந்தவர்களாக இருக்கிறோம். மொழிதான் நம்மைக் கைப்பிடித்து நடத்திச் செல்கிறது. ஆனால் மொழி எத்தகையது? நம்மால் நூறு சதவீதம் சார்ந்திருக்கும் அளவுக்கு நிச்சயத்தன்மை வாய்ந்ததா என்றால் அது அவ்விதம் இல்லை என்பதே உண்மை.

மொழி என்பது குழப்பம் தரக்கூடியது. பலவிதமான அர்த்தங்கள் தருவது.

தமிழில் 'படி' என்ற ஒரு வார்த்தைக்குப் பல அர்த்தங்கள் இருக்கின்றன.

'படி'த்தல், அளக்கும் 'படி', 'படிக்'கட்டு. 'படி'யவைத்தல், 'படிப் படி'யாக, என்று பல அர்த்தங்கள். வெறுமனே 'படி' என்று சொன்னால் இத்தனை அர்த்தங்களில் எதை எடுத்துக்கொள்வது?

அதேபோல் மது விடுதியை குறிக்கும் 'பார்' என்ற ஆங்கில வார்த்தையை எடுத்துக்கொள்வோம்.

கோபால் 'பாரு'க்குப் போனான் என்ற வாக்கியத்தைப் பார்ப்போம்.

பின்நவீனத்துவம் ✱ 47

இந்த வாக்கியத்தில் மூன்றுவிதமான அர்த்தங்கள் தொனிக்கின்றன.

1. கோபால் மது அருந்த 'பார்' அதாவது மதுவிடுதிக்குப் போனான்.
2. கோபால் என்ற வக்கீல் 'பாரு'க்குப் (வழக்கறிஞர் மன்றம்) போனார்.
3. கோபால் என்ற சர்க்கஸ் கலைஞர் 'பார்' விளையாட்டு விளையாட சர்க்கஸில் உள்ள பாருக்குப் போனார்.

இந்த ஒரு வார்த்தையே மூன்றுவிதமான பொருள்களைத் தருகிறது இல்லையா? எனவே ஒரு வாக்கியத்தில் ஒற்றை அர்த்தம் என்பது நிச்சயமாக இல்லை. அர்த்தம் நிச்சயமின்மையுடன் இருக்கிறது.

இப்படி ஒரு வாக்கியத்தில் தொனிக்கும் பல அர்த்தங்களைத் தேடிக் கண்டடைதலே கட்டவிழ்ப்பு ஆகும்.

'மொழி என்பது குழப்பம் தரக்கூடியது என்பதால் மொழியால் ஆன ஒரு பிரதியை கட்டவிழ்ப்பு செய்வதன் மூலம், அப்பிரதியை எழுதிய ஆசிரியனால் ஏற்கெனவே மொழியப்படும் ஒற்றை அர்த்தத்தை மீறிய பல புதிய அர்த்தங்களைக் கண்டடைய முடியும்' என்பதாக தெரிதாவின் கட்டவிழ்ப்புக் கோட்பாட்டை நாம் புரிந்து கொள்ளலாம்.

இத்தகைய கட்டவிழ்ப்புக்குள்ளாகும் வாக்கியங்கள் மாறி மாறித் தரும் அர்த்தங்களை தெரிதா 'வித்தியாசம்' என்கிறார். அவரது கட்டுரையின் தலைப்பு 'எழுதுவதும் வித்தியாசமும்.' இதில் வரும் 'வித்தியாசம்' என்பதைக் குறிக்கும் 'டிஃபரன்ஸ்' என்ற ஆங்கில வார்த்தை ஒலிக் குறிப்பினால் 'டெஃபரன்ஸ்' என்ற இன்னொரு ஆங்கில வார்த்தையையும் நினைவூட்டுகிறது. அந்த வார்த்தைக்கான பொருள் ஒத்திப் போடுதல். அதாவது எந்த ஒரு பிரதியிலும் முழுமுற்றான அர்த்தம் என்று ஒன்றும் இல்லை. அர்த்தங்கள் ஒத்திப்போடப்படுகின்றன என்ற பொருளும் இதில் தொனிக்கிறது.

இந்த 'டிஃபரன்ஸ்' எனப்படும் அரை-மறைவு அர்த்தம் தொனிக்கும் வார்த்தையை, ஒரே கருத்தைக்கொண்டு தொனிக்கும் பலவித வார்த்தைகளின் தொகுப்பு எனலாம். இதுபோன்ற ஒரு வார்த்தைக்கான பல அர்த்தங்களின் தொகுப்புகளை நாம் அகராதிகளில் காண முடியும்.

இந்த கட்டவிழ்ப்பு என்ற வார்த்தையை தெரிதா, ஜெர்மன் தத்துவ வாதியான மார்டின் ஹைடெக்கரின் 'டிஸ்ட்ரக்ஷன்' என்ற ஜெர்மன் வார்த்தையிலிருந்து தழுவி எடுத்துக்கொண்டார். ஒரு பொருளைப்

பற்றிய பழைய மரபு வழிப்பட்ட இறுக்கமான ஆய்வை நிராகரித்து விட்டுப் புதிய தெளிவான நுண் ஆய்வை மேற்கொள்வதற்கு 'டிஸ்ட்ரக்ஷன்' என்று பெயரிட்டு அழைத்தார் ஹைடெக்கர்.

பின்நவீனத்துவச் சிந்தனையின் முக்கியமான அம்சம் மொழியின் மீதான கவனம் எனலாம். இந்தக் கவனம் இருபதாம் நூற்றாண்டின் முக்கியமான சிந்தனையாளர்களான பெர்ட்ரண்ட் ரஸ்ஸல், லுத்விக் விட்ஜென்ஸ்டீன், மார்டின் ஹைடெக்கர் போன்றவர்களுக்கு இருந்தது. கருத்துகளின் மீதிருந்த கவனம் கருத்துகளை வெளிப்படுத்தும் மொழியின் மீது மாறியது.

'எது அர்த்தமுள்ள சிந்தனையை அனுமதிக்கிறது?'

'மொழியின் அமைப்பு?'

5

அமைப்பியல்

ஸ்விஸ் நாட்டு மொழியியல் அறிஞரான பெர்டினான்ட் சசூர் என்பவர் கருத்துகள் பற்றியும், பொருட்களைப் பற்றியும் மொழி என்ற பெயரால் நமது வாய் எழுப்பும் ஒலிகளுக்கான அர்த்தத்துக்கும், மொழிக்கும் எந்தவிதமான தொடர்பும் இல்லை என்றார்.

சசூரின் கோட்பாட்டின்படி 'புலி' என்ற வாய்மொழிச் சத்தத்துக்கும் 'புலி' என்ற கருத்துக்கும் அசலான புலி என்ற பிராணிக்கும் தொடர் பேதும் இல்லை. மொழி என்பது ஒன்றுக்கொன்று வித்தியாசப்படுத்திக் காட்டும் ஒருவகை அமைவு.

போக்குவரத்து 'சிக்னல்' விளக்குகளில் சிவப்பு, பச்சை, மஞ்சள் போன்ற வண்ணங்கள் எப்படிப் பயன்படுத்தப்படுகின்றனவோ அப்படித்தான் நாம் மொழியைப் பயன்படுத்துகிறோம். போக்குவரத்து சிக்னலில் எரியும் சிவப்பு வண்ண விளக்குகளுக்கும் 'நில்' என்ற கருத்துக்கும் இயல்பாக எந்தவிதமான தொடர்பும் இல்லை. சிவப்பு, மஞ்சள், பச்சை போன்ற மூன்று வண்ணங்களும் ஒன்றை ஒன்று சார்ந் திருப்பதாலேயே அவை அதற்கான அர்த்தங்களைப் பெறுகின்றன.

இந்த நிறங்களுக்குப் பதிலாக 'ஆரஞ்ச்', 'ஊதா', 'வெண்மை' போன்ற வண்ணங்களைப் பயன்படுத்தினாலும் அவையும் இதே அர்த்தங்களைக் கொடுக்கும்.

இதைப் போலவே 'கடவுள்', 'பக்தி' போன்ற பதங்களுக்கும் நேரடி யான அர்த்தம் ஏதும் இல்லை. புராணக் கதைகளில் வரும் தேவதை, அரக்கன், பேய் போன்ற இதர கருத்துகளுடன் பொருத்திப் பார்க்கும் போது 'கடவுள்' என்ற வார்த்தைக்கு அர்த்தம் பெறப்படுகிறது.

எனவே அர்த்தம் என்பது சார்புநிலை கொண்டது.

மொழியை இரண்டுவிதமாகப் பிரிக்கிறார் சசூர்.

```
              மொழி
        ┌───────┴───────┐
   சமகால நிகழ்வு      வரலாற்று நிகழ்வு
```

இவ்வாறு மொழி இரண்டு விதமான தன்மைகள் கொண்டதாக இருக்கிறது.

ஒன்று: மக்கள் அந்தந்தக் காலகட்டத்தில் பேசிப் பயன்படுத்துவதை ஒருங்கு நிகழ்வு (சமகால நிகழ்வு) என்று அழைக்கிறார்.

உதாரணமாக, தற்போது நாம் புழக்கத்தில் வைத்திருக்கும் தமிழ் மொழி ஒருங்கு நிகழ்வு.

இரண்டாவது: வரலாற்று நிகழ்வு.

அதற்கு உதாரணம்: தமிழ்நாட்டில் ஒரு காலத்தில் ஒருவருக்கொருவர் விளித்துக்கொள்ளும்போது, 'என்ன செட்டியார்வாள்... என்ன முதலியார்வாள்... எப்படி இருக்கிறீர்?' என்பன போன்ற வார்த்தைகளைப் பயன்படுத்துவார்கள். இப்போதோ அதுபோன்ற வார்த்தைகளை யாரும் பிரயோகிப்பதில்லை. ஒருகாலத்தில் மரியாதைக்குரிய அர்த்தத்தில் புழங்கிக்கொண்டிருந்த இந்த வார்த்தைகள் இப்போது சொல்லத்தகாத வார்த்தைகளாக மழுங்கித் தேய்ந்து மறைந்துவிட்டன. அதேபோலப் பழைய தமிழ்ப் பத்திரிகைகளில் வெளியான கதைகளில் எழுதப்பட்ட 'ரேழி', 'உக்கிராணம்', 'காமிரா' (அறை) போன்ற வார்த்தைகள் இப்போது வெளியாகும் பத்திரிகைக் கதைகளில் வருவதில்லை. மாறிவரும் இத்தன்மை ஒருமொழியின் வரலாற்று நிகழ்வாகும்.

மொழியின் இந்த இரண்டுவிதமான தன்மைகளையும் ஆராய்ந்து, அது தனிமனிதனால் பேசப்படுவதையும், அது குழுக்களால் பயன்படுத்தப்படும்போது நிகழும் தன்மைகளையும் சசூர் ஆராய்ந்தார். மொழி எப்படி அனிச்சையாகப் பேசப்படுகிறது என்பது குறித்தும் ஆய்வு செய்து பார்த்தார் சசூர்.

எழுத்துக்களுக்கான உச்சரிப்பு ஒலியை 'ஒலியன்' என்கிறார் சசூர். அதாவது 'க' என்பது ஒரு ஒலியன். 'தை' என்பது வேறு ஒரு ஒலியன். இந்த ஒலியன்களின் தொகுப்பே 'கதை' என்ற வார்த்தை. ஒலியன்களின் தொகுப்பான இந்தக் கதை என்ற சொல் ஒலியன் தொகுப்பு என்கிறார். இந்த ஒலியன் தொகுப்பில் ஒரு ஒலியன் மாறினாலும் வேறு அர்த்தம் கிடைக்கும். உதாரணமாக, கதை, சதை, வதை. இந்த ஒலியன் தொகுப்பை வரிசையாக அடுக்கிக்கொண்டே போனால்

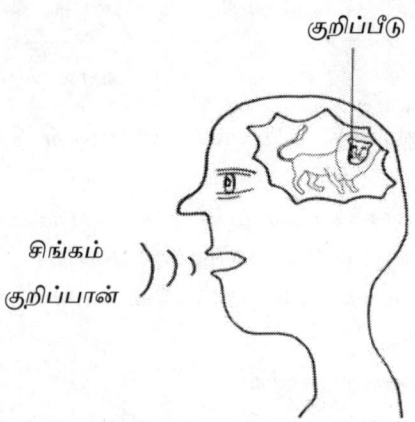

வாக்கியங்கள் அமைகின்றன. அந்த வாக்கியங்களை நாம் உரையாடல் என்கிறாம்.

மொழி என்ற அமைப்பில் குறிப்பான் (சிக்னிஃபையர்) என்றும் குறிக்கப்படுவது (சிக்னிஃபைட்) என்றும் இரண்டு விதமான பிரிவுகள் இருக்கின்றன.

சிங்கம் என்ற ஒலியன்களால் ஆன வார்த்தை 'குறிப்பான்' ஆகும். சிங்கம் என்ற வனவிலங்கு பற்றிய நம் சிந்தனையில் இருக்கும் கருத்து 'குறிக்கப்படுவது', அதாவது குறிப்பீடு ஆகும். இனி, குறிக்கப்படுவது என்பதை குறிப்பீடு எனலாம்.

குறிப்பானும் குறிப்பீடும் சேர்ந்தே சிங்கம் என்ற குறியை உருவாக்கு கின்றன. இதற்குத் தனிக்குறிப்பீடு என்று பெயர்.

$$\frac{\text{குறிப்பான்}}{\text{குறிப்பீடு}} = \text{குறி}$$

இதில் சிங்கம் என்ற கருத்துக்கும் வாய் ஒலிக்கும் சிங்கம் என்ற சப்தத்துக்கும் எவ்விதமான தொடர்பும் இல்லை. ஏனெனில், ஒவ்வொரு மொழியிலும் சிங்கம் என்பது வேறு வேறு ஒலியன்களால் ஒலிக்கப் படுகிறது. தமிழில்: சிங்கம். ஆங்கிலத்தில்: லயன்.

பிரச்சினை என்னவென்றால் சிங்கம் என்ற 'குறிப்பான்' சிங்கம் என்று 'குறிக்கப்படும்' கருத்தை ஒரு பொருளாக எடுத்து விளக்குகிறதா? இதேபோல் வெவ்வேறு குறிப்பான்கள் வெவ்வேறு குறிக்கப்படும் கருத்துகளை அதாவது குறிப்பீடுகளை அப்படியே நூறு சதவீதம் எடுத்து விளக்குகின்றனவா? மகிழ்ச்சி என்ற உணர்வுக்கு (குறிப்பீடு) ஆனந்தம், சந்தோஷம், உவகை என்று பலவிதமான குறிப்பான்கள்

உள்ளன. இதில் எது மகிழ்ச்சியைச் சரியாகக் குறிப்பதாக இருக்கிறது என்பதே முக்கியமான கேள்விகளாகும்.

ஒலியன்களின் தொகுப்பான இந்த வார்த்தைகள் சமூகத்தின் புழக்கத்திலிருந்து உருவானவை. இதை அறிஞர் விட்ஜென்ஸ்டீன் ‘மொழி விளையாட்டுகள்’ என்கிறார்.

எனவே அர்த்தம் என்பது பொருட்களைப் பிரதிநிதித்துவப்படுத்தும் இந்த மொழி என்ற அமைப்பின் உற்பத்தியே. அர்த்தங்களை உருவாக்கும் இந்த அமைப்பு அடிப்படையில் அர்த்தங்கள் ஏதும் இல்லாததே.

சசூர் மொழிக்கு ஓர் இரட்டை எதிர்நிலை அமைப்பு (பைனரி மாடல்) இருப்பதை உணர்த்தினார்.

இணைப்பு வரிசை மற்றும் தேர்ந்தெடுப்பு வரிசை ஆகியவை அந்த இரட்டை எதிர்நிலைகளாகும்.

இணைப்பு வரிசை என்பது ஒரு வாக்கியத்தில் இருக்கும் நேரான உறவுடைய கூறுகளாகும்.

ராமசாமி ஆப்பிளைத் தின்றான்.

மேற்கண்ட வாக்கியத்தில் எழுவாய், வினைச்சொல், பயனிலை போன்றவை ஒன்றுக்கொன்று தொடர்புடையனவாக இருக்கின்றன. இது இணைப்பு வரிசைமுறை ஆகும்.

தேர்ந்தெடுப்பு வரிசைமுறை அமைப்பில் வாக்கியங்கள் வேறு வேறான பொருள்களைத் தரக்கூடிய ஒரேமாதிரியான வினைகளைக் கொண்டிருக்கின்றன.

குமார் சாதம் சாப்பிட்டான்
ஹேமா மருந்தை விழுங்கினாள்
ராமு கடலை தின்றான்
அவர்கள் விருந்து உண்கிறார்கள்.

மேற்கண்ட வாக்கியங்கள் வேறுவேறான மனிதர்கள் செய்யும் வேறு வேறான காரியங்களைக் குறிப்பதாக இருந்தபோதிலும் அடிப்படையில் இவையாவும் ‘சாப்பிடுதல்’ என்ற வினையை அடிப்படையாகக் கொண்டு இருப்பதால் அந்த அளவில் ஒத்துப்போகின்றன.

இந்த இணைப்பு வரிசை மற்றும் தேர்ந்தெடுப்பு வரிசைமுறைகளின் மூலமே மொழியானது சிக்கலான உயர்ந்த தன்மைகளுடன் கற்பனை, உவமைகள், உருவகங்கள் இணைந்த அர்த்தமுள்ள ஒரு மொழிப் பயன் பாட்டைச் சாத்தியமாக்குகிறது. அதையே நாம் புனைவு என்கிறோம்.

தேர்ந்தெடுப்புமுறை சம்பந்தமில்லாத இரு பொருட்களைச் சம்பந்தப்படுத்தி ஒத்த தன்மையுடைய பார்வையை உருவகம் என்ற பெயரில் உருவாக்குகிறது. உதாரணம்: முகத்தாமரை; ரோஜா இதழ்கள்; இமாலயத் தவறு. அது பெயர்களாலும். நவிற்சியணிகளாலும் கற்பனைத் திறனை வெளிப்படுத்தப் பயன்படுகிறது.

அதிகாரத்தைக் குறிக்க – நாற்காலி

அரசனைக் குறிக்க – கிரீடம்

உயரத்தைக் குறிக்க –'விண்முட்டும் கோபுரங்கள்'

போன்ற வாக்கியங்கள் சில உதாரணங்கள் ஆகும்.

கம்பராமாயணத்தில் ராமன் காட்டுக்குப் போகும் சம்பவம் எத்தனை சோகமானதாக இருந்தது என்பதைக் கம்பர்,

'மண் அழுதது மரம் அழுதது
புல் அழுதது புவி அழுதது'

என்பார். இதைக்காட்டிலும் அழுத்தமாக சோகத்தை வெளிப்படுத்த இயலாது. இது தேர்ந்தெடுப்பு வரிசை முறைக்கு ஓர் எளிய உதாரண மாகும்.

ரஷ்ய அறிஞரான ரோமன் ஜாக்கப்ஸன் என்பவர் சசூரின் மொழிக் கோட்பாட்டை, மூளைப் பாதிப்பால் (அஃபேஸியா) பேச்சுத்திறனை இழந்தவர் களிடம் பிரயோகித்துப் பரிசோதித்துப் பார்த்தார்.

பேச்சிழந்தவர்கள் வார்த்தைகளுக்குப் பதிலாக உருவகங்களையும் ஆகுபெயர்களையும் பயன்படுத்தித் தங்கள் கருத்துகளை வெளிப் படுத்தினார்கள்.

மரணம் என்பதற்குப் பதிலாகக் கறுப்பு நிறத்தையும், தாகம் என்பதற்குப் பதிலாக அருவியின் படத்தையும் காட்டினார்கள். ஆழ்மனத்திலேயே உருவகங்கள் பதிந்திருப்பது இதன் மூலம் நிரூபணமானது. தமிழகத்திலும் மனநல மருத்துவமனையில் இதுபோன்ற சோதனைகள் நடத்தப்பட்டன. அப்போது, மூளைப் பாதிப்பால் எழுத்துக்களை மறந்துவிட்ட ஒருவரிடம் கருணாநிதி என்று எழுதிக் காட்டியபோது அவரால் அதைப் படிக்க முடியவில்லை. அதே சமயம் உதய சூரியன் சின்னத்தைக் காட்டியபோது 'கருணாநிதி' என்று சொன்னாராம். அதேபோல் இரட்டை இலைச் சின்னத்தைக் காட்டியபோது ஜெயலலிதா என்றாராம்.

மூளைப் பாதிப்பால் பேச்சுத்திறனும் மொழிமறதியும் ஏற்பட்டாலும்கூட மனிதர்களுக்கு உருவகங்களும் ஆகுபெயர்களும்

ஆழ்மனதில் பதிந்திருப்பதால் ஆழ்மனத்திலும் மொழியானது குறி ரூபமாக இயங்கிக்கொண்டிருக்கிறது என்று தெரிகிறது.

சசூரையும் ரோமன் ஜாக்கப்ஸனையும் தொடர்ந்து பிரெஞ்சு சிந்தனை யாளரான க்ளாத் லெவி-ஸ்ட்ராஸ் என்பவர் அமைப்பியல் ரீதியாக மானிடவியலை ஆய்வு செய்தார்.

அவருடைய காலத்தில் கணினிகள் புழக்கத்தில் வந்திருந்தன. கணினியின் அடிப்படையான இரட்டை எதிர்நிலை (பூஜ்யம் x ஒன்று) அறிமுகமாகி இருந்தது.

மொழி என்பது ஓர் அமைப்பு. அது சிந்தனையின் வெளிப்பாடே. இந்த மொழி என்ற அமைப்பு இரட்டை நிலைகளால் ஆக்கப்பட்டிருக் கிறது. அதற்குக் காரணம், இயல்பாகவே மனித மனம் இரட்டை எதிர்நிலைகளால் இயங்கும் தன்மை வாய்ந்தது.

உ.ம்: பேச்சு x மௌனம்.
குளிர் x வெப்பம்.
இருட்டு x வெளிச்சம்.

எனவே, சிந்தனை என்பது இரட்டை எதிர்நிலைகளால் ஆனது. இதில் இயற்கை x மனிதன் என்ற இரட்டை எதிர்நிலை முக்கியமானது.

தனிமனிதன் தன்னைப் பற்றியும் தனது சமூகத்தைப் பற்றியும் சிந்திப்பது போலவே தன்னைச் சுற்றியுள்ள இயற்கையைப் பற்றியும் சிந்திக்கிறான். அவன் மனம் இயற்கையை உருவகங்களாலும் ஆகு பெயர்களாலும் சிந்திக்கிறது. சூரியக்கடவுள், நதியன்னை, கன்னி நிலம் என்றெல்லாம் யோசிக்கிறான். இவற்றைப் பெண்ணாக உருவகிக்கிறான்:

'நதியில் விளையாடி
கொடியில் தலைசீவி
நடந்த இளந்தென்றலே'

என்று பாடுகிறான்.

மனித மனம் விலங்குகள், தாவரம் போன்றவற்றைச் சங்கேதக் குறிகளாகப் பயன்படுத்துகிறது. பண்டைய எகிப்தியர்கள் மனிதன் இறந்தபின் அவனுடைய ஆவி பறவையாக மாறிப் பறந்துவிடுகிறது என்று நம்பினார்கள்.இந்தியர்களும் இறந்தவர்களின் சிரார்த்தத்தின் போது காகங்களுக்குப் பிண்டம் இடுகிறார்கள். இறந்தவர்கள் காகங் களாக வந்து உண்பதாக ஐதீகம். எதை உண்ணலாம், எதை உண்ணக் கூடாது என்றெல்லாம் மக்கள் தீர்மானிக்கிறார்கள். பசுக்கள் பால்

தருகின்றன. பசுக்களைக் கொன்றால் பசுவின் இனம் அழிந்துபோய் விடும். அதனால் பசுவைத் தின்னக் கூடாது என்று நினைக்கிறார்கள். இதன் விளைவாகப் பசுவை உன்னதமான பிராணியாக மாற்றும் செயல் நிகழ்கிறது. உடனே, பசு 'கோமாதா' ஆகிறது. இப்படித்தான் குலக்குறிகள் (டோட்டம்) தோன்றுகின்றன.

இவ்விதமாகத்தான் சேர சோழ பாண்டியர்களின் குலக்குறிகளான வில், புலி, மீன் ஆகியவை அவர்கள் சின்னங்களாக மாறின. கொடிகளில் பொறிக்கப்பட்டன.

மனம் தர்க்கரீதியாக இயங்கி இயற்கையை நகல் செய்து தனக்குத் தோதாகப் பயன்படுத்திக்கொள்கிறது.

பாலைவனங்களில் பச்சைநிறத் தாவரங்களையே பார்க்க முடியாது. எங்காவது பாலைவனச் சோலை இருந்தால்தான் பார்ப்பது சாத்தியம். இதனால்தான் பாலைவனங்களில் சதா அலைய நேரும் அராபிய இனக் குழுக்கள் தங்கள் கொடியைப் பச்சை நிறத்தில் வைத்திருக்கிறார்கள். பசுமையின் மேல் தோன்றும் ஏக்கம் ஒரு லட்சிய நிறமாக உருமாறுகிறது. இயற்கையில் உள்ள தாவரப் பச்சையை மனம் கொடிக்கான பச்சை நிறமாக நகல் செய்துகொள்கிறது.

ஆக, பிரதிகள், மொழி, சமூக அமைப்பு போன்ற எல்லாம் சேர்ந்த அமைப்பில், அதிலுள்ள ஒவ்வொரு தனிப்பட்டப் பகுதிக்கும் ஒன்றை ஒன்று சார்ந்து பார்க்கும் போதுதான் அர்த்தம் பிறக்கிறது என்பதாக அமைப்பியலை நாம் புரிந்துகொள்ளலாம்.

பிரெஞ்சுச் சிந்தனையாளரான ரொலாண் பார்த் அமைப்பியலை அசைக்கும் கேள்விகளை எழுப்பும் வரை அமைப்பியல் சுதந்திரமாக அலைந்து திரிந்துகொண்டிருந்தது.

தோன்றிய கொஞ்ச நாட்களிலேயே அமைப்பியலை வேரோடு பிடுங்கி எறியும் நிகழ்ச்சி நடந்தது. அது பிடுங்கப்பட்ட இடத்தில் ஒரு புதிய செடி நடப்பட்டது. அதன் பெயர் பின்அமைப்பியல்.

6
பின்அமைப்பியல்

பின்னாளில் பின்நவீனத்துவத்தை ஓர் இயக்கமாக ஆக்கிய தெரிதா, ரொலாண் பார்த், கிலே தெலூஸ், மிஷல் ஃபூக்கோ, ஜூலியா கிறிஸ்தேவா போன்றவர்கள் அமைப்பியலைக் கேள்விக்குள்ளாக்கிய போது பின்அமைப்பியல் பிறந்தது.

சசூரின் அமைப்பியல் முன்வைத்த மொழி ஆய்வில் மொழியின் மூலம் மற்றும் அதன் ஆதிநிலை போன்றவை கவனிக்கப்படவில்லை. மொழியின் அடிப்படை உளவியல் தன்மையும் புறக்கணிக்கப்பட்டது. சசூர் சொல்லும் 'ஆழமான அமைப்புகள்' என்ற வாக்கியம் உளவியல் ஆழம் பற்றிப் பேசவில்லை. இதனால் மொழியின் உளவியல் மூலம், காரணம், நிவாரணம் போன்றவைகளுக்கு அதில் இடமில்லை.

அமைப்பியல் என்பது மொழியைப் பற்றிய ஒரு விசாரணை மட்டுமே. அது காரண காரியங்களை மட்டுமே ஆராய்கிற ஒரு மேம்போக்கான, தட்டையான சித்திரத்தைக் காட்டும் கோட்பாடு.

அமைப்பியல் சொல்லும் அர்த்தம் என்பது குறிப்பானும் (சிங்கம் என்று குறிக்கும் வார்த்தை), குறிப்பீடும் (சிங்கம் என்ற கருத்து) சேர்ந்த குறி (எழுத்து) களால் தொகுக்கப்பட்ட 'தனிக்குறிப்பீடுகளின் உற்பத்தி' என்கிறது.

மொழியைப் பயன்படுத்த ஒரு மனிதன் தேவை. அவனுக்கு ஒரு சுயம் உண்டு. சரிதானா?

அப்படியானால் மொழியைப் பயன்படுத்தும் ஒரு மனிதனின் 'நான்' – அதாவது தனிமனித சிந்தனை – பற்றி அது என்ன சொல்கிறது? இதற்கு பதில் இன்றி அமைப்பியல் மௌனம் சாதித்தது.

'குறிப்பானை'யும் 'குறிப்பீட்'டையும் பயன்படுத்துபவன் மனிதன். அவற்றைக்கொண்டு 'தனிக்குறிப்பீடுகள்' எனப்படும் வாக்கியங்களை எழுதுபவனும் அவன்தான். அப்படி அவனை, 'குறிப்பானை'யும்

'குறிப்பீட்'டையும் 'தனிக் குறிப்பீடு'களாக உருவாக்குமாறு உந்துவது எது? எந்தத் தூண்டுதல் அவனை அவ்வாறு செய்யுமாறு உந்துகிறது? இதற்கெல்லாம் அவனது தனிப்பட்ட சிந்தனைதானே காரணம்?

சிந்தனைகளை வெளிப்படுத்தும் சாதனம்தானே மொழி?

அவனது தனிப்பட்ட சிந்தனை இந்த மொழியின் அமைப்பியலுக்குள் நுழைந்து அவ்வாறு செயல்படுகிறது.

இன்னும் எளிமையாகச் சொல்வது என்றால், ஒரு வார்த்தையை எழுதுவதற்கு முன்பாக ஒருவன் சிந்திக்க வேண்டும். அந்தச் சிந்தனைக்கும் அதை எழுதுவதற்குமான இடைப்பட்ட உறவு என்ன?

தவிரவும், அமைப்பியலில் சரித்திரபூர்வமான விரிந்த பார்வை இல்லை. எனவே, மொழியின் வரலாற்று ரீதியான மூலம், நோக்கம் போன்றவை கணக்கில் எடுத்துக்கொள்ளப்படவில்லை.

'மொழி என்பது வெறும் மறிவினையால் அனிச்சையாகச் செய்யப்படும் செயல் அல்ல. அது உணர்வு விழிப்புற்ற நிலையில் செய்யப் படுவது' என்று சொன்ன ரொலாண் பார்த் தனது புகழ்பெற்ற கட்டுரை யான 'ஆசிரியனின் மரணம்' என்ற கோட்பாட்டை முன்வைத்த போது அமைப்பியல் மிகப் பெரிய பின்னடைவுக்கு உள்ளானது.

'ஒரு பிரதியின் ஆசிரியன் என்பவன் அந்தப் பிரதியை எழுதும் போதுதான் ஆசிரியனாக இருக்கிறான். எழுதி முடித்ததும் அவன் மரணமடைந்துவிடுகிறான். அதன் பிறகு அவன் ஆசிரியன் அல்ல. அவனும் ஒரு வாசகனே. விமர்சகனே. ஏனெனில், எழுதப்பட்ட போது அவன் வெளிப்படுத்த விரும்பிய அர்த்தங்கள் வேறு. வாசகன் படிக்கும்போது அவனுக்குத் தோன்றும் அர்த்தங்கள் வேறு. அவன் வேறுமாதிரியான அர்த்தங்களைக் கண்டுகொள்கிறான். எழுதும்போது ஆசிரியன் மனத்தில் தோன்றிய ஒற்றைக் கருத்து வாசிக்கும்போது பலவிதமான கருத்துகளை உற்பத்தி செய்ய ஆரம்பித்துவிடுகிறது. ஒற்றை அர்த்தம் என்பது இல்லாததால் அந்த ஒற்றை அர்த்தத்தை மட்டும் கொண்டிருந்த ஆசிரியன் என்பவன் மரணமடைந்து விட்டான். தேர்ந்த அமைப்பியல்வாதிகூட ஆசிரியனாக இருக்கும் பட்சத்தில் அவனே அவனது பிரதிக்கு வெளியேதான் நிற்கவேண்டும் என்ற ரீதியில் விளக்குவதாக பார்த்தை நாம் புரிந்துகொள்ளலாம்

கருத்து மொழியின் வார்த்தை மூலம் வெளிப்படுத்தப்பட்டு வருகிறது என்பது அமைப்பியலின் கருத்து. அது அவ்வாறு வெளிப்படுத்தப் பட்டு வருவதாக அது நம்புகிறது. ஆனால், உண்மை நிலவரம் அது அல்ல.

மொழி என்பது தனித்த நிகழ்வல்ல. மொழி என்பது இருவர் சம்பந்தப்பட்டது.

பேசுபவன் x கேட்பவன்; எழுதுபவன் x வாசிப்பவன்.

எனவே பேசுபவன் பேசும் ஒரு வார்த்தையைக் கேட்பவன் வேறு மாதிரி புரிந்துகொள்ளக்கூடும். அதேபோல் எழுதுபவன் எழுதும் ஒரு வார்த்தையைப் படிப்பவன் வேறு மாதிரி புரிந்துகொள்ளக்கூடும். எனவே, அமைப்பியல் சொல்லும் குறிகளின் அர்த்தம் என்பது குறிப்பானில் இல்லை. 'பொருள்படுத்திக்கொள்வதில்'தான் இருக்கிறது.

அந்தப் பொருள்படுத்திக்கொள்ளும் அர்த்தம்கூட நிலையானதல்ல; மாறிக்கொண்டே இருக்கும் நிலையற்ற அர்த்தங்கள் என்று வாதிட்டார் பார்த்.

தொடர்ந்து பூஜ்ய பாகைக் கோண எழுத்துமுறை என்ற கோட்பாட்டையும் முன்வைத்தார்.

பார்த்தின் புகழ்பெற்ற கட்டுரையான 'பூஜ்ய பாகைக் கோண எழுத்து'வில், 'ஒரு எழுத்தாளன் ஒரு பிரதியை எழுதும்போது அவனது உள்ளே இருக்கும் உப-மொழியானது சதையுடனும் புற யதார்த்தமுமாக வெளிப்படுகிறது. அது ஒருவகை உருமாற்றம். அதில் கிடைக்கும் இன்பத்துக்காக அதை நாம் வாசிக்கிறோம். வாசித்து முடித்தவுடன் அது ஒரு புதிர்த்தன்மை கொண்டதாகவும் நம்மை ஆழ்ந்த சிந்தனையில் ஆழ்த்துவதாகவும் இருக்க வேண்டும். நம் எதிரில் இருக்கும் ஒருவன் வேறு ஏதோ ஒரு யோசனையில் ஆழ்ந்திருக்கும்போது இவன் என்ன யோசிக்கிறான் என்று நாம் நமக்குள் கேட்டுக்கொள்வோம் அல்லவா? அதைப் போல் நாம் வாசித்து முடித்த ஒரு பிரதியை அது தனக்குள் என்ன வைத்திருக்கிறது என்ற யோசனையை, அது உண்டாக்குவதாக இருக்கவேண்டும்' என்ற ரீதியில் விளக்குகிறார்.

அவரது இன்னொரு கட்டுரையான 'பிரதி தரும் இன்ப'த்தில்

...நீங்கள் இப்பிரதியைப் பேரானந்தத்துக்கு அப்பாற்பட்ட நிலையில் இருந்து எழுதியிருப்பதாகச் சொல்லிக்கொள்ளலாம். இந்தப் பேத்தல் பிரதி ஒரு மரக்கட்டை போன்ற உணர்ச்சி அற்ற பிரதியும்கூட. இப்பிரதியைக் கோருபவர்கள் உணர்ச்சியற்று இருக்கும் வரையிலும்; விருப்பமும், மனநோய்க்கூறும் உருவாகிக்கொண்டிருக்கும்வரையிலும் இது இப்படித்தான் இருக்கும்...

...இந்த மனநோய்க்கூறு தற்காலிகத் தன்மை வாய்ந்ததாகும். இது உடல்நலம் சார்ந்ததல்ல. முடியாதது குறித்தானது. (மனநோய் என்பது நிச்சயம் முடியாமல் போகிற காரியம் ஒன்றின் மீதான பயம் குறித்து வரும் நோயாகும்.) ஆனால், இந்தத் தற்காலிக மனநோய் என்பது எழுதுவதையும் படிப்பதையும் அனுமதிக்கிறது. ...பிரதிகள் என்பவை யார் எழுதியிருப்பினும் அவை யாவும் அடிப்படையில் மனநோய்க் கூறுகளுக்கு எதிராக எழுதப்பட்டவையே. ஆனாலும், அவை படிக்கப்படும்போது வாசகனிடம் மனநோய்க்கூறை வேண்டி நிற்கின்றன. இந்தப் பயங்கரமான பிரதிகள் வாசகனை மயக்கி இழுக்கின்றன...

இவ்வாறு ஒவ்வொரு எழுத்தாளனின் கோட்பாடும் பின்வருகிற மாதிரிதான் இருக்கிறது:

'நான் கண்டிப்பாக மனநலம் பாதிக்கப்பட்டவன் அல்ல. ஆனாலும் நான் வடிவமைக்கும் பிரதிகள் சித்த சுவாதீனம் உள்ளவை அல்ல என்பது உண்மையே. எனவே நான் ஒரு மனச்சிதைவுக்காரன் ஆகிறேன்.'

பார்த் தனது 'பிரதி தரும் இன்பம்' என்ற கட்டுரையில் எழுத்தாளர்கள் தங்களது மிகைப்படுத்தப்பட்ட உணர்ச்சிகளை யெல்லாம் எழுத்தாக உருவாக்குவதைக் கேலி செய்கிறார். கற்பனையில் உருவாக்கப்பட்ட கதாபாத்திரங்களுக்காக ஆசிரியன் கண்ணீர் வடிப்பதும், அதைப் படித்துவிட்டு வாசகர்களும் கண் கலங்குவதும் ஒருவித தற்காலிக மனச்சிதைவு நோய் என்கிறார் பார்த்.

பூஜ்ய பாகைக் கோண எழுத்து என்பது இதுபோன்ற அசட்டுத் தனங்களை மீறிய, அலங்காரம் தவிர்த்த எளிய, விலகிய, நடுநிலைமை யான, ஆனால் புதிர்த்தன்மை மிக்க தன்மைகள் கொண்டதாக இருக்கும் என்பதாக அவர் கருத்தைப் புரிந்துகொள்ளலாம்.

தமிழ்நாட்டிலுள்ள பெரும்பாலான குடும்பப் பெண்கள் டீவியில் காண்பிக்கப்படும் மெகா சீரியல்களைப் பார்த்துக் கண்ணீர் வடிப்பதை பார்த் சொல்லும் தற்காலிக மனச்சிதைவு நோய்க்கு ஒப்பிடலாம். எல்லோருக்கும் யதார்த்த வாழ்க்கையில் ஏகப்பட்ட பிரச்சினைகள் இருக்கின்றன. சொந்த வாழ்க்கையிலுள்ள தலை போகும் அத்தனை பிரச்சினைகளையும் விட்டுவிட்டு யாரோ ஒரு கதாநாயகிப் பிம்பத்தின் துயரங்களுக்காக உட்கார்ந்து கண்ணீர் வடிப்பது வேடிக்கையான விஷயம்தானே? மனநோய்க் கூற்றின் விளைவு தானே?

இந்தச் சூழலில் மொழி என்பது பிரக்ஞையிலிருந்து பிரிக்க முடியாத ஒன்று என்பது புரிகிறது. அதேபோல், அமைப்பியலின் போதாமை என்னவென்பதையும் மொழி அறிவிக்கிறது. டெகார்ட்டேயின் 'நான் சிந்திக்கிறேன்; எனவே, நான் இருக்கிறேன்' என்ற பிரகடனத்தைத் தன் காதில் விழவில்லை என்பதுபோல் அமைப்பியல் நடந்து கொண்டது. அமைப்பியலும் நோய்க்கூற்றியலும் இதைப் பற்றிக் கண்டுகொள்ளவில்லை. அவை மொழியிலிருந்து தனித்துப் போக முயன்று முடியாமல் பின்வாங்கும் சூழ்நிலை ஏற்பட்டது. அந்த நேரம் பார்த்து, பின்-அமைப்பியல்வாதிகளுள் ஒருவர் ஒரு புதிய சிந்தனையை முன்வைத்தார்.

அதன் பெயர்: கட்டவிழ்ப்பு.

7

கட்டவிழ்ப்பு

கலை, இலக்கியம், தத்துவம் போன்ற எல்லாத் துறைகளுக்கும் அறிவியல் அடிப்படை அளிப்பதாக அமைப்பியல் உறுதியளித்தது. அந்த உறுதி மொழியை 1966ஆம் ஆண்டு ஜான்ஸ் ஹாப்கின்ஸ் பல்கலைக்கழகக் கட்டுரையில் தெரிதா தகர்த்தார். அமைப்பியல் 'அமைப்பு'களின் அடிப்படையில் நிற்கிறது. 'அமைப்பு'கள் 'மையங்க'ளைத் தாங்கிக் கொண்டு நிற்கின்றன. ஆனால், நிரந்தரமான மையம் என்று எந்த ஒன்றும் இல்லாத போது அமைப்பியல் எப்படித் தன்னை ஓர் அமைப்பாக நிறுவிக்கொள்ள முடியும் என்றெல்லாம் அவர் கேள்விகளை எழுப்பினார்.

பின்அமைப்பியல்வாதிகளில் ஒருவரான தெரிதா எழுதப்பட்ட அறிவு அனைத்தையும் 'பிரதி' என்று அழைத்தார். ஏனெனில் அறிவு என்பது கருத்துகளால் உருவாக்கப்பட்டதாக இல்லை. அது வார்த்தை களால் உருவாக்கப்பட்டது. இந்த வார்த்தைகளால் உருவான பிரதி கேள்விக்குள்ளாக்கத்தக்கது. கேள்விக்குள்ளாவது எப்படி ஒரு படைப் பாகும்? எனவே எழுதப்பட்ட எல்லாமும் பிரதிகளே.

தெரிதாவைப் பொறுத்தவரை மேற்கத்தியச் சிந்தனை மரபு முழுவதுமே ஓர் ஆதி உண்மையை, ஒரு லட்சிய உருவாக்கத்தைக் கொண்டிருக்கின்றன. சாரம், கடவுள், இருத்தல் ஆகியவற்றை மைய மாகக் கொண்டுள்ளன. அவை யாவும் ஒற்றை அர்த்தத்தை உத்தரவாத மாக அளிக்கின்றன.

இரண்டாயிரம் ஆண்டுக்காலமாக மேற்கத்திய நாகரிகம் கிறிஸ்துவ மதத்தையும் இயேசு கிறிஸ்துவையும் 'மைய'மாகக் கொண்டுள்ளது. அதைப் போலவே இந்தியாவில் இந்துமதமும், அரபு நாடுகளில் இஸ்லாமிய மதமும் ஜப்பானில் புத்த மதமும் மையங்களாக இருக்கின்றன.

இப்படி 'மைய'மாகத் தங்களை நிலைநிறுத்திக்கொள்ளும் எல்லா மதங்களும் கோட்பாடுகளும் தங்கள் ஆளுகைக்குட்பட்ட பிராந்தியத்தில் சிறுபான்மையாக இருக்கும் இதர மதங்களையும் கோட்பாடுகளையும் விளிம்புநிலைக்குத் தள்ளிவிடுகின்றன.

ஜெர்மனியில் ஹிட்லர் 'மைய'மாக ஆரியப் பேரினக் கோட்பாட்டை முன்வைத்தபோது, யூதர்கள் மற்றமைகளாக விளிம்பு நிலைக்குத் தள்ளப்பட்டார்கள்.

எனவே 'மைய'த்தில் இருக்க விரும்பும் ஒரு சக்தி இன்னொரு சக்தியை விளிம்பு நிலைக்குத் தள்ளிவிடுகிறது. இதனால் இரட்டை எதிர்நிலைகள் உருவாகின்றன.

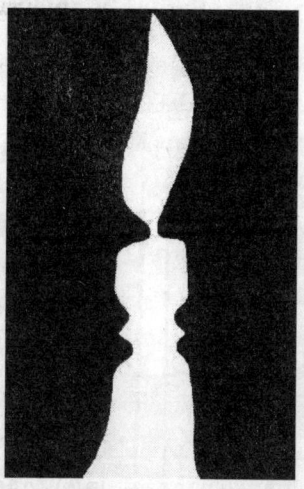

இந்து மதம் x இஸ்லாம்
கிறிஸ்துவம் x யூதமதம்
புத்தமதம் x சீக்கியமதம்

இப்படி இரட்டை எதிர்நிலைகளுக்குள்ளான விளையாட்டு ஆரம்பமாகிவிடுகிறது. மெழுகுவர்த்தி தெரிந்தால் முகங்கள் தெரிவதில்லை. முகங்கள் தெரிந்தால் மெழுகுவர்த்தி தெரிவதில்லை. முடிவின்றி இந்த விளையாட்டு மாறிமாறி நிகழ்ந்துகொண்டே இருக்கிறது. ஒரு மதம் மெழுகுவர்த்தி என்றால் இன்னொரு மதம் முகங்களாக இருக்கிறது.

மையத்தில் இருக்கும் சக்தி, இந்த இரட்டை எதிர்நிலை விளை யாட்டை ஒரு முடிவுக்குக் கொண்டுவர விரும்புகிறது. அதாவது,

'மையம்' தான் மட்டுமே இருப்பதாகவும் 'மற்றமை' என்பது இல்லாதது போலவும் ஒரு தோற்றத்தையும் உருவாக்கிக்கொள்ள விரும்புகிறது.

இதனால் மேலும் மேலும் இரட்டை எதிர்நிலைகள் பெருகிக் கொண்டே போகின்றன.

வெள்ளைக்காரன் x கறுப்பின மனிதன்
பாலஸ்தீனர்கள் x யூதர்கள்
அமெரிக்கா x இராக்
சிங்களன் x தமிழன்
ரஷ்யா x செசன்யா

இடதுபுறம் குறிக்கப்படும் விஷயங்கள் தனிச்சலுகைக்கு உரியன. வலது பக்கம் குறிப்பிடப்பட்டவை விளிம்புநிலைக்குள்ளானவை.

மையத்தில் உள்ள சக்தி இந்த விளையாட்டை உறைய வைக்க முயற்சி செய்கிறது.

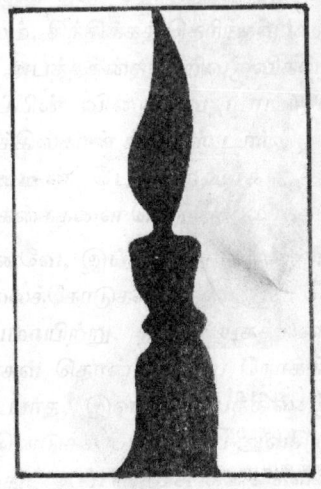

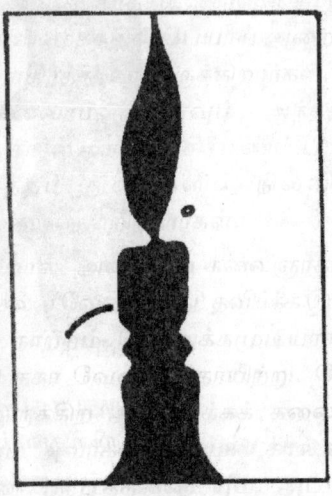

மேற்கண்டவாறு பின்புல வண்ணத்தை மாற்றி இரண்டு முகங்களில் ஒரு முகத்துக்கு மூக்குத்தியையும் இன்னொரு முகத்துக்கு மீசையையும் வரையும்போது அந்த இரட்டை எதிர்நிலை சாமர்த்தியமாக மறைக்கப்பட்டுவிடுகிறது. ஹிட்லர், முஸோலினி, பெரோன் போன்றவர்கள் இப்படி 'மூக்குத்தி' வரைந்து 'மற்றமை'யை விளிம்பு நிலைக்கு ஓசைப்படாமல் தள்ளியவர்கள்.

இந்த 'மூக்குத்தி'யையும், 'மீசை'யையும், தாண்டி இந்த இரட்டை எதிர்நிலைகளின் இடையறாத விளையாட்டு மீண்டும் நிகழ ஆரம்பிக்கும்.

இதைக் கண்டுபிடிப்பதற்கு கட்டவிழ்ப்பு உதவுகிறது.

இதுதான் கட்டவிழ்ப்புக் கோட்பாடு.

இந்தக் கட்டவிழ்ப்புக் கோட்பாடு தமிழில் நிர்-நிர்மாணம், கட்டுடைப்பு, சிதைவாக்கம், தகர்ப்பமைப்பு என்று பலவிதமாக அழைக்கப்பட்டு வருகிறது.

தெரிதாவின் இந்த கட்டவிழ்ப்புக் கோட்பாடு திடீரென்று ஆகாயத்திலிருந்து குதித்ததல்ல. அதேசமயத்தில், இது எல்லாவற்றையும் சந்தேகத்துடன் பார்க்கும் மனோபாவத்தில் வந்து குதித்த புத்திக் கோளாறும் அல்ல. அதற்குப் பின்னணி இருக்கிறது. எந்தவொரு கோட்பாடும் வரலாற்றில் அதற்கான சூழல் உருவாகும் போதுதான் கால்கொள்கிறது. அதேபோல் வரலாற்றில் அதற்கான சூழல் அமைந்த போது கட்டவிழ்ப்புக் கொள்கை தன்னை வெளிப்படுத்திக்கொண்டது.

அந்தச் சூழலின் முன்னோடியாக ஐரிஷ் கவிஞரான வில்லியம் பட்லர் ஈட்ஸின் கவிதை வரிகள் 'மையம்' தகர்ந்ததை அறிவித்தன.

'மையம் ஒன்றின்
பிடிமானம் இன்றி—எங்கும்
பொருட்கள் விழுகின்றன
உலகில் ஆட்சியின்மை நிலவுகிறது'

'மையத்தின் பிடிப்பில்லாமையின் விளைவாகப் பொருட்கள் பிரிந்து விழுகின்றன. உலகில் சட்டஒழுங்கற்ற நிலை அவிழ்த்துவிடப் பட்டிருக்கிறது' என்ற பொருளில் ஈட்ஸ் எழுதிய வரிகளைப் பின் நவீனத்துவத்தின் முகப்பு வரிகளாகக் கொள்ளலாம்.

பண்டைய கருத்தியல்கள் யாவும் மையத்தை அடிப்படையாகக் கொண்டவை. கடவுள் எல்லோருக்கும் மையமாக இருக்கிறார். சூரியன் இதர கிரகங்களுக்கு மையமாக இருக்கிறது.

எல்லாக் கோட்பாடுகளுமே ஏதாவது ஒரு மையத்தை வைத்தே இயங்குகின்றன. பழைமைவாதம் கடவுளை மையமாக்கினால், புதுமைவாதம் பகுத்தறிவை மையமாக்குகிறது.

பதினெட்டாம் நூற்றாண்டின் அறிவொளி இயக்கம் தனக்கு முந்தைய மையக் கோட்பாடுகளான கடவுள், மதம், ஒழுக்கம் சார்ந்த மதிப்பீடுகள் போன்றவற்றை நிராகரித்தது. பகுத்தறிவைக் கொண்டாடியது. தர்க்கம், விஞ்ஞானம் போன்றவற்றைப் பிரதானப்படுத்தியது. அதன் விளைவாக பகுத்தறிவை மையமாக ஏற்றுக்கொண்டது. பிரான்ஸிஸ் பேக்கன் போன்றவர்கள் 'உண்மையான அறிஞர்கள், மதகுருமார்கள்

அல்ல; விவேகமும் அறப்பார்வையும் விஞ்ஞானபூர்வமான சிந்தனையும் கொண்ட நவீன மனிதன் மட்டுமே' என்று வலியுறுத்தினார்கள். மையக் கோட்பாடுகள் தகர்ந்து விழுந்ததையும், ஒழுங்கின்மை கோலோச்சு வதையும் ஈட்ஸின் கவிதை வரிகள் சுட்டிக்காட்டின. பிரெட்ரிக் நீட்ஷேயோ 'கடவுள் இறந்துவிட்டார்' என்று பிரகடனப்படுத்தினார். மரபார்ந்த கடவுள், மதம் போன்றவற்றையும், அறிவொளி யுகம் முன்வைத்த மதிப்பீடுகளான பகுத்தறிவு, அகண்ட தன்மை, ஒழுக்கம், முன்னேற்றம் போன்றவற்றையும் நீட்ஷே ஏக காலத்தில் நிராகரித்தார். உலகை 'அழிவு செய்கிற படைப்பாகவும் படைக்கும் திறனுள்ள அழிவாகவும்' கண்டார். உலகை ஆட்டுவிக்கும் 'அதிகாரத்துக்கான விருப்புறுதி' யாகவும் (வில் டு த பவர்), 'அத்தகைய புயல்வீசும் வாழ்க்கையில் வாழத்தக்கவனே தகுதியுடைய அதிமானுடன்' என்றும் அறிவித்தார்.

ஆனால், அதிகாரத்துக்கான விருப்புறுதியுடன், தகுதியுடைய அதிமானிடர்களாகத் தங்களை அறிவித்துக்கொண்ட ஹிட்லர், முஸோலினி போன்றவர்கள் மனிதகுலத்துக்கு ஆக்கத்தைவிட அழிவையே பெரிதும் வழங்கினார்கள்.

மனித குலத்தை ரட்சிக்க வந்த மார்க்ஸியமும் சோவியத் யூனியனில் வீழ்ச்சியடைந்தபோது அறிஞர்கள் அனைவரும் அதிர்ச்சிக்குள்ளானர். சகல மனிதர்களுக்கும் உணவு, உடை, இருப்பிடம் போன்ற வற்றை உத்தரவாதமாகத் தரக்கூடிய கம்யூனிஸ சித்தாந்தம் எப்படித் தோல்வியடைய முடியும்?

பல வருடங்களுக்கு முன்பு இது நடந்தது.

'கம்யூனிஸ்ட் கட்சி ஆட்சிக்கு வந்த பிறகு மீண்டும் முதலாளித்துவம் ஆட்சிக்குத் திரும்ப வருமா?' என்ற கேள்வி கேரள கம்யூனிஸ்ட் கட்சித் தலைவர்களுள் ஒருவரான ஈ.எம்.எஸ். நம்பூதிரிபாட்டிடம் கேட்கப்பட்டபோது அதற்கு அவர் புன்னகையுடன், 'கருவாடு மறுபடியும் உயிருள்ள மீனாக மாற முடியுமா?' என்று பதிலுக்குத் திருப்பிக் கேட்டார்.

கம்யூனிஸ்ட்களின் கைக்குவந்த பின்பு ஒரு நாடு மீண்டும் முதலாளித்துவத்துக்கு மாறாது என்று அத்தனை நம்பிக்கை கம்யூனிஸ்ட்களுக்கு இருந்தது.

அந்த அளவுக்கு வரலாறு என்பது ஒழுங்கான வரிசையில் நகர்ந்து கொண்டிருப்பதாக நம்பப்பட்டது. மதநம்பிக்கைகளைப் போலவே, மார்க்ஸியம் பின்னடைவுக்குள்ளாகாது என்பதும் ஒரு மூட

நம்பிக்கையாக இருந்தது. வரலாறு என்பது அடிமைச் சமூகம், நிலப்பிரபுத்துவம், முதலாளித்துவம், சோஷலிஸம், கம்யூனிஸம் என்ற வரிசைப்படி முன்னகர்ந்து கொண்டிருக்கிறது என்று கம்யூனிஸ சித்தாந்தங்கள் உலகுக்கு அறிவித்தன. 'சோஷலிஸத்துக்குப்பின் கம்யூனிசம் வரும். அதன் பிறகு 'அரசு உதிர்ந்துவிடும்' என்று எழுதினார் கார்ல் மார்க்ஸ். ஆனால் சோவியத் யூனியனில் சோஷலிஸத்துக்குப் பின் கம்யூனிஸம் வரவில்லை. அரசும் உதிர வில்லை. சோஷலிஸ்ட் அரசுதான் உதிர்ந்தது. மீண்டும் முதலாளித்துவத்துக்கு சோஷலிஸம் வழிவிட்டது. இது மார்க்ஸியத்தின் பால் நம்பிக்கைகொண்டிருந்த அனைவரையும் பெருத்த அதிர்ச்சிக்குள்ளாக்கியது. பின்நவீனத்துவ வாதிகளான தெரிதா, ஃபூக்கோ போன்ற பலரும், ஏற்கெனவே மார்க்ஸியவாதிகளாக இருந்தவர்கள். (எக்ஸிஸ்டென்ஷியலிஸ்டான மூான் பால் சார்த்தரும் முன்னாள் மார்க்ஸியவாதியே.) சோவியத் யூனியனின் வீழ்ச்சி இவர்களுக்கு ஜீரணிக்க முடியாததாகவும். சிந்தனையைத் தூண்டுவதாகவும் இருந்தது. இவையே மார்க்ஸியத்தை நம்பியவர்களை பின்நவீனத்துவ சிந்தனைகளை நோக்கி நகர்த்தின எனலாம்.

சோவியத் யூனியனின் வீழ்ச்சியைத் தொடர்ந்து அமெரிக்க வரலாற்று ஆய்வாளரான பிரான்ஸிஸ் புகுயாமா வரலாற்றின் முடிவும் கடைசி மனிதனும் என்ற நூலை எழுதினார். அதில் 'வரலாறு முடிந்துவிட்டது' என்று அறிவித்தார்.

சோஷலிஸத்துக்குப்பின் அடுத்தகட்ட வளர்ச்சியான கம்யூனிஸம் வரவில்லை. மீண்டும் முதலாளித்துவமே திரும்பி வந்துவிட்டது. எனவே வரலாறு தேங்கிவிட்டது; முடிந்துவிட்டது என்றார்.

பின்நவீனத்துவத்துக்குத் தனியான வரலாறு என்று இருக்கிறதா?

வரலாற்றின் முடிவு என்னவென்றால் முதலாளித்துவத்தின் வெற்றியே. ஹெகலும் மார்க்ஸும் வரலாறு என்பது இப்படித்தான் போகும் என்று முன்தீர்மானத்துடன் (டெலியாலஜி) சரித்திரத்தை ஒற்றை முடிவுகொண்ட புனைவாக உருவாக்கினார்கள். உண்மையில் சரித்திரம் திறந்த முடிவுகள் கொண்டது. மார்க்ஸ் சொன்னது ஒரு முடிவு என்றால் மீண்டும் முதலாளித்துவம் வரும் என்பது இன்னொரு முடிவு. ஹெகல் சொன்ன முடிவு 'சுதந்திர அரசு.' மார்க்ஸ் சொன்ன முடிவு' 'கம்யூனிச சமூகம்.' ஆனால் உண்மையான முடிவு என்பது மனித குலத்தின் நாட்டம், திருப்தி போன்றவற்றின் அடிப்படையில் மட்டுமே நிகழக்கூடியது.

வரலாற்றில் மார்க்ஸியத்தின் பணி முடிந்துவிட்டது. அதற்கான நோக்கமும் நிறைவேறிவிட்டது. அதற்கான தேவையும் நிறைவேற்றப் பட்டுவிட்டது. அதன் விளைவாகத் தற்போது தாராளமயமாக்கப்பட்ட முதலாளித்துவ ஜனநாயகம் தோன்றியிருக்கிறது. இதன் விளைவாக இனிமேல் 'சுதந்திரச் சந்தை'யும் 'உலகளாவிய ஜனநாயக'மும் சாத்தியப்படும். இது ஒரு 'நற்செய்தி' என்று தன் நூலில் புகுயாமா வாதிட்டார்.

இதுபோன்ற சூழ்நிலைகள் பின்நவீனத்துக்கான சூழலை உருவாக்க ஆரம்பித்தன. மார்க்ஸியம் என்பது நவீனத்துவத்தின் கடைசிக் கோட்பாடு. சோவியத் யூனியனில் நிகழ்ந்த அதன் வீழ்ச்சியுடன் நவீனத்துவம் முடிந்து பின்நவீனத்துவம் ஆரம்பிப்பதாகக் கொள்ளலாம்.

நிற்க, இப்போது கட்டவிழ்ப்புக்கு வருவோம்.

தெரிதா கட்டவிழ்ப்பைக் கண்டடைந்தது தற்செயலான விஷயம் அல்ல. அவர் மேற்கத்தியப் பகுத்தறிவு ஞான மரபின் மீது தொடர்ந்து தாக்குதல் நடத்தினார். மேற்கத்திய அறிவு மரபின் மையக்கருத்தான பகுத்தறிவு பிரயோகிக்கும் மொழியானது உலகம் மற்றும் அதிலுள்ள பொருட்களுக்கும் சாராம்சம் என்று ஒன்று இருப்பதாக உறுதி செய்கிறது.

அதேபோல், 'நிச்சயத்தன்மை'க்கு உத்தரவாதம் அளிக்கிறது. 'வார்த்தைகள் என்பவை பொருட்களைப் பற்றிய உண்மைகள்' என்கிறது. அதாவது 'செடி' என்ற வார்த்தை அசல் 'செடி'க்கான உண்மை என்று சொல்கிறது. இதனால் பொருட்கள் வார்த்தைகளுக்கான சதையாக இருக்கின்றன. அதாவது 'செடி' என்ற வார்த்தைக்குச் 'செடி' என்ற பொருள் சதையாக இருக்கிறது.

பகுத்தறிவு முன்வைக்கும் 'நிச்சயத்தன்மை' என்பது கொடுங் கோன்மையாகும். மொழி ரூபமாக அது தனது கருத்துகளை நிச்சயத் தன்னையோடு முன்வைக்கும்போது, அதற்கு எதிரான கருத்தியல்களை நிச்சயமற்ற தன்மையுள்ளதாக ஆக்குகிறது. நிச்சயமின்மைகளால் நிறைந்த ஓர் உலகத்தில் நிச்சயத்தன்மையை வலியுறுத்தவது வன்முறையாகும். மையத்துக்கு நிச்சயமாகத் தோன்றும் ஒரு விஷயம் மற்றமைக்கு எதிரான விஷயமாக இருக்கும்.

தெரிதா தனது புகழ்பெற்ற வாக்கியமான 'இருத்தலின் இயல் கடந்த நிலை'யில் இதனைக் குறிப்பிட்டுக் காட்டுகிறார்.

மெட்டாபிசிக்ஸ் என்றால் பருப்பொருளாக இல்லாத விஷயங்களைக் குறிக்கும். லட்சியம், ஆன்மா, மனம், கடவுள் சித்தம், மனசாட்சி, பொற்காலம் போன்றவை இயல் கடந்த கோட்பாடு என்ற வரையறைக்குள் வருபவையாகும். பிரஸன்ஸ் என்றால் இருப்பு. மெட்டாபிசிக்ஸ் ஆஃப் பிரஸன்ஸ் என்பதை இருப்பின் இயல் கடந்தமை என்று பொருள்கொள்ளலாம்.

கடவுள், லட்சியம், தியாகம் போன்றவை எழுத்தாக எழுதப்படும் போது அவை நம்பப்பட வேண்டியவையாகவும், கேள்வி கேட்கக் கூடாதவையாகவும், அர்த்தம் கொண்டவையாகவும் (அர்த்தமுள்ள இந்து மதம்), 'உன்னதமானவை' என்பதால் நிரந்தரமானவை என்றெல்லாம் நம்பப்படுகின்றன.

பேச்சு என்பது நேரடியாகப் பேசப்படுவது. அப்போது வார்த்தைகளுக்குரியவன் இருக்கிறான் (இருத்தல்). எழுத்து என்பது இறந்தது. ஒருவன் எழுதி முடித்தபின் அவன் இருப்பதில்லை (இல்லாமை). பிரதி மட்டுமே எஞ்சி நிற்கிறது. அவன் இல்லாதபோது அவனது எழுத்துகளைப் படிக்க வேண்டியதாக இருக்கிறது. எனவே, மையவாதிகள் தங்கள் பிரதிகளை உருவாக்கும்போது தங்களது இயல் கடந்த இருத்தல் கொண்ட கருத்தியல்களை அந்த எழுத்துகளில் இருக்குமாறு செய்கிறார்கள்.

உதாரணமாக, பைபிள் இயேசுவின் இருத்தலையும், கீதை கிருஷ்ணனின் இருத்தலையும், குரான் அல்லாவின் இருத்தலையும் எழுத்தில் உருவாக்கி மதநம்பிக்கை, ஒழுக்கம், கடவுளின் அன்புக்குப் பாத்திரமாவது குறித்துப் போதிக்கின்றன. இவை அவற்றுக்கு மறுக்க இயலாத தன்மையை உருவாக்கி ஒரு நிச்சயத்தன்மையைத் தர முயல்கின்றன.

பருப்பொருளாக இல்லாத ஒன்றைப் பருப்பொருளைப் போல் இருக்கும் ஒன்றாக உருமாற்றம் செய்கின்றன.

இதுதான் இருப்பின் இயல் கடந்தமை என்பதாகும்.

'ஆதியில் வார்த்தை இருந்தது. வார்த்தை தேவனோடு இருந்தது. வார்த்தை தேவனாக இருந்தது' என்று பைபிளில் புனித ஜான் கூறுகிறார். சீக்கியர்களின் வேதமான ஆதி கிரந்தம்தான் அவர்களுக்குக் கடவுள். சங்கராச்சார்யார்களுக்கு வேதங்கள்தான் கடவுள். அவர்களுக்கும் விக்கிரகங்களாக வைத்து வழிபடும் கடவுள்களுக்கும் துளியும் சம்பந்தம் இல்லை. இவர்களை ஸ்மார்த்தர்கள் என்பார்கள். ஸ்மார்த்தர்கள் என்றால் சைவ ஆகமங்களை ஏற்றுக்கொள்ளாத,

சிவபெருமானை முதற் கடவுளாக ஏற்காத, 12 திருமுறைகளையும் 14 சாத்திரங்களையும் ஏற்காதவர்கள் என்று அர்த்தம். இவர்களுக்கும் மந்திர வார்த்தைகளே கடவுள்.

இவர்கள் அனைவருக்கும் வார்த்தைகளே கடவுள்.

எனவே இவர்கள் இதுபோன்ற கருத்துகளாலான வார்த்தைகளை எழுதி ஒருவித கருத்து மையத்தை உருவாக்குகிறார்கள். இதற்கு லோகோசென்ட்ரிஸம் என்று பெயரிடுகிறார் தெரிதா.

இதை தமிழில் மையவாதம் என்று சொல்லலாம்.

எந்த ஓர் அமைப்பும் தனக்கென்று வைத்திருக்கும் இலச்சினை போன்ற வடிவத்தைக் கிரேக்க மொழியில் 'லோகோஸ்' என்பார்கள். இது ஆங்கிலத்தில் லோகோ என்று ஆனது. ஹிட்லரின் லோகோ ஸ்வஸ்திக் சின்னம். அமெரிக்காவின் லோகோ கழுகுச் சின்னம். கம்யூனிஸ்ட்டுகளின் லோகோ அரிவாள் சுத்தியல் சின்னம். அதாவது, இவை அந்தந்தக் கருத்தியலுக்கு உருவகங்களாக இருக்கின்றன.

இது தவிர, வார்த்தைகளால் உருவாக்கப்படும் கருத்துமையம் அந்தந்த மையங்களுக்கான கருத்தின் 'இலச்சினை'யாக இருக்கிறது. அந்தக் கருத்து இலச்சினைக்குத்தான் லோகோசென்ட்ரிஸம் என்று பெயர்.

உதாரணமாக, அரசியல் ரீதியாகப் பார்த்தால், கம்யூனிஸ்டுகளின் லோகோசென்ட்ரிஸம் 'பாட்டாளி வர்க்க சர்வாதிகாரம்.' காந்தியின் லோகோசென்ட்ரிஸம் 'ராமராஜ்யம்' அமெரிக்காவின் லோகோசென்டிரிஸம் 'ஜனநாயகம்.'

அந்தந்த மையங்களுக்கான இலக்கியங்களும் தத்துவங்களும், அந்தந்த மையங்களின் லோகோசென்ட்ரிஸம் எனலாம்.

இவை முன்வைக்கும் ஒற்றை அர்த்தம் அதிகாரத்துடன் தன்னை நிறுவிக்கொள்கிறது. வார்த்தைகள் அவற்றுக்கான அர்த்தங்களை மீறி நிற்கும்போது இத்தகைய அதிகாரபூர்வமான ஒற்றை அர்த்தம் என்பது இல்லாத ஒன்றாகிவிடுகிறது. மொழி ஏககாலத்தில் வெவ்வேறான அர்த்தங்களைத் தரத்தக்கதாக இருக்கிறது. எனவே அதிகாரபூர்வமான ஒற்றை அர்த்தம் தகர்க்கப்பட வேண்டியதாகிறது. இத்தகைய தகர்ப்பை கட்டவிழ்ப்புச் செய்கிறது.

இதையே தெரிதா தன் கட்டுரைகளில் செய்தார்.

அதிகாரபூர்வமான ஒற்றை அர்த்தம் என்பது என்ன?

அதை எப்படித் தகர்ப்பது?

8

மொழியும் பின்நவீனத்துவமும்

ஒரு மொழி ஏக காலத்தில் ஒன்றுக்கு மேற்பட்ட அர்த்தங்கள் கொண்டிருப்பதை நாம் அறிவோம். காளமேகப் புலவரின் சிலேடைகள், ஔவையாரும் ஒட்டக்கூத்தரும் போட்டுக்கொண்ட செய்யுள் சண்டைகள் போன்றவை மூலம் தமிழ்மொழியின் நிச்சயமற்ற அர்த்தம் தரும் தன்மை பற்றி நமக்கு ஏற்கனவே தெரியும்.

தமிழ்த் திரைப்படப் பாடல்களிலேகூட இருபொருள் அர்த்தங்கள் தொனிக்கும் பல பாடல்கள் சாதாரணப் பாமரரைக் கவரக்கூடிய அளவுக்குப் பிரபலமடைந்திருக்கின்றன.

அத்திக்காய் காய் காய்
  ஆலங்காய் வெண்ணிலவே
இத்திக்காய் காயாதே
  என்னுயிரும் நீயல்லவோ

என்ற பாடலில் 'அத்திக்காய் காய்' என்பதை அத்திக்காய் என்ற காயாகவும், 'அந்தத் திக்கில் போய்க் காய்ந்துகொள்' என்ற இன்னொரு பொருளும் தொனிப்பதை நாம் அறிவோம். ஒரு மொழியின் ஒற்றை அர்த்தத்தை மீறிப் பல அர்த்தங்கள் உண்டு என்பது பாமரர்களுக்கும் தெரிந்த ஒன்று.

பொது அறிவுத் தேர்வுகளில் எல்லாம் வழக்கமாக ஒரு கேள்வியைக் கேட்பார்கள்.

வரிக்குதிரையின் மேல் உள்ள வரிகளின் நிறம் என்ன?

இதற்கு அவ்வளவு சுலபமாகப் பதில் சொல்லிவிட முடியாது. ஏனெனில் ஒருவிதத்தில் பார்ப்பதற்கு வெள்ளை நிறத்தில் வரையப் பட்ட கறுப்புக் கோடுகளாகவும், இன்னொரு விதமாய்ப் பார்க்கும் போது கறுப்புநிறத்தில் போடப்பட்ட வெள்ளைக் கோடுகளாகவும் நினைக்கத் தோன்றும்.

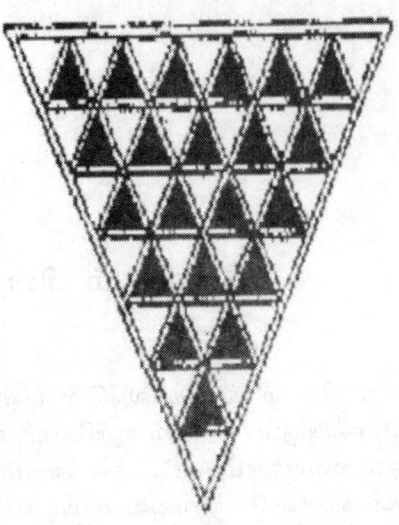

கறுப்புக் கோடா?
வெள்ளைக் கோடா?
இரண்டில் எது சரி?

ஒரு மொழி மற்றும் அந்த மொழியால் உருவாக்கப்படும் அர்த்தங்கள், கோட்பாடுகள் அனைத்தையுமே அடுத்து நாம் காணும் வடிவத்துடன் ஒப்பிடலாம்.

மேற்கண்ட முக்கோணத்தில் ஏகப்பட்ட முக்கோணங்கள் காணப்படுகின்றன. அவற்றில் வெள்ளை முக்கோணங்களும் கறுப்பு முக்கோணங்களும் ஏககாலத்தில் மாறி மாறித் தோன்றுகின்றன. இது ஒரு விளையாட்டு. இடையற்ற முடிவற்ற விளையாட்டு.

மனிதச் சிந்தனை மொழியால் ஆனது என்பதால் அந்தச் சிந்தனையும் பிரதிபலிக்கப்படும்போது இதுபோன்ற இடையற்ற விளையாட்டாக மாறிவிடுகிறது. மேற்கண்ட படத்தில் மையம் என்று எதுவும் இல்லை. வெள்ளை முக்கோணங்கள் மையம் என்று நினைக்கும் போதே அது தகர்ந்து கறுப்பு முக்கோணங்கள் மையமாகின்றன. கறுப்பு முக்கோணங்கள் மையம் என்று தோன்றும்போது வெள்ளை முக்கோணங்கள் மையம் போல் தோன்றுகின்றன. இவை,

சிறப்புரிமை × புறக்கணிக்கப்பட்டவை
வெள்ளை × கறுப்பு
கறுப்பு × வெள்ளை

என்று மாறி மாறித் தோற்றம் காட்டுகின்றன.

திருக்குறளை நாம் தமிழ்மறை என்று போற்றுகிறோம். வாழ்க்கைக்குத் தேவையான எல்லாக் கருத்துகளும் அதில் இருக்கின்றன என்று சொல்கிறோம். அது ஓர் உண்மை. அதாவது ஒற்றை உண்மை. ஒற்றை உண்மை என்று எதுவும் இல்லையாதலால் வேறு உண்மைகளையும் நாம் தேடிப்பிடித்து அறிய வேண்டியவர்களாக இருக்கிறோம். ஓர் உண்மை 'மெழுகுவர்த்தி' என்றால் இன்னொரு உண்மை 'முகங்கள்' ஆகும். ஓர் உண்மை கறுப்பு முக்கோணம் என்றால் இன்னொரு உண்மை வெள்ளை முக்கோணம் ஆகிறது.

திருக்குறளில் ஒரு குறள் வெண்பா சொல்லும் நேரடியான பொருள் இருக்க, அதிலேயே அதற்கு நேர்எதிராக இருக்கும் இன்னொரு பொருளையும் நாம் தெரிந்துகொள்ள முடியும்.

தெய்வம் தொழாஅள் கொழுநன் தொழுதெழுவாள்
பெய்யெனப் பெய்யும் மழை

என்ற இந்தக் குறளில் வள்ளுவர்,

'தினமும் கணவனின் பாதங்களைத் தொழுது எழும் ஒரு பெண் கடவுளைத் தொழ வேண்டியதில்லை. இத்தனை கற்புள்ளவளான அவள் 'பெய்' என்று சொன்னாலே போதும், மழைகூடப் பெய்யும்' என்கிறார். அந்தக் குறள் கூறும் நேரடியான செய்தி இதுதான்.

ஆண்டாண்டுக் காலமாக இப்படித்தான் இந்தக் குறளுக்குப் பொருள் சொல்லி வருகிறார்கள்.

இதையே வேறு மாதிரி யோசித்துப் பார்ப்போம். 'தினமும் தன் கணவனைத் தொழக்கூடிய அளவுக்குக் கீழ்ப்படிதலுள்ள ஒரு பெண் கடவுளைக்கூடத் தொழவேண்டியதில்லை. ஏனெனில், அந்தக் கடவுளே கூட இவள் தன் கணவனிடம் காட்டும் விசுவாசத்துக்கு மெச்சி தன்னைக் கும்பிடாவிட்டால்கூடப் பரவாயில்லை என்று மன்னித்து விட்டுவிடுவார். மேலும் 'போன'ஸாக அவளுக்குப் 'பெய்' எனறு சொன்னதும் மழை பெய்யக்கூடிய அளவுக்கு விசேஷ சக்திகள் தருவார்.'

இது ஒரு விதம்.

இதையே இன்னொரு விதமாகப் பார்ப்போம். அதாவது இக்குறளை தெரிதா எப்படிப் பார்ப்பார் என்ற கோணத்தில். ஒரு பெண் கணவனைத் தொழுவதற்கும் மழைபெய்வதற்கும் விஞ்ஞான பூர்வமாக எந்த விதமான தொடர்பும் இல்லை. எனவே ஏதோ ஒரு உள்நோக்கம் இந்தக் குறள்வெண்பாவில் நுழைந்திருக்கிறது.

அது என்ன?

திருவள்ளுவர் நிலப்பிரபுத்துவ யுகத்தைச் சேர்ந்தவர். நிலப்பிரபுத்துவ யுகம் நிலம், கூலியாட்கள், பயிர்கள், கால்நடைகள், மனைவிகள் போன்றவைகளை உடைமைகளாகக் கருதியது. எனவே கணவன் சிறப்புரிமைக்கு உரியவன் ஆனான். மனைவி எனும் பெண் விளிம்பு நிலைக்குத் தள்ளப்பட்டாள். மனைவி என்பவள் அஃறிணைப் பொருள் இல்லையாதலால் அவளுக்குச் சுயமரியாதை, தன்மானம் போன்ற உணர்ச்சிகள் இருக்கக்கூடும். அப்படி இருந்தால் அது ஆபத்து. அவள் கணவனுக்குக் கட்டுப்படமாட்டாள். அவளைக் கட்டுவதற்கு மூக்கணாங் கயிறு தேவை. எனவே கணவனைத் தொழுவதன் மூலம் மழையைப் பெய்விக்கக்கூடிய அளவுக்கு அவள் தெய்வாம்சம் பொருந்தியவளாகிறாள் என்பது போன்ற கருத்தியல் தேவைப் படுகிறது. அது மட்டுமே அவளுக்கு ஒரு மூக்கணாங்கயிறாக அமையும். இந்தக் கருத்தியல் நிலப் பிரபுத்துவத்தின் கருத்தியல். அந்த அமைப்பின் லோகோசென்ட்ரிஸம். தனது யுகத்தின் மைய வாதத்துக்குத் தனது பிரதியில் எழுத்தாக்கம் தந்திருக்கிறார் வள்ளுவர்.

இதேபோல் ஔவையார் தனது ஆத்திச்சூடியில்,

'ங-ப் போல் வளை' என்கிறார்.

இதில் ஔவையாரின் கோணம் என்ன என்று பார்க்கும்போது, 'தமிழ் மொழியிலே 'ங' என்ற எழுத்துதான் அதீத வளைவு கொண்டது. ஓர் எழுத்தை இதைவிட அதிகம் நெளிக்க முடியாது. ஒரு மனிதன் தன் வாழ்க்கையில் 'ங' என்ற எழுத்தைப் போல் வளைந்து கொடுத்தால்தான் வெற்றியடைய முடியும்' என்று ஔவையார் சொன்னதாக ஒரு நேரடி அர்த்தத்தை இதில் நாம் பெறுகிறோம்.

யோசித்துப் பார்க்கும்போது நமக்குள் இருக்கும் தெரிதாவுக்கு இன்னொரு அர்த்தம் கிடைக்கிறது.

ஒரு மனிதன் 'ங' என்ற எழுத்தைப்போல் அஷ்டகோணலாக வளைந்து கொடுப்பது மிக மோசமான செயலாகும். அப்படிப்பட்ட அவலநிலைக்குள்ளானவன் தன்மானம் இல்லாதவன்; சுயமரியாதை கெட்டவன் எனலாம். அப்படிப்பட்ட மனிதன் ஒருபோதும் முன்மாதிரியான மனிதனாக இருக்க முடியாது. மனிதன் நாணலைப் போல் வளைந்து கொடுக்கக்கூடாது. கொடிமரத்தைப் போல் உறுதியாக நிமிர்ந்து நிற்கவேண்டும்.

இந்தியாவில் ஆங்கிலேயர் ஆட்சி நடந்தபோது இந்தியர்களில் சிலர் 'ங' போல் வளைந்துகொடுத்து 'சர்', 'திவான் பகதூர்' போன்ற

பட்டங்களைப் பெற்றனர். அதேசமயம் பகத்சிங், திருப்பூர் குமரன் போன்றவர்கள் 'ங' போல வளையாமல் கொடிமரம் போல் நிமிர்ந்து நின்றனர். அப்போது அவர்கள் பாதிக்கப்பட்ட போதிலும் இன்றளவும் சரித்திரத்தில் அவர்கள் பெயர் மரியாதையுடன் வைக்கப்பட்டிருக் கிறது. 'ங' போல் வளைந்த மனிதர்கள் வரலாற்றில் இடம்பெறாமல் காணாமல் போனார்கள்.

மனிதர்கள் இருக்கட்டும். இப்படி வளைந்துகொடுக்கும் இந்த 'ங' என்ற எழுத்துதான் தமிழ்மொழியில் இருந்துகொண்டு என்னத்தைச் சாதித்தது? 'ங போல வளை' என்ற இந்த ஒரு பழமொழியைத் தவிர வேறு எங்கே உபயோகப்படுத்தப்படுகிறது? என்று யோசித்துப் பார்க்கும்போது மருந்துபோல் சொல்லப்பட்ட ஒரு கருத்து விஷமாக மாறுவதை உணர முடிகிறது அல்லவா?

கிரேக்க மொழியில் ஃபார்மகான் என்ற வார்த்தை மருந்தையும் குறிக்கும், விஷத்தையும் குறிக்கும். தமிழில்கூட உடல்நலம் சரியில்லாத வர்களை 'மருந்து சாப்பிட்டீர்களா?' என்று விசாரிப்போம். அதே போல் விஷம் வைத்துக் கொல்லப்பட்ட ஒருவரைப் பற்றிப் பேசும்போது 'சாப்பாட்டுலே மருந்து வச்சுட்டாங்க' என்றும் சொல்வோம்.

இதைப் போல் ஒரு கருத்து 'மருந்து' என்று நினைத்து ஆசிரியனால் பிரதியில் எழுத்துருவாக்கமாகக் கட்டமைக்கப்படும்போது அது எதிர் பாராத விதமாக 'விஷ'மாக மாறிவிடுகிறது. அதாவது ஆசிரியன் சொல்ல வந்ததற்கு நேரெதிரான தன்மை கொண்டதாக மாறி விடுகிறது.

ஆக, ஃபார்மகான் என்ற கிரேக்க வார்த்தையைப் போல இது ஏக காலத்தில் விஷமாகவும் மருந்தாகவும் இருக்கிறது. அதேபோல் அந்த இரண்டுமே இல்லாததாகவும் இருக்கிறது.

தெரிதாவின் கட்டவிழ்ப்புச் சிந்தனை அமெரிக்காவை அள்ளிக் கொண்டு போயிற்று. அமெரிக்காவில் தெரிதாவுக்கு ஏகப்பட்ட சீடர்கள் உருவானார்கள். அவர்களில் குறிப்பிடத்தக்கவர் யேல் பல்கலைக்கழகத்தைச் சேர்ந்த பால் டி மான். இவரை தெரிதாவின் சீடர் என்று குறிக்கிவிட முடியாது. இவர் ஒரு சுய சிந்தனையாளரும் கூட. இவர் தெரிதாவைப் பின்பற்றி பிரபல ஆங்கிலக் கவியான வில்லியம் பட்லர் ஈட்ஸின் 'பள்ளிக் குழந்தைகளுக்கு நடுவே' என்று புகழ்பெற்ற கவிதையை பின்வருமாறு கட்டவிழ்ப்பு செய்து காட்டினார்.

பள்ளிக் குழந்தைகளுக்கு நடுவே

ஓ செஸ்ட்நட் மரமே
ஓங்கி நின்று பூத்துக்குலுங்குபவள் அல்லவா நீ?
நீ யார்?
இலையா, மலரா அல்லது
அடிமரமா?
ஓ, உன் உடல் இசைக்கேற்றபடி அசைந்தாடுகிறது.
பார்வையைப் பிரகாசிக்க வைக்கிறது.
எப்படி நம்மால்
நாட்டியத்திலிருந்து நாட்டியக்காரியைத்
தனியே பிரித்துப் பார்க்க முடியும்?

என்ற ஈட்ஸின் கவிதையை பால் டி மான் இரண்டுவிதமாக வாசித்தார்:

ஒன்று: கவிதையின் கடைசி வரியில் சொல்லப்படும் 'நாட்டியம் என்ற வடிவமும் நாட்டியக்காரி என்ற கலைஞரையும் பிரிக்க முடியாது' என்ற வரிகள். ஏனெனில், இரண்டும் நீக்கமற ஒன்றாகக் கலந்து விட்டிருக்கிறது என்கிற ரீதியில் கவிஞர் சொல்ல வரும் கருத்து.

அடுத்தது: நாட்டியத்தை நாட்டியக்காரிதான் ஆடுகிறாள் என்ற போதிலும், நாட்டியம் என்பது வேறு; நாட்டியக்காரி என்பவள் வேறு. இரண்டும் கலக்க முடியாது. ஒரு நாட்டியத்தைப் பல பேர் பலவிதமான திறமைகளுடன் ஆட முடியும். அது வெறும் நாட்டியம் சம்பந்தப்பட்ட விஷயம் மட்டுமல்ல, திறமை சார்ந்த விஷயமும்கூட. எனவே நாட்டியம் என்ற வடிவத்தையும் நாட்டியக்காரி என்கிற கலைஞரையும் பிரித்துப் பார்க்க முடியும். அப்போதுதானே நடனம் சிறப்பாக இருந்தது அல்லது மோசமாக இருந்தது என்று விமரிசிக்க முடியும்?

மேற்சொன்ன பாடலில் கவிஞர் எழுதிய ஒரே கவிதைக்கு இரண்டு விதமான அர்த்தங்களை பால் டி மான் கண்டுபிடித்தார். ஒன்று, கவிஞருக்கு ஆதரவானது. இன்னொன்று, கவிஞருக்கு எதிரானது.

ஒன்று, கவிஞரின் கருத்தைப் பிரதிபலிக்கிறது. இன்னொன்று, அதற்கு ஆபத்தானதாக இருக்கிறது. பால் டி மானின் இந்த வாசிப்பு அமெரிக்காவில் ஒரு பரபரப்பை ஏற்படுத்தியது. எந்தப் பிரதியையும் இதுபோல் கட்டவிழ்ப்பு செய்ய முடியும் என்கிற விஷயம் அமெரிக்கர்களை மலைக்க வைத்தது.

அமெரிக்க மாணவர்களும், ஆசிரியர்களும் எல்லாப் பிரதிகளையும் கொட்டிக் கவிழ்த்தனர். எல்லாவற்றிலுமுள்ள 'மையக் கருத்து',

'விளிம்புநிலைக் கருத்து'களைக் கண்டறிந்தனர். இந்தச் செயல்பாடு அவர்களுக்குப் புதுமையானதாகவும் உற்சாகம் தருவதாகவும் இருந்தது.

அவர்களை இந்தப் புதிய வழிமுறை, பிரதிக்கும் வெளியே தாண்டிப்போய் மற்ற பிரச்சினைகளையும் கொட்டிக் கவிழ்க்கத் தூண்டியது. பிரதிகளைப் போலவே அதிகார மையமாக்கப்பட்ட நிறுவனங்களையும், தனிமனிதர்களையும் கட்டவிழ்ப்பு செய்வதில் போய் முடிந்தது.

விளிம்புநிலைக்குத் தள்ளப்பட்ட பெண்கள், சிறுபான்மை இன மக்கள், ஓரினப்புணர்ச்சியாளர்கள், பெண் எழுத்தாளர்கள், திருநங்கையர் போன்றவர்கள் 'புறக்கணிக்கப்பட்டவர்கள்' என்றும் ஆண் எழுத்தாளர் களான ஷேக்ஸ்பியர், ஹெமிங்வே, ராபர்ட் ஃபிராஸ்ட் போன்றவர்கள் 'சிறப்புரிமை அளிக்கப்பட்டவர்கள்' என்றும் சொல்ல ஆரம்பித்தார்கள்.

எனவே, அவர்கள் இறந்த ஆண் வெள்ளையர்களுக்குப் பதிலாக விளிம்புநிலை மக்களைக் கொண்டாட வேண்டும் என்றார்கள். ஷேக்ஸ்பியரைக் கொண்டாடியது போதும். இனி மேரி ஷெல்லியைக் கொண்டாடுவோம் என்றார்கள். இது பின்நவீனத்துவம் அல்ல. இது ஒருவகை போலி பின்நவீனத்துவம் எனலாம். இதுபோன்ற நிகழ்வை எதிர்-நவீனத்துவம் என்கிறார். பின்நவீனத்துவவாதியான லியோதார்த்.

ஏனெனில், 'மையம்', 'விளம்புநிலை' ஆகிய இரண்டில் மையத்தைத் தகர்த்துவிட்டு விளிம்புநிலையை மையமாக்க வேண்டும் என்ற பொருளில் தெரிதா தனது கருத்தியலை முன்வைக்கவில்லை. 'மையம்', 'விளிம்பு' என்ற எதிர்நிலைகள் இடைவிடாத ஆட்டத்தை நிகழ்த்திக்கொண்டிருக்கின்றன. இந்த ஆட்டத்தை உறைய வைக்கும் வேலையை எல்லா மையங்களும் செய்துவருகின்றன. எனவே மையங்களுக்கும் விளிம்புநிலைகளுக்கும் இடையிலான வித்தியாசத்தைக் கலைக்க வேண்டும். மையமும் விளிம்புமற்ற ஒரு நிலையை உருவாக்க வேண்டும் என்பதே அவருடைய நோக்கம் என்று பொருள்படுத்திக் கொள்ளலாம். இதைப் போல் மையத்தை ஒதுக்கிவிட்டு விளிம்பு நிலையைக் கொண்டாடுவதல்ல அவருடையநோக்கம். அது இன்னொரு புதிய மையத்தைக் கட்டமைப்பதாக அல்லவா மாறும்?

இதுபோன்ற போலி பின்நவீனத்துவவாதிகள் தொண்ணூறுகளில் தமிழ்நாட்டிலும் தோன்றினர். 'ஒருவனுக்கு ஒருத்தி என்று மரபு சொல்கிறதா? நல்லது. நாங்கள் குழுப்புணர்ச்சி செய்யப்போகிறோம்.'

‘நீங்கள் ஒழுக்கமான விஷயங்களை வைத்துக் கதை எழுது கிறீர்களா? நாங்கள் பாலுறவு விவரணைகளைக் குமட்டும் அளவுக்கு எழுதிக் குவிப்போம்.’

‘நீங்கள் குளித்து நல்ல துணிகளை அணிகிறீர்களா? நாங்கள் குளிக்காமல் அழுக்குத் துணிகளை அணிவோம்.’

‘பாண்ட் சட்டை அணிபவரா நீங்கள்? நாங்கள் லுங்கிதான் அணியப் போகிறோம்.’

‘திருடாதே என்று மரபு சொல்கிறதா; அப்படியானால் நாங்கள் திருடுவோம்.’

‘கண்ணகியைக் கொண்டாடியதுபோதும். நாங்கள் வேசிகளைக் கொண்டாடுவோம்.’

‘என் தாய் வேசி; என் தங்கையும் வேசி. எனவே என்னைக் கொண்டாடுங்கள்.’

என்ற ரீதியில் இவர்கள் — எழுபதுகளில் அமெரிக்கர்களில் சிலர் அங்கே செய்தது மாதிரி — தொண்ணூறுகளில் இங்கு நடந்துகொண்டனர். இவர்களால் பின்நவீனத்துவம் என்பது ஏதோ ஒரு கொள்ளை நோயைப் போல் அனைவராலும் அச்சத்துடன் எதிர்கொள்ளப்பட்டது. உண்மையில் இவர்களது பின்நவீனத்துவம் போலி- பின்நவீனத்துவம் மட்டுமல்ல. எதிர்-நவீனத்துவமும் ஆகும் என்பதை அவர்களும் உணரவில்லை. பார்வையாளர்களுக்கும் தெரியவில்லை.

முகம் மையமாக இருக்கும்போது மெழுகுவர்த்தி மற்றமையாக இருக்கிறது. அதேபோல் மெழுகுவர்த்தி மையமாக இருக்கும் போது முகம் மற்றமையாக மாறிவிடுகிறது. ஆக இரண்டுமே ஏக காலத்தில் மையமாகவும் மற்றமையாகவும் இருக்கின்றன.

இந்த இரண்டுமே நிலையற்ற அர்த்தங்களுடன் இடைவிடாத கண்ணாமூச்சி விளையாட்டை நிகழ்த்துகின்றன. இந்த இரண்டில் ஏதோ ஒன்றை மட்டுமே நிச்சயப்படுத்திக் கொள்ளும்போதுதான் பிரச்சினை வருகிறது.

தெரிதாவின் கட்டவிழ்ப்புச் சிந்தனையை ஏற்றுக்கொள்ளாதவர் களும் இருந்தார்கள். தெரிதா ஒரு சந்தேகபுத்தி கொண்ட பேர்வழி. மேற்கத்தியத் தத்துவங்களை மிகையாக கட்டவிழ்ப்பு என்ற பெயரில் விளையாட்டுத்தனமாகக் கையாண்டிருக்கிறார். மொழியின் மேல் அவநம்பிக்கை கொண்ட மனிதர் அவர் என்றெல்லாம் அவர்கள் அதிருப்தி தெரிவித்தனர். மார்க்ஸியம், புரட்சி போன்றவற்றையும்

கட்டவிழ்ப்புச் செய்தால் அது தொழிலாளர் வர்க்கத்துக்கு எதிராகவும், முதலாளித்துத்துக்குச் சாதகமான அம்சமாகவும் மாறும் என்று மார்க்ஸிஸ்ட்டுகளும் எதிர்ப்புத் தெரிவித்தனர்.

தெரிதாவை ஆதரித்த எதிர்-நவீனத்துவவாதிகளும் சரி, எதிர்த்த மரபுவாதிகளும் சரி ஒரு விஷயத்தைக் கவனிக்கத் தவறிவிட்டனர்.

தெரிதா பகுத்தறிவை நிராகரிக்கவில்லை. பகுத்தறிவின் இறுக்க மான வற்புறுத்தலையும் அதனுடைய காலத்தைக் கடந்த நிச்சயத் தன்மையையும் நிராகரித்தார். எதுவுமே இயல்பான உண்மை இல்லை. எல்லாமே கட்டமைக்கப்பட்ட புனைவுகள் என்று சொன்னாரே தவிர அதனால் எல்லாவற்றையும் புறக்கணிக்க வேண்டும் என்று சொல்லவில்லை. எல்லா இடத்திலும் பொருந்தக்கூடிய காலத்தை மீறிய உண்மை என்று எதுவும் இல்லை என்ற அர்த்தத்தில் சொன்னார். ஒரு வார்த்தைக்கு எண்ணற்ற அர்த்தங்கள் உண்டு என்று அவர் வாதிட வில்லை. ஒன்றுக்கு மேற்பட்ட அர்த்தம் உண்டு என்று வலியுறுத்தினார். புரட்சியைக் கிண்டல் செய்யவில்லை. புரட்சிக்குப் பிந்தைய நிலைமைகள் பற்றிய கேள்விகளை எழுப்பினார்.

மொழியின் மீதான கட்டவிழ்ப்பைப் பற்றி இப்படி ஆதரவாகவும் எதிராகவும் சர்ச்சைகள் நடந்துகொண்டிருந்தபோது, இன்னொரு மனிதர் அதிகாரம் என்றால் என்ன என்பது குறித்த கட்டவிழ்ப்பில் ஈடுபட்டுக்கொண்டிருந்தார். தெரிதாவைப் போலவே பின்-அமைப்பியல் வாதியாக இருந்து பின்னர் பின்நவீனத்துவவாதியாக மாறிய அவர் பெயர்: மிஷல் ஃபூக்கோ.

9

அதிகாரமும் பின்நவீனத்துவமும்

எந்த ஒரு கோட்பாட்டை எடுத்துக்கொண்டாலும் அதை உருவாக்கியவர் என்று யாராவது ஒருவரைக் குறிப்பிடுவார்கள். ‘சர்ரியலிஸ’த்துக்கு ஆந்திரே பிரதான், ‘க்யூபிஸ’த்துக்கு பிக்காஸோ, எக்ஸிஸ்டென்ஷிய லிஸத்துக்கு சார்த்தர் என்று ஒவ்வொன்றுக்கும் ஒரு முன்னோடி இருப்பது வழக்கம்.

ஆனால் பின்நவீனத்துவத்துக்கென்று தனித்த கண்டுபிடிப்பாளர் என்று யாரும் கிடையாது. ழாக் தெரிதா, மிஷல் ஃபூக்கோ, ரொலாண் பார்த், கிலே தெலூஸ், இஹாப் ஹஸன், ழீன் பொத்ரியார், ழாக் லக்கான் போன்ற ஒரு குழு பின்நவீனத்துவச் சிந்தனையை வடிவமைத்தது. மொழி, தத்துவம், அரசியல், இலக்கியம், உளவியல் என்று சமூகத்தின் பல்வேறு துறைகளைச் சேர்ந்த இந்த அறிஞர்கள் தனித்தனியேபயின்று வளர்ந்து தேர்ந்து உருவானவர்கள். அவரவர் துறைகளில் பின்நவீனத்துவ அணுகுமுறையைக் கையாண்டு தத்தம் துறைகளை முன்நகர்த்திச் சென்றவர்கள். இதுபோல், ஒற்றைத் தன்மை, மையம் போன்றவற்றை நிராகரிக்கும் பின்நவீனத்துவத்தை உருவாக்குவதற்கும் ஒற்றையான ஆளோ மையமோ இல்லாதது பொருத்தமான விஷயமே.

1926இல் பிறந்த மிஷல் ஃபூக்கோ அதிகாரத்தையும் அதன் முறைமை யாக்கப்படுதலையும் குறித்த சிக்கல்கள் பற்றி ஆராய்ந்தார்.

அதாவது மத நிறுவனங்கள் அல்லது அரசாங்கம் போன்றவை அதிகாரத்தை முறைமைப்படுத்திக்கொண்டு மக்களின் மேல் பிரயோகிக்கின்றன. அப்போது அதிகாரத்தைச் சார்ந்த ‘மையமு’ம், அதிகாரத்துக்கு எதிரான விளிம்புநிலையான மற்றமையும் தோன்று கின்றன.

இதைப் பற்றிப் பேசும்போது ஃபூக்கோ, 'அதிகாரம் என்பது அறிவு என்ற அமைப்பின் செயல்பாடுகளால் வருவது. அது சமூகரீதியாக முறைமைப்படுத்தப்படும்போது சட்டமாகவும் சட்டங்களை அமலாக்கும் நிறுவனங்களாகவும் மாறிவிடுகிறது' என்கிறார்.

பொதுவாகவே அதிகாரம் என்றதுமே நமது நினைவுக்கு வருவது அரசாங்கம்தான். மன்னராட்சியில் மன்னருக்கு எல்லா அதிகாரங்களும் இருந்தன. 'நானே அரசாங்கம்' என்று ஒரு பிரெஞ்சு மன்னன் சொல்லவில்லையா? அதேபோல் ஹிட்லர், முஸோலினி, சோவியத்தில் இருந்த பாட்டாளி வர்க்க சர்வாதிகார ஆட்சி போன்றவை பெரிய அதிகார மையங்களாக இருந்தன. இதனால் அதிகாரம் என்பது ஒரு பெரிய பிரம்மாண்டமான சக்தி என்று நாம் புரிந்து வைத்திருக்கிறோம். அது பழைய கருத்தியல் என்கிறார் ஃபூக்கோ.

'அதிகாரம் என்பது ஒற்றைப்பொருள் அல்ல. அது பல துண்டுகளாக இருக்கிறது' என்கிறார் ஃபூக்கோ.

'அறிவைப் பற்றிய தொல்லியல்' என்ற தனது கட்டுரையில்,

'வரலாற்றின் ஒவ்வொரு காலக்கட்டத்திலும் 'ஏதோ ஒன்று' வரலாற்றை ஆட்சி செய்தபடி இருந்திருக்கிறது. அந்த 'ஏதோ ஒன்றை'ப் பற்றிய சரிபார்த்தலை நான் செய்கிறேன்' என்கிறார்.

'அதிகாரங்கள் பல இருக்கின்றன. அதைப் போலவே வரலாறு களும் பல இருக்கின்றன. ஒற்றையான ஓர் அதிகாரம் என்பது எப்படி இல்லையோ அதேமாதிரி ஒரு வரலாறு என்பதும் இல்லை' என்பது ஃபூக்கோவின் கருத்து.

வரலாறு என்று சொல்லக் கூடாது. வரலாறுகள் என்றுதான் சொல்ல வேண்டும்.

ஒவ்வொரு காலகட்டத்திலும் அறிவு அதிகாரத்தைக் கையிலெடுக்கும் போதெல்லாம் அது யாரையாவது தன்னிடமிருந்து விலக்கித் தகுதி யற்றவர்களாக்கிப் புறக்கணித்துவிடுகிறது. நவீனத்துவ அறிவு மனப் பிறழ்வுற்றவர்களையும், குற்றவாளிகளையும், நோயாளிகளையும் தகுதியற்றவர்களாக்கி விலக்கி ஒதுக்கிவைக்கிறது.

நாம் உபயோகிக்கும் மொழியும் சிந்தனையும் துண்டாடப் பட்டவை. நாம் ஒழுங்கற்று துண்டு துண்டாகச் சிந்திக்கிறோம். பேசும் போதும் எழுதும்போதும் அந்தத் துண்டுகளைக் கோர்த்து கோர்வை யாக ஆக்கி வெளிப்படுத்துகிறோம்.

நமது சிந்தனையைப் போலவே அதிகாரம் என்பதும் துண்டுகளால் ஆனது. இந்தத் துண்டாடப்பட்ட அதிகாரங்களை 'அதிகாரத்தின் நுண்அரசியல்' என்கிறார் ஃபூக்கோ.

அதிகாரம் என்பது துண்டாடப்பட்ட நுண் அலகுகளாக மருத்துவ மனை, சிறைச்சாலை, மனநல மருத்துவமனைகள், கல்விக்கூடங்கள் படுக்கையறை போன்ற எல்லா இடங்களிலும் செயல்பட்டுக் கொண்டிருக்கிறது.

நுண் அலகுகளாக அதிகாரம் எங்கெல்லாம் நிலவுகிறதோ அங்கெல்லாம் அதற்கு எதிரான போராட்டங்களும் நிலவுகின்றன.

வரலாறு என்பது நேரான தொடர்ச்சியான நிகழ்வு என்றும் அதில் காலவரிசைப்படி உண்மைகளும் தகவல்களும் அடுக்கி வைக்கப் பட்டிருக்கின்றன என்றும் நம்பப்படுவது பழைய கருத்தியல். ஃபூக்கோ இதை மறுத்தார். 'வரலாறு என்று ஒற்றையாக எதுவும் இல்லை. வரலாறுகள் என்று பன்மைப்படுத்தப்பட்ட பல வரலாறுகள் இருக்கின்றன. முறைமைப்படுத்தப்பட்டவர்களுக்கும், விலக்கி வைக்கப்பட்டவர்களுக்கும் இடையில் நிகழ்ந்த நிகழ்வுகளே வரலாறுகள்; வரலாறுகளின் தொடர்ச்சி' என்றார் அவர்.

அதிகாரம் என்பது பாதிக்கப்பட்ட விளிம்புநிலைவாதிகளை மட்டுமல்ல; ஆதிக்கம் செலுத்தும் மையவாதிகளையும் மறு உருவாக்கம் செய்கிறது. அதிகாரமும் அறிவும் ஒன்றையொன்று சார்ந்திருக்கின்றன. அறிவின் நீட்சியாக அதிகாரமும் அதிகாரத்தின் நீட்சியாக அறிவும் இருக்கின்றன.

அதிகாரம் என்பது சிலரிடம் மட்டும் இருக்கிறது; சிலரிடம் இல்லாமல் இருக்கிறது என்று சொல்ல முடியாது. ஏனெனில், அதிகாரம் என்பது நமது வாழ்வின் சரடாக இருக்கிறது. அதில் பின்னப் பட்டவர்கள் நாம். வேறு வழியின்றி அதில்தான் வாழ்கிறோம்.

'குற்றவாளி', 'பைத்தியம்', 'தீவிரவாதி', 'சமூக விரோதி', 'வேசி' போன்ற வார்த்தைகள் அதிகாரத்தின் உரையாடலாகும். இந்த வார்த்தை களைப் பிரயோகிப்பவர்கள் தங்களது அதிகார உரிமையை நிலை நாட்டுபவர்கள்.

'உரையாடலும் அதிகாரமும்' என்ற தலைப்பில் ஃபூக்கோ சட்டம். மருத்துவமனை போன்ற பல துறைகளையும் நுட்பமாக ஆராய்ந்தார். அதிகாரத்தின் உரையாடல் விளிம்புநிலை மக்களை விலக்கி வைத்து அவர்களை 'கிரிமினல்', 'பைத்தியம்', 'நோயாளி' என்றெல்லாம் வகைப்படுத்தித் தன் கட்டுப்பாட்டில் வைக்கிறது.

அதிகாரம் என்பது மேலிருந்து கீழே போவது. எனவே, ஃபூக்கோ பாதிக்கப்பட்டவர்களின் சார்பாக நின்று கீழிருந்து மேலே போய் அதிகாரத்தை அலசுகிறார்.

பெண்கள், வெள்ளையர் அல்லாதவர், சிறைக்கைதிகள், ஓரினப் புணர்ச்சியாளர்கள் போன்றோரை மற்றமையாக வைத்துப் பார்க்கிறார்.

மனநல மருத்துவமனையில் டாக்டரின் உரையாடல் அதிகாரத்தை நிறுவுகிறது. உண்மையில் மனநலம் குன்றிய மனிதன் என்பவன் சமூகத்தால் பலியிடப்பட்டவன். சமூகத்திலுள்ள பிற மனிதர்களைப் போலவே அவனும் துயரத்தால் நிரம்பியவன். மனநலம் குன்றியவனுக்கு அவன் அடைத்து வைக்கப்பட்டிருக்கும் கொட்டடி சிறை என்றால், சமூகத்திலுள்ள இதர மனிதர்களுக்கு அவர்கள் பணிபுரியும் இடம், வாழும் இடம் போன்றவைகளும் சிறைகளே. வேறு மாதிரியான அதிகாரத்தின் உரையாடலை வேறுவிதமாக அவர்கள் எதிர்கொள்கிறார்கள்.

'நான்' என்ற எனது தன்மையின் சராசரி இயல்பை அதிகாரம் மாற்றியமைக்கிறது. 'நான்' என்னை ஒரு கவிஞன் என்று நினைத்துக் கொள்கிறேன். ஆனால் அதிகாரம் என்னிடம் நீ அப்படிப்பட்ட பயனற்ற மனிதன் அல்ல; நீ ஒரு டாக்டர். நீ ஒரு இஞ்சினியர் என்று சொல்கிறது. நீ சமூகத்துக்குப் பயன்பட வேண்டும். மனிதனுக்கு வைத்தியம் பார்க்கும் டாக்டர் அதிகரித்துவிட்டால், நீ மாட்டு வைத்தியம் பார்க்கும் டாக்டராக மாறு என்கிறது. அப்போதுதான் அதற்கு டிமாண்ட் இருக்கும் என்கிறது. நான் குழப்பமடைகிறேன். செய்ய விரும்பும் காரியம்; செய்ய முடியாமல் போகிற இயலாமைகளால், நான் அலைக் கழிக்கப்படுகிறேன். அப்போது என்னுடைய ஒரு 'நான்' உடைந்து ஒன்றுக்கு மேற்பட்ட 'நான்'கள் உருவாகும் சிக்கல் நேர்கிறது.

அதிகாரத்தின் உரையாடல் 'நான்' எப்படி இருக்க வேண்டும். 'நான்' எதைப் படிக்க வேண்டும். எதைச் செய்ய வேண்டும் என்றெல்லாம் என்னிடம் தனது உரையாடலை நிகழ்த்துகிறது. நான் எத்தகைய மனிதன் என்பதை எனக்குத் தெரியப்படுத்துகிறது.

நான் ஒரு ராணுவ வீரன் என்றால் இது அதிகாரத்தின் உரையாடல் செய்ததன் விளைவே. அதேபோல் நான் பள்ளி ஆசிரியன் என்றாலும் அதுவும் அப்படியே. இது நான் ஏற்று நடிக்கும் பாத்திரம் அல்ல. எனது அடையாளமே அதுதான்.

ஓர் ஆணாதிக்கச் சமூகத்தில் ஒரு பெண்ணின் நிலைமையும் இதுதான். கணவன் சொல்கிறபடி அவள் கேட்க வேண்டும். அவளது 'நான்' என்பது பெற்றோரின் உரையாடலாலும் பின்னர் கணவனின் உரையாடலாலும் உருவான 'நான்.' அவளுக்கென்று தனித்த அர்த்தங்கள் ஏதும் இல்லை. மாறாக அதிகாரம் அவள்மேல் சுமத்தும் எதுவோ அதைச் சுமந்தபடி அவள் இருக்கிறாள்.

நம் ஒவ்வொருவருடைய 'சுயங்'களும் கட்டமைக்கப்பட்ட புனைவுகளே. சமூகத்தால் நம்மைப் பற்றிக் கட்டமைக்கப்பட்ட நம்மைப் பற்றிய புனைவுகள் நம்முடைய அசல் தன்மையைப் புறக்கணித்து விடுகின்றன. நம்மையும் புறக்கணிக்குமாறு செய்கின்றன. நாமும் நம்மைப் பற்றிய புனைவை நாமே ஏற்றுக்கொண்டு அதை நம்பவும் செய்கிறோம். ரொலாண் பார்த் சொல்கிற மாதிரி, 'நாம் ஒரே நேரத்தில் கதாசிரியனாகவும் கதாபாத்திரமாகவும் இருக்கிறோம்.'

இதற்கு நம்நாட்டு ராமாயணத்திலேயே ஓர் உதாரணம் இருக்கிறது.

ராமனின் கதையைச் சொல்ல ஆரம்பிக்கும்போது, முதலில் வால்மீகி கதை சொல்லியாகக் கதைக்கு வெளியே இருப்பார். பின்பு, ராமன், சீதை, அனுமன், ராவணன் போன்ற கதாபாத்திரங்களையும், அவற்றைச் சுற்றிப் பின்னப்பட்ட ராமாயணக் கதையையும் விவரித்துக்கொண்டே போவார். கதையில், ஒரு கட்டத்தில் ராமனும் சீதையும் பிரிந்துவிடுவார்கள். சீதை காட்டில் தனது இரண்டு மகன்களான லவ-குசர்களோடு தனித்து வசிப்பாள். லவ–குசர்கள் ஒரு குருகுலத்தில் கல்வி கற்பார்கள். அப்போது அந்தக் குருகுலத்தில் லவ-குசர்களுக்குப் பாடம் சொல்லித்தரும் ஆசிரியராக வால்மீகியே ஒரு கதாபாத்திரமாக வருவார். ராமாயணத்தில் வரும் இந்தக் கூற்றை ரொலாண் பார்த்தின், 'நாம் ஏக காலத்தில் கதாசிரியனாகவும், கதாபாத்திரங்களாகவும் இருக்கிறோம்' என்ற பின்நவீனத்துவக் கூற்றுக்கு உதாரணமாகச் சொல்லலாம். ரொலாண் பார்த் தன்னுடைய வாழ்க்கை வரலாற்றை, *ரொலாண் பார்த்தைப் பற்றி ரொலாண் பார்த்* என்ற தலைப்பில் எழுதினார். அந்தப் புத்தகத்தில், 'இதிலுள்ள எல்லாமே ஒரு நாவலில் வரும் கதாபாத்திரம் தன்னைப் பற்றிச் சொல்லிக்கொள்வதாகக் கருதவேண்டும்' என்று சொல்கிறார் பார்த்.

இதன் மூலம் உண்மை புனைவாகவும் புனைவு உண்மையாகவும் இருக்கிறது என்கிறார்.

அந்தப் பிரதியில் இரண்டுவிதமான குரல்கள் ஒலிப்பதை நாம் உணர்கிறோம். ஒன்று, ஆசிரியர் பார்த்தின் குரல். இன்னொன்று,

பார்த் என்ற கதாபாத்திரத்தினுடையது. அதே புத்தகத்தை பார்த் திறனாய்வும் செய்கிறார். அப்போது பார்த் ஆசிரியரும் அல்ல; கதாபாத்திரமும் அல்ல. விமர்சகர். ஆக அது மூன்றாவது குரல்.

ஆக ஒரு மனிதனுக்குள் துண்டாடப்பட்ட பல குரல்கள் இருக்கின்றன. அவையே பல 'நான்'களாக இருக்கின்றன. மொழியைப் போலவே, சிந்தனையும் துண்டாடப்பட்டிருப்பதால் சிந்தனைக்குரிய மனித மனமும் துண்டாடப்பட்டிருக்கிறது. இதையே நாம் உடைந்த 'நான்'கள் என்கிறோம்.

நிற்க, இப்போது ஃபூக்கோவைப் பார்ப்போம். ஃபூக்கோவைப் பொறுத்தவரையில், சுயமான முழுமையான மனிதன் என்று யாரும் இல்லை. அப்படி இருப்பதற்கான சாத்தியமும் இல்லை. மனிதன் சுயேச்சையானவனும் இல்லை. சதா செயல்முறைக்குள்ளாக்கப்படுப வனாகவே இருக்கிறான். அதிகாரம், செலுத்துபவனையும் செலுத்தப் படுபவனையும் செயல்முறைப்படுத்திக்கொண்டே இருக்கிறது. இதனால்தான் துண்டாடப்பட்ட மனித மனத்தின் அதிகாரங்களும் துண்டுகளாக இருக்கின்றன என்று சொல்கிறார்.

ஜெர்மன் தத்துவஞானி நீட்ஷே, 'உலகம் என்பது அதிகாரத்துக்கான விருப்புறுதி'யே அல்லாமல் வேறில்லை' என்றார். (இதையே வேறொரு சந்தர்ப்பத்தில் ஆற்றலுக்கான விருப்புறுதியாகவும் பொருத்திப் பார்க்கலாம்.) உலகை இயக்கும் முக்கிய சக்தியாக நீட்ஷே இதைப் பார்க்கிறார். ஃபூக்கோவின் அதிகாரம் பற்றிய கருத்தாக்கத்தில் நீட்ஷேயின் தாக்கம் பெரிதும் இருப்பதை நாம் உணரலாம். விஞ்ஞான ரீதியான, உளவியல் தன்மைகொண்ட நீட்ஷேயின் பார்வையில், 'அதிகாரத்துக்கான விருப்புறுதி என்பது மனித வாழ்க்கை முழுவதுமே இடைவிடாத போராட்டமாக இயங்கிக்கொண்டிருக்கிறது.'

அலெக்ஸாண்டர், தைமூர், நெப்போலியன் போன்றவர்களின் வாழ்க்கை இதைத்தான் சொல்கிறது.

'வாழும் மனிதன் ஒவ்வொருவனுக்கும் ஆசைகள் இருக்கின்றன. அந்த ஆசையை நிறைவேற்றிக்கொள்வதற்கு அதிகாரம் தேவைப் படுகிறது. ஏனெனில், அதிகாரத்தின் மூலம் மட்டுமே ஆசைகளை நிறைவேற்றிக்கொள்வது சாத்தியம். ஒருவன் தன் ஆசையை அப்படி அதிகாரத்தின் மூலம் நிறைவேற்றிக்கொள்ளும் போது மற்றவர்களின் ஆசைகள் விலக்கிவைக்கப்படுகின்றன. ஆசை விலக்கப்பட்ட மற்றவர்கள் துன்புறுகிறார்கள். அப்படி விலக்கப்பட்ட மனிதர்கள் தங்கள் ஆசைகளை நிறைவேற்றிக்கொள்ள வேறு வழி ஏதாவது

தெரிகிறதா என்று தேடுகிறார்கள். ‘மனித மனத்தின் எல்லாக் கோட்பாடுகளும் நம்பிக்கைகளும் மதிப்பீடுகளும் நசுக்கப்பட்ட ஆசைக்குரியவர்கள் தங்கள் ஆசைகளை அடைவதற்கான மாற்றுச் சாத்தியங்கள் இருக்கின்றனவா என்று தேடுவதன் விளைவாக உருவாவதே’ என்றார் நீட்ஷே. எனவே ‘உண்மை’, ‘அறிவு’ போன்றவற்றின் எல்லா வடிவங்களும் வெற்றியாளர்களுக்கும் விலக்கப்பட்டவர்களுக்குமான போட்டியின் விளைவாக நிகழும் சிந்தனை யுத்தத்தின் வெளிப்பாடுகளே. எனவே ‘உண்மை’ என்பது ‘அர்த்தப்படுத்திக்’ கொள்வதில்தான் இருக்கிறதே தவிர உண்மையான உண்மை என்று எதுவும் இல்லை’ என்றும் அவர் சொன்னார்.

போட்டியின் விளைவால் தோன்றும் இரு உண்மைகளுக்கு இடையேயான சிந்தனை யுத்தமே உண்மை என்பதால் இதில் சொல்லப்படும் உண்மை என்பது ‘பொருள்படுத்திப் பார்ப்பதே’ தவிர ‘உண்மை நிலவரம்’ அல்ல.

நீட்ஷேயின் கருத்தாக்கத்தைத் தொடர்ந்து செல்லும் ஃபூக்கோ நம்முடைய அறிவு என்பது யாரோ ஒரு குழுவினர் ஒன்றுசேர்ந்து ‘இதுதான் உண்மை’ என்று முடிவெடுப்பது என்கிறார். ஃபூக்கோ அதிகாரத்தை இந்த அறிவின் வெளிப்பாடாகக் கருதுகிறார். அதாவது உடல் பலத்தால் ஒரு மனிதனை வெற்றிக்கொண்டு அடக்குமுறைக்கு உள்ளாக்குவது போல் உற்பத்திசெய்யப்பட்ட அறிவின் பலத்தாலும் அதே போன்ற அடக்குமுறையை நிகழ்த்த முடியும். சிறுபான்மையான அறிவைக் கட்டமைக்கும் குழு, பெரும்பான்மையான மக்கள்மேல் பிரயோகிக்கும் ‘இதுதான் உண்மை’ என்ற கருத்தியல் ஒரு தற்சார்பான உண்மையைக் கட்டமைக்கிறது.

பண்டைய ஹிந்து சமூகம் ‘நீ ஹிந்து’, ‘நல்ல பெண்கள் கணவனைத் தொழுவார்கள்’, ‘உண்மையே வெல்லும்’ என்பன போன்ற ‘உண்மைகளை’ உருவாக்கியது. பண்டைய கிறிஸ்துவ சமூகம் ‘ஒரு கன்னத்தில் அறைந்தால் மறு கன்னத்தைக் காட்டு’ என்ற ‘உண்மை’யைப் போதித்து ஆளும் வர்க்கத்தினரான ரோமானியர்கள் ஒரு கன்னத்தில் அறைந்தால் யூதர்கள் தங்களின் மறுகன்னத்தைக் காட்ட வேண்டும். திருப்பி அடித்தால் யூத இனத்துக்கு ஆபத்து வரும் என்ற அரசியல் பின்னணியைக் காட்டி எச்சரிப்பதை, ஓர் உண்மையைக் கட்டுவதை உள்நோக்கமாகக் கொண்டிருந்தது. ஹிட்லர் ‘ஆரிய இனம்தான் உயர்ந்த இனம்’ என்ற ‘உண்மை’யைக் கட்டமைத்தான். எல்லா உண்மைகளும் இவை போன்று கட்டமைக்கப்பட்ட உண்மைகளே.

இதுபோன்ற கட்டமைக்கப்பட்ட உண்மைகளை ஒவ்வொரு சமூகத்தின் ஆளும் வர்க்கமும் தங்கள் மக்களின் மேல் பிரயோகிக்கும் போது அதைப் பெரும்பாலான மக்கள் நம்ப ஆரம்பிக்கிறார்கள். தெரியாத ஏதோ ஓர் உண்மையைவிட தெரிந்துள்ள இந்த உண்மை பரவாயில்லை என்ற சமரசத்துடன் அதை ஏற்றுக்கொள்கிறார்கள்.

நாம் யார் என்பதை நம்மையும் மீறி வேறு யாரோ ஒரு குழு கட்டமைப்பதை மறுக்க முடியாமல் நாம் ஒப்புக்கொள்ள வேண்டியவர்களாக இருக்கிறோம். அந்த அடிப்படையில் நம்மீது திணிக்கப்படும் உண்மைகளையும் ஏற்றுக்கொள்கிறோம். அப்படி நம்மை ஒப்புக்கொள்ள வைப்பதற்குத்தான் அதிகாரம் தேவைப்படுகிறது.

சரி, அறிவும் அதிகாரமும் எப்போதிலிருந்து செயல்படுகின்றன?

நமது குழந்தைப் பருவத்திலிருந்தே அவை செயல்பட ஆரம்பித்து விடுகின்றன.

எவ்வாறு?

குழந்தை பேச ஆரம்பிக்கும்போதே அதற்கு அது வாழும் சூழல், கலாச்சார அமைப்பு, சமூக உறவு போன்றவை கற்றுக்கொடுக்கப்பட்டு விடுகின்றன. மொழி என்ற கருவி அதைச் செய்ய ஆரம்பித்துவிடுகிறது.

மொழி என்பது தனியான வஸ்து அல்ல என்பதை நாம் அறிவோம். மொழியானது குறிப்பான், குறிப்பீடு, குறிப்பிடப்படும் பொருள், கலாச்சாரம், மனித அறிவியல் போன்ற எல்லாம் சேர்ந்த ஒரு அமைப்பின் கூறு என்பதை அமைப்பியல் சொல்வதையும் நாம் அறிவோம்.

குழந்தை பேச ஆரம்பிக்கிறது. அதனுடைய ஆரம்ப உரையாடல் இப்படி இருக்கிறது:

பெரியவர் குழந்தையிடம் கேட்கிறார்:

'அப்பா எங்கே?'

'ஆபீஸ்.'

'அம்மா?'

'சமையல்.'

ஒரு ஆணாதிக்கச் சமூகத்தில் அப்பா என்பவர் ஆபீசுக்குப் போகிறவர். அம்மாவையும் தன்னையும் காப்பவர். அம்மா என்பவள் அப்பா என்ற மனிதரைச் சார்ந்திருப்பவள். அம்மாவின் இடம்

அதிகாரமும் பின்நவீனத்துவமும் ❖ 87

சமையலறை. இப்படித் தான் இந்த உலகம் அமைந்திருக்கிறது. உலகின் இயல்பே இதுதான் என்ற கருத்து குழந்தையின் மனதில் விதைக்கப் பட்டுவிடுகிறது.

பையன் அப்பா மாதிரி ஆக வேண்டும்; பெண் அம்மா மாதிரி ஆகவேண்டும் என்பன போன்ற இலக்குகளும் நிர்ணயிக்கப்பட்டு விடுகின்றன.

குழந்தை வளர வளர பள்ளிக்கூடம், கல்லூரி, அலுவலகம் என்று தொடர்ந்து இந்தக் கட்டமைவுகள் தொடர்கின்றன.

மனித அறிவியல்களான உளவியல், சமூகவியல், பொருளாதாரம், மொழியியல், மருத்துவம் போன்றவை மனிதனைப் பற்றி 'இப்படித் தான்' என்று வரையறுத்து விவரிக்கின்றன. அவை சிறைச்சாலை, தொழிற்சாலை, மருத்துவமனை என்று எல்லா இடங்களிலும் இயங்கியபடி மக்களின் மேல் விளைவுகளை ஏற்படுத்துகின்றன.

மனித அறிவியல் மனிதனை இரண்டு வகைமையாகப் பிரிக்கிறது:

1. இயல்பான மனிதன்
2. இயல்பு பிறழ்ந்த மனிதன்

எல்லோரும் எப்படி இருக்க வேண்டும் என்று உருவாக்கப்பட்ட 'உண்மை'யின்படி இயல்பாக இருப்பவன் இயல்பான மனிதன்.

அதன்படி இல்லாமல், இயல்புக்கு மாறாக நடந்துகொள்பவன் 'உண்மை'க்கு மாறானவன், இயல்பு பிறழ்ந்தவன்.

காலந்தோறும் சமூகம், இயல்பு x இயல்புமீறிய நிலை என்று இரண்டையும் எச்சரிக்கையுடன் பரிசீலித்து வந்திருக்கிறது. இந்த இரண்டுக்கும் இடையே ஒரு கோட்டைக் கிழிப்பது என்பது மிகவும் சிக்கலான விஷயமாகும். இருந்தாலும் சமூகம் அதைச் செய்து இரண்டுக்குமான வரையறைகளை நிர்ணயித்து வந்திருக்கிறது.

அதாவது சமூகம் உருவாக்கும் உண்மைகளின் அடிப்படையில் இயல்புநிலை என்று புரிந்துகொள்ளப்படுவது எதுவோ, அதற்கு எதிரானவை எல்லாம் இயல்பு பிறழ்ந்த நிலைமைகளே.

நமது சமூகம் இயல்பு மீறிய மனிதர்களைச் சிறையில் அடைத்து வந்திருக்கிறது.

மத்திய காலத்தில் குஷ்டம் பெரிதும் அஞ்சப்பட்டது. குஷ்ட ரோகிகள் தனிமைப்படுத்தப்பட்டுச் சிறைகளில் அடைக்கப்பட்டனர். அப்போது அவர்கள் இயல்பு பிறழ்ந்த மனிதர்களாகக் கருதப்பட்டனர்.

பின்பு பைத்தியங்கள் சிறையில் அடைக்கப்பட்டனர். அப்போது ஒரு மனிதனுக்குப் 'பைத்தியம்' பிடிப்பது என்பது தீயவிளைவாகக் கருதப்பட்டது. தவிரவும், பைத்தியம் பிடிப்பது என்பது அவமானகரமான விஷயமாகவும் இருந்தது. எராஸ்மஸ், ஷேக்ஸ்பியர் போன்றவர்களே தங்கள் பிரதிகளில் பைத்தியங்கள் ஆபத்தானவர்கள் என்ற ரீதியில் எழுதியிருக்கிறார்கள். ஏனெனில், அதுதான் அப்போதைய சமூக உண்மையாக இருந்தது.

பின்பு பதினெட்டாம் நூற்றாண்டின் இறுதியில் பைத்தியம் என்பது ஒருவகைக் கோளாறுதான்; அதைச் சிகிச்சையின் மூலம் குணப்படுத்த முடியும் என்ற 'புதிய உண்மை' முன்வைக்கப்பட்டது.

கிறிஸ்துவ மதத்தில் பிதா, குமாரன், பரிசுத்த ஆவி என்ற மூன்று நிலை உண்டு. அதேபோல் உடல், மனம், ஆன்மா இந்த மூன்றும் ஒன்றுக்கொன்று நல்லவிதமான தொடர்பில் இருந்தாக வேண்டும். அப்போதுதான் மனித உடல் ஆரோக்கியமாக இருக்கும். இதில் ஏதாவது ஒன்று முரண்பட்டு நின்றால் பைத்தியம் சம்பவிக்கும் என்று அவர்கள் வரையறுத்தார்கள்.

என்னதான் பைத்தியம் என்பது உடல்நலக் கோளாறாக இருந்தாலும் பைத்தியம் பிடித்தவர்களைச் சமூகத்தில் நடமாடவிட்டால் அவர்களால் சமூகம் தொல்லைக்குள்ளாகும் என்பதற்காக அவர்களைச் சிறையில் அடைத்தார்கள்.

பைத்தியங்களைச் சிறைக்கு அனுப்பும்போது ஏற்கெனவே சில இயல்புமீறிய மனிதர்களும் சிறையில் அடைக்கப்பட்டிருந்தார்கள்.

மாக்கி தெ ஸாதே என்பவர் பிரெஞ்சு எழுத்தாளர். பாலியல் வக்கிர உணர்வுகளை எழுத்தில் பதிவு செய்தவர். அவரை ஸாடிஸத்தின் தந்தை என்று சொல்வார்கள். அவரும் சிறையில் அடைக்கப்பட்டிருந்தார்.

மிராபோ என்பவர் ஒரு புரட்சிக்காரர். பிரெஞ்சுப் புரட்சியை நிகழ்த்திய போராளிகளில் முக்கியமானவர். அவரையும் இயல்பு மீறிய மனிதர் என்று கூறிச் சிறையில் அடைத்தார்கள்.

ஆக, பைத்தியம், எழுத்தாளன், புரட்சியாளன் ஆகிய மூன்று பேருமே 'இயல்பு மீறிய' தன்மைக்காகச் சிறைக்குள் இருந்தாக வேண்டியவர்களாக இருந்தார்கள்.

இது தவிர ஏற்கெனவே சிறையில் குற்றவாளிகள் வேறு நிரம்பி இருந்தார்கள்.

அதிகாரம் இரு நுனிகள் கொண்டது. ஒரு நுனியில் அதிகாரம் செலுத்தப்படும். மறுநுனியில் அது பெறப்படும்.

சிறைக்குள் வைக்கப்பட்டிருந்த இவர்கள் அனைவருமே அதிகாரத்தைப் பெற்றுக்கொள்ளும் நுனியில் இருந்தார்கள்.

சரி, இவர்கள் எல்லோரும் இயல்புமீறிய மனிதர்கள் என்றால், இவர்கள் ஒரே வகைமையைச் சேர்ந்தவர்களா?

இல்லையே.

இல்லை என்றால் இவர்கள் என்ன வகையைச் சேர்ந்தவர்கள்?

அதற்காகத்தான் இவற்றை வகைமைப்படுத்த வேண்டியிருக்கிறது. சமூகம் தான் கட்டமைக்கும் உண்மைகளின் அடிப்படையில் ஒரு பொதுப்புத்தியை உருவாக்குகிறது. அந்தப் பொதுப்புத்தி எல்லாப் பொருட்களையும் வகைமைப்படுத்தி, பட்டியலிடுகிறது.

ஃபூக்கோவின் 'பொருட்களின் வரிசை' என்ற கட்டுரை இது பற்றிப் பேசுகிறது. இறை அறிவே மனித அறிவுக்கு ஆதாரம். ஆனாலும் மனித அறிவு குறையுடையது. கடவுளின் அறிவோ எல்லையற்றது என்றெல்லாம் முற்காலத்தில் கருத்துகள் உலவின.

பதினெட்டாம் நூற்றாண்டு இந்த நம்பிக்கைகளைத் தகர்த்தது.

பிரபஞ்சத்தில் நாம் வாழும் பூமியோ அல்லது அதைச் சுற்றிவரும் சூரியனோ மையம் அல்ல. பிரபஞ்சத்தின் ஏதோ ஒரு மூலையில் நாம் வாழும் அண்டம் இருக்கிறது. எத்தனையோ பிரபஞ்சங்களில் நம் பிரபஞ்சமும் ஒன்று. எத்தனையோ காலாக்ஸிகளில் நம் காலாக்ஸியும் ஒன்று என்றெல்லாம் கண்டுபிடிக்கப்பட்டபோது, கடவுள் பூமியையும் மனிதனையும் படைத்த விஷயம் புனைவு என்பது கண்டுபிடிக்கப் பட்டது.

மனித அறிவியல் பழைய கருத்துத் தளத்தைப் பரிசீலித்தது. மனிதனைத் தன்னிலையாகவும் முன்னிலையாகவும் பார்க்கும் புதிய கருத்துத்தளம் உருவானது.

நீட்ஷே கடவுளின் மரணத்தைப் பிரகடனம் செய்தமாதிரி ஃபூக்கோ மனிதனின் மரணத்தைப் பிரகடனம் செய்தார்.

ஃபூக்கோவுக்கு முன்னால் வந்த சார்த்தர் 'அர்த்த'த்துக்கு முன்னதாக 'இருத்தல்' தோன்றிவிடுகிறது என்றார். 'மனித வாழ்க்கைக்கு அர்த்தம் ஏதும் இல்லை. மனிதன் பிறக்கும்போது அர்த்தமின்றிப் பிறக்கிறான். பின்புதான் அவன் தன் வாழ்க்கைக்கான அர்த்தத்தைக் கண்டு கொண்டாக வேண்டியிருக்கிறது. தனது அர்த்தத்தைத்தானே

உருவாக்கிக்கொள்வதற்கு அவனுக்கான சுதந்திரம் வழங்கப் பட்டிருக்கிறது' என்றும் சொன்னார்.

ஃபூக்கோவுக்கு இதில் உடன்பாடு இல்லை.

அதேசமயத்தில், இன்னொரு பிரெஞ்சுச் சிந்தயையாளரான சிமோன் தி பூவா, இப்படி சார்த்தர் பொத்தாம் பொதுவாகச் சொன்ன கருத்துக்கு எதிர்ப்புத் தெரிவித்தார்.

'மனிதன் என்று பொதுவாகச் சொல்கிறார் சார்த்தர். அப்படியென்றால் பெண்ணின் நிலைமை என்ன? ஆண்கள் தங்கள் வாழ்க்கைக்கான அர்த்தத்தை மட்டும் உருவாக்கிக்கொள்வதில்லை. ஓர் ஆணாதிக்கச் சமூகத்தில் பெண்ணுக்கான அர்த்தத்தையும் ஆண்தான் உருவாக்குகிறான். இவ்வாறு பெண்களுக்கான அர்த்தத்தை ஆண்கள் உருவாக்குவது நியாயமற்றது. தனக்கான அர்த்தத்தை ஒரு பெண்தான் தானே உருவாக்கிக்கொள்ள வேண்டும். இதற்கு இந்தச் சமூகத்தில் என்ன சாத்தியம் இருக்கிறது?' என்ற கேள்வியை எழுப்பினார்.

இந்தக் கேள்வியின் அடிப்படையில் பல சிந்தனையாளர்கள் யோசிக்க ஆரம்பித்தார்கள். ஃபூக்கோவும் அவர்களுள் ஒருவர்.

ஃபூக்கோவும், பூவாவின் இந்த வாதத்தின்படி பார்த்தால் ஆண் மையமாகவும் பெண் மற்றமையாகவும் தள்ளப்படும் அவலத்தைக் கண்டார். இதன் விளைவாக சார்த்தர் முன்வைத்த இருத்தலியல் சுதந்திரம் கேள்விக்குள்ளானது. இதற்கான பதிலை சார்த்தரால் சொல்ல முடியவில்லை.

மனிதர்கள் சுதந்திரமானவர்கள் அல்ல. அவர்கள் அதிகாரத்தால் அடிமைப்படுத்தப்பட்டவர்கள். அதிகாரத்தின் உரையாடல் அவர் களைக் கட்டுப்படுத்தி வைத்திருக்கிறது என்பது ஃபூக்கோவின் புதிய சிந்தனை. இது சார்த்தருக்கு எதிரானதாகும்.

தெரிதாவின் முக்கியமான கோட்பாடு கட்டவிழ்ப்பு. அதைப்போலவே ஃபூக்கோவின் முக்கியமான கோட்பாடு உரையாடல் என்பதாகும்.

உரையாடல் என்பது குறிகளால் ஒரு விஷயத்தைப் பேச்சின் மூலமாகவோ அல்லது எழுத்து மூலமாகவோ விவரிப்பது.

ஒவ்வொரு யுகமும் தனது கருத்தியலை—தான் வடிவமைத்த உண்மையை—உரையாடலாக முன்வைக்கிறது.

இந்த உரையாடல்கள்தான் நமது சமூகத்தின் அமைப்பை நிர்மாணிக்கின்றன. காலங்கள் தோறும் உரையாடல்கள் மாறு கின்றன.

'அடுத்தவன் சொத்தை அபகரிப்பது தவறு' என்பது முதலாளித்துவ யுகத்தின் உரையாடல். 'சொத்து வைத்திருப்பதே தவறு' என்பது சோஷலிஸ யுகத்தின் உரையாடல்.

இதுபோன்ற உரையாடல்கள்தான் அவ்வப்போது சமூகத்தின் அமைப்பை மாற்றிக்கொண்டே இருக்கின்றன.

உதாரணமாக, பைத்தியம் என்பதைப் பற்றிய உரையாடல்கள் உளவியல் அறிஞர்களால் நிகழ்த்தப்பட்டவை. அதேபோல் வரலாறு என்பது அந்த அந்தக் காலகட்டத்தில் வரலாற்று ஆசிரியர்களால் நிகழ்த்தப்பட்ட உரையாடல்களின் விளைவாக உருவான தொகுப்பே.

வரலாறு என்பது உண்மையில் சீரான ஒழுங்கான விவரணை அல்ல. அது பகுத்தறிவின்மைகளாலும் விபத்துக்களாலும் ஆனது.

ஃபூக்கோவைப் பொறுத்தவரை மரபான வரலாறு என்பது வரலாற்றின் முக்கியமான ஒரு பகுதியைப் புறக்கணிப்பதாகவே இருக்கிறது. வரலாறு மனிதர்களைக் குறியீடாகப் பார்க்கிறது. மனிதர்கள் உடம்பில் வசிப்பவர்கள் என்பதை அது பொருட்படுத்துவதில்லை. அவர்கள் வெறும் உடல்களாகவே பார்க்கப்படுகிறார்கள். அப்போது அவன் உயிருடன் இருந்தபோதிலும் உயிரற்றவனாகவே எடுத்துக்கொள்ளப்படுகிறான்.

அதிகாரம் தனக்கான உரையாடலை நிகழ்த்தும்போது அது எல்லோராலும் ஏற்றுக்கொள்ளப்பட வேண்டும் என்றும் அனைவரும் தனக்குக் கீழ்ப்படிய வேண்டும் என்றும் விரும்புகிறது. அப்படி இல்லாமல் அதிகாரத்தின் உரையாடல் சவாலுக்குள்ளாகும் போதோ, நிராகரிக்கப்படும்போதோ சம்பந்தப்பட்டவர்களை இயல்பு பிறழ்ந்த வர்கள் என்று குற்றம் சாட்டுகிறது, தண்டிக்கிறது.

தண்டனை என்பது வலியை அடிப்படையாகக் கொண்டது. உடல் வலியையும், மனவலியையும் பிரதானமாகக் கொண்டது. தண்டனை யின் வலி என்பது அதற்கு முந்தைய விசாரணையின் போதே சித்ரவதை போன்ற வலிகளை அடிப்படையாகக் கொண்டது. விசாரணையில் இருக்கும்போது ஒருவன் சித்திரவதைகளுக்கு உள்ளாகிறான். அதுவே அவனுக்கு ஒரு தண்டனை. பின்பு தீர்ப்பு வழங்கப்படும் போது இன்னொரு தண்டனை கொடுக்கப்படுகிறது. ஆக ஒரு குற்றத்துக்கு இரண்டு தண்டனைகள் விதிக்கப்படுகின்றன.

இது மற்றவர்களை அச்சுறுத்தி வைக்கிறது.

மேலும், அதிகாரவர்க்கம் தான் தரும் தண்டனைகளைப் பிரபலப் படுத்தவும் விரும்புகிறது. பொதுமக்கள் முன்னிலையில் நாற்சந்தியில் தூக்கிலிடுதல், தண்டிக்கப்பட்ட விஷயங்களைப் பத்திரிகையில் பிரசுரித்தல், டீவியில் காட்டுதல் போன்ற காரியங்களைச் செய்கிறது. இதனால் அதிகாரத்தின் உரையாடலுக்குச் சவாலாக இருந்தவன் தண்டிக்கப்பட்டதற்கும் மேலாக இன்னமும் பழிவாங்கப்படுகிறான். எது எப்படியோ ஒருவழியாகச் சட்டமும் ஒழுங்கும் காப்பாற்றப் படுகின்றன.

சரி, இந்த அதிகாரத்தின் நேரடிப் பொறுப்பாளர் என்று யாரேனும் இருக்கிறார்களா?

இல்லை, யாரும் அப்படி ஒப்புக்கொள்வதில்லை. நான் சூழ்நிலை யின் கைதி; இவ்வாறு செய்யுமாறு நிர்ப்பந்திக்கப்பட்டேன் என்றுதான் சொல்வார்கள்.

யேசு கிறிஸ்துவுக்கு மரணதண்டனை வழங்கிய பிலாத்துவும் இப்படித்தானே சொன்னான்?

அதிகாரத்தை எதிர்க்க முடியுமா?

அதிகாரத்தை அதிகாரத்துக்கு வெளியிலிருந்து எதிர்க்க முடியாது. அதற்கான சாத்தியம் இல்லை. உள்ளிருந்துதான் எதிர்க்க முடியும். அதிகாரமும் எதிர்ப்பும் ஒன்றுக்கொன்று உறவுகொண்டவை. சொல்லப் போனால் எதிர்ப்புதான் அதிகாரத்தையே உருவாக்குகிறது. எதிர்ப்பு முதலில் தோன்றுகிறது. தொடர்ந்து அதை எதிர்கொள்வதன் மூலம் அதிகாரம் உருப்பெறுகிறது. எதிர்ப்பின்றேல் அதிகாரமில்லை.

எனவே, அதிகாரத்துக்கு எதிரான மாற்று உரையாடல்கள் நிகழ்த்தப் படவேண்டும் என்பதாக ஃபூக்கோவை நாம் புரிந்துகொள்ளலாம்.

10

பின்நவீனத்துவமும் இலக்கியமும்

பின்நவீனத்துவம் என்றதும் உடனே நம் நினைவுக்கு வருவது 'கட்டவிழ்ப்பு' என்ற வார்த்தை. அது தெரிதா அறிமுகப்படுத்தியது. அடுத்ததாக, நம் ஞாபகத்தில் வந்து மோதுவது 'உரையாடல்' என்ற வார்த்தை. இது மிஷல் ஃபூக்கோ முன்வைத்தது. மூன்றாவதாக நம் கவனத்துக்கு வருவது 'ஆசிரியனின் மரணம்.' இதைச் சொன்னவர் ரொலாண் பார்த். இந்த மூன்று கருத்துகளும் சேர்ந்து பின்நவீனத்தை ஒரு முப்பரிமாணம் கொண்ட அறிதல் முறையாக உருவாக்கி இருக்கின்றன.

தெரிதா 'மொழி-பிரக்ஞை' பிரச்சினையில் சார்த்தரைக் கொட்டிக் கவிழ்த்தார். சார்த்தரின் மனிதாபிமானம், இருத்தலியல் சுதந்திரம் பற்றிய கோட்பாடுகளை ஃபூக்கோ ஒன்றும் இல்லாமல் ஆக்கினார் என்பதை நாம் அறிவோம். அதேபோல் சார்த்தரின் 'இலக்கியம் என்றால் என்ன?' என்ற கேள்விக்கு 'பிரதி தரும் இன்பம்'தான் அது என்று பதில் சொன்னதன் மூலம் சார்த்தரின் கேள்வியைக் கேள்விக்கு உள்ளாக்கியவர் ரொலாண் பார்த்.

சார்த்தர் இலக்கியம் என்றால் என்ன? என்ற தலைப்பில் ஒரு நூலை எழுதினார். அதில் இலக்கியம் என்றால் அப்படி இருக்க வேண்டும், இப்படி இருக்கவேண்டும் என்றெல்லாம் கோட்பாடுகள் வகுத்திருந்தார்.

அதற்குப் பதில் தரும்விதமாக ரொலாண் பார்த், தான் எழுதிய 'பிரதி தரும் இன்பம்' என்ற கட்டுரையில்,

'வாழ்வில் இன்பம் தரத்தக்க பொருட்களில் பிரதியும் ஒன்று. ஒரு உணவுப் பண்டம், ஒரு பூந்தோட்டம், பிரியமானவருடனான ஒரு சந்திப்பு, ஓர் இனிய குரல், ஓர் அழகிய தருணம் ஆகியவற்றைப் போலவே ஒரு பிரதியும் இன்பம் தரத்தக்கதே' என்று வலியுறுத்தினார்.

பார்த் தொடர்ந்து தான் எழுதிய பல கட்டுரைகளில் சார்த்தரின் இலக்கியக் கோட்பாடுகளை ஒன்றும் இல்லாமல் ஆக்கினார். இவ்விதமாக இருபதாம் நூற்றாண்டின் இணையற்ற தத்துவவாதியும், எழுத்தாளருமான சார்த்தர், தனக்கு வழங்கப்பட்ட நோபல் பரிசையே நிராகரித்த சார்த்தர், தான் வாழும் காலத்திலேயே காலாவதியாக்கப் பட்டு மியூசியத்துக்கு அனுப்பப்பட்டார்.

பார்த் வரலாற்றை மிகவும் நேசித்தார். 'வரலாறு என்பது நமக்கு முன் கடந்துசென்ற பல விசித்திரமான யுகங்களைப் பற்றி நமக்குச் சொல்கிறது. அதன் மூலம் அது நமது நிகழ்காலத்தைப் பற்றி நமக்குக் கற்றுத் தருகிறது; இறந்தகால வரலாறு நமக்குப் பயன்படக் கூடியது. ஏனென்றால், அது தரும் கதைகள் நமது நிகழ்காலத்தைப் பற்றி நமக்கு கற்றுத் தருகிறது; இறந்தகால வரலாறு நமக்குப் பயன் படக்கூடியது. ஏனென்றால், அது தரும் கதைகள் நமது நிகழ்காலத்தை அறிவுபூர்வமானதாக்குகின்றன.'

'வரலாறு என்பது அதன் மற்றமைத்தன்மையால்தான் வசீகரமான தாக இருக்கிறது' என்றெல்லாம் பார்த் எழுதியிருக்கிறார்.

சார்த்தர் தனது இலக்கியம் என்றால் என்ன? என்ற நூலில், 'நவீன இலக்கியம் உயிர்த்திருக்க வேண்டுமானால் அது அழகியலையும், மொழி விளையாட்டையும் புறக்கணித்துவிட்டு சமூக, அரசியல் நிலைப்பாட்டுடன் இருக்கவேண்டும்' என்று வலியுறுத்தினார். மேலும், 'எழுத்தாளர்கள் என்ற முறையில் நமது கடமை உலகைப் பிரதிநிதித்துவப்படுத்தலும், அதற்கான சாட்சிகளாக இருத்தலும் ஆகும்' என்றும் சொன்னார். தவிரவும், 'கவிதை வேண்டுமானால் பூடகமான மொழியில் எழுதப்படலாம். ஆனால் உரைநடை எளிமையானதாக, கண்ணாடியைப் போல் தெளிவானதாக விவரிப்புத் தன்மையுடன் இருக்கவேண்டும்' என்றும் வற்புறுத்தினார்.

இன்னும் ஒருபடி மேலே போய், 'எழுத்தாளர் மண்வெட்டியை மண்வெட்டி என்றுதான் எழுதவேண்டும். வார்த்தைகளுக்குச் சீக்குப் பிடிக்கும் பட்சத்தில் நாம் அவற்றுக்குச் சிகிச்சை செய்து குணப் படுத்த வேண்டும். இதை விட்டுவிட்டு பல எழுத்தாளர்கள் இந்தச் சீக்குடன் வாழ்கிறார்கள். பல விதத்தில் பார்த்தால் நவீன இலக்கியம் வார்த்தைகளின் புற்றுநோயாக இருக்கிறது' என்று எழுதுகிறார் சார்த்தர்.

சார்த்தரின் மேற்கண்ட கருத்துகளை ரொலாண் பார்த் நிராகரித்து ஓர் ஓரமாகத் தள்ளினார்.

'எழுத்தாளர்கள் சார்த்தர் சொல்கிற மாதிரி கண்ணாடிபோல் துல்லியமாகத் தெரியும்படியாக எதையும் எழுத முடியாது' என்றார் பார்த்.

'ஓர் எழுத்தாளனின் எழுதுகின்ற வேலையானது வெறும் தகவல் தெரிவிக்கும் காரியம் அல்ல; தெளிவாக, துல்லியமாகத் தெரிவிப்பதற்கு மாறாக அவன் கையாளும் மொழியை மீறிய ஒருவித நிர்ப்பந்தம் அவன்மேல் சுமையாய் கனக்கிறது. அதையே நாம் அவனது பிரதியிலிருந்து எடுத்துக்கொள்ளும் வரலாறாகவும் நமது நிலைப்பாடாகவும் கொள்கிறோம்.'

'எல்லா எழுத்துகளும் குறிகளால் ஆனவை. எனவே, இலக்கியம் என்பது குறிகளின் இலக்கியமே. சார்த்தர் விரும்புவது போல் எந்த உரைநடையும் கண்ணாடியைப் போல் துல்லியமாகத் தெரியக்கூடிய தன்மை உடையது இல்லை. மிக எளிமையான மொழியில் சொல்லப்பட்டிருப்பதாகக் கருதப்படும் ஹெமிங்வே, ஆல்பர் கெமூ போன்றவர்களின் எழுத்துகள்கூட மறைமுகமாக இலக்கியத்துக்கும் உலகத்துக்கும் இடையே உள்ள உறவைச் சுட்டிக்காட்டுகின்றன. உரித்துக் காட்டப்படுவதாலேயே ஒரு மொழியை இயல்பானதென்றோ, நடுநிலையுடன் இருப்பதாகவோ, தெளிவானதாகவோ நாம் கொள்ள முடியாது. ஓர் எழுத்தாளன் எழுதுகிற மொழியானது கொஞ்சம் சுவீகரிக்கப்பட்டது; கொஞ்சம் அவனது சுபாவம் கலந்தது; ஆழ்மனதில் வலைப்பின்னலாக உருக்கொண்டிருக்கும் வார்த்தைப் புழக்கம், மோகம் ஆகியவற்றால் உருவாவது.'

'எழுதுவது என்பது அர்த்தத்தையும் ஒழுங்கையும் வலியுறுத்தும் விதமாக இலக்கியத்தோடு முட்டி மோதிப் போராடுவதாகும். ஒரு தீவிர எழுத்து என்பது முதலில் தன்னைத்தானே கேள்விக்குள்ளாக்கிக் கொள்ளவேண்டும். தன்னைச் சுற்றியுள்ள சமூகச் சூழலை நிர்ணயிக்கும் கலாச்சாரம் நிறுவும் ஒழுங்கையும் கேள்விக்குள்ளாக்க வேண்டும். அப்போதுதான் அதன் புரட்சித்தன்மை வீரியத்துடன் இருக்க முடியும்' என்று வாதிட்டார் பார்த்.

சார்த்தர் தெள்ளத்தெளிவான மொழிக்கும் இருண்மையான மொழிக்கும் இடையே உள்ள வித்தியாசத்தைச் சுட்டிக் காட்டுகிறார். சார்த்தர் இருண்மையான எழுத்துகளை 'வார்த்தைகளின் புற்று நோய்' என்கிறார். ஆனால் அவையே அவான்கார்ட் இலக்கியங்களாக உலகெங்கும் பிறப்பெடுத்தன. பழைய இலக்கியங்கள் மனச்சான்றைத் தட்டி எழுப்பியதாகவும் நவீன இலக்கியங்கள் துக்கம் தருவதாகவும்,

வழக்கத்துக்கு மாறாக இருப்பதால் 'வார்த்தைகளின் புற்றுநோயாக' இருப்பதாகவும் சார்த்தர் புகார் செய்கிறார். இதில் பார்த்துக்கு உடன் பாடு இல்லை. எனவே, சார்த்தரை பார்த் நிராகரிக்கிறார். புனைவு இலக்கியம் மட்டுமல்ல. அரசியல் இலக்கியம்கூட நேரானதோ, தெளிவானதோ, அப்பட்டமானதோ அல்ல என்கிறார்.

சார்த்தருக்குப் பதில் சொல்லும் விதமாக பார்த் தனது 'S/Z' (சராசின்/ ஜாம்பனெல்லா) என்ற கட்டுரையில் ஒரு புதிய முறையை முன்வைக்கிறார்.

எழுத்து இரண்டுவிதமான தனங்கள் கொண்டது. ஒன்று, வாசிப்புத் தனம். மற்றது, எழுத்துத்தனம். வாசிப்புத்தனம் என்பது ஒரு பிரதியை எப்படிப் படிப்பது, பிரதியில் உள்ள மொழி எந்த அளவுக்குக் கண்ணாடி போலத் துல்லியமாக இருக்கிறது என்பதைப் பற்றியது. எழுத்துத்தனம் என்பது எழுதுபவனின் சுயப் பிரக்ஞையையும் வாசகனுக்கு எதிரான தன்மைகளையும் கொண்டது.

இதனால்தான் ஒரு பிரதி தன்னளவில் இரண்டுவிதமான அர்த்தங்கள் கொண்டதாக இருக்கிறது. ஒன்று, குறிகளால் (எழுத்துக்கள்) ஆன மொழியில் சொல்லப்படும் விஷயங்களைப் படிக்கும்போது கிடைக்கும் அர்த்தம். இன்னொன்று, இரண்டாவது வரிசை அர்த்தம். இந்த இரண்டாவது வரிசை அர்த்தத்தை பார்த் கட்டுக்கதை அல்லது பொய்யுரை என்கிறார்.

பொய்யுரை என்பது தோலுரித்துக் காட்டப்படவேண்டிய கட்டுக்கதை ஆகும்.

இதற்கு நமது சராசரி வாழ்க்கையிலிருந்து பல உதாரணங்களைக் காட்ட முடியும்.

உதாரணமாக, 'இந்த மது நன்றாக இருக்கிறது' என்பதை 'நல்ல மது' என்றும் பொருள்படுத்திக்கொள்ள முடியும். அப்போது 'நல்ல மது' என்பது இரண்டாவது வரிசை அர்த்தமாகிறது. இது ஒரு பொய்யுரை ஆகும்.

'மது நன்றாக இருக்கிறது' என்பது உண்மையே. அது நேரான கண்ணாடி போன்ற தெளிவான வாக்கியம் போலவே நமக்குத் தோன்றுகிறது. அதுவே 'மதுவின் நல்ல தன்மை' என்று பார்க்கப்படும் போது அது பொய்யாகிவிடுகிறது. ஏனெனில், மது நல்லதாக இருக்க முடியாது. அதாவது பொதுமக்களின் ஒழுக்கவியல் சார்ந்த அறநெறிக் கருத்துகளுக்கு மதுபானம் நல்லது என்ற கருத்து எதிரானது. அதுமட்டும் இல்லாமல் 'நல்ல மது' என்ற வாக்கியம், மது என்ற

திரவத்தின் உள்ளடக்கம் பற்றிய அபிப்ராயம் என்றும் எடுத்துக்கொள்ள முடியாது. ஏனெனில், மது அருந்துபவர்கள் அதிலுள்ள சேர்மானம் எந்த அளவுக்கு 'நன்றாக' இருக்கிறது என்பது போன்ற தொழில்நுட்ப அறிவு இல்லாதவர்கள். எனவே தொழில்நுட்ப ரீதியான 'நல்ல மது' என்று அவர்கள் சொல்வதாகவும் கொள்ள முடியாது.

இதில் வரும் பொய்யுரை என்பது ஏதோ ஒரு தகவலை மட்டும் வெளிப்படுத்தும் தன்மை கொண்டதாக இருக்கிறது. அத்தகவலை ஒரு தனித்தமொழி என்றும் சொல்லலாம். அதாவது இரண்டாவது வரிசை அர்த்தத்தைத் தரும் அமைப்புக் கொண்ட மொழி.

பொதுவாகவே ஒரு மொழி என்பது குறிகளால் ஆனது என்பதால், அந்தக் குறிகள் தன்னளவில் ஓர் அர்த்தத்தைத் தாங்கி நிற்கின்றன. அதேசமயம் அவற்றின் பொய்யுரை அதை மீறிய இன்னொரு அர்த்தத்தை அறிவிப்பதாக இருக்கிறது.

எழுதிக் கொண்டிருப்பது என்பது வெறும் தகவல்களை அடுக்கிக் கொண்டே போகிற காரியம் அல்ல. எழுத்து என்பது எழுதுபவனின் சமூகத்துடனான அவனது உறவு, அதன் விளைவாக வந்த பார்வை போன்றவற்றையும் கொண்டதாக இருக்கிறது.

எடுத்துக்காட்டாக, 'நிலவொளி அழகாக இருக்கிறது' என்பதில் 'நிலவொளி இருக்கிறது' என்பது உண்மை. 'அழகாக இருக்கிறது' என்பது பொய். நிலவொளி பார்ப்பதற்கு மகிழ்ச்சி தருவதாக இருக்கிறது. அந்த மகிழ்ச்சி உளவியல் காரணங்களால் ஆனது. ஆனால் அந்த மகிழ்ச்சிக்குக் காரணம் அதன் அழகுதான் என்பது அவன் வாழும் சமூகத்தில் கட்டமைக்கப்பட்டுள்ள ரசனை மற்றும் கலாச்சாரம் போன்றவை உருவாக்கி வைத்திருக்கும் சிந்தனையே. அது அவனிடம் ஏற்கெனவே சமூகத்தால் விநியோகம் செய்யப்பட்டிருக்கிறது. அதை இவன் மறுவிநியோகம் செய்கிறான்... என்ற ரீதியில் சொல்லிக் கொண்டு போகிறார் பார்த்.

பார்த்தின் கோட்பாடுகளில் மிக முக்கியமானது, 'ஆசிரியனின் மரணம்.'

'பிரதி என்பது மொழிக்குள் குறிகள் நடத்தும் விளையாட்டு' என்கிறார் பார்த். இந்த விளையாட்டு பிரதி/எழுத்தாளன்/வாசகன்/விமர்சகன் போன்றோர் பங்குபெறும் விளையாட்டு. எனவே, இதில் ஆசிரியனை மட்டும் கொண்டாடுவதில் அர்த்தம் இல்லை. ஆசிரியன் பிரதியின் மூலம் அல்ல. ஒரு பிரதியின் அர்த்தம் என்பது அதில் தொகுக்கப்பட்டுள்ள குறிகளின் மற்றும் ஆசிரியன் உள்வாங்கிக்

கொண்ட பல பிரதிகளின் தாக்கம் தரும் அர்த்தங்களின் தொகுப்பே. இவையெல்லாவற்றையுமே வாசகனால் மட்டுமே புரிந்துகொள்ள முடியும். பிரதி என்பது வாசகனால்தான் உயிர்பெறுகிறது. வார்த்தைகளை அவன்தான் பொருள்படுத்திப் பார்க்கிறான். ஆசிரியன் என்பவன் அநாமதேய ஆசாமி. அவனுக்கும் அவனால் எழுதப்பட்ட பிரதிக்கும் யாதொரு சம்பந்தமும் இல்லை. ஏனெனில் ஒரு பிரதியை எழுதி முடித்ததுமே அவன் இறந்தவனாகிறான். ஒரு பிரதியை எழுதும்போதுதான் அவன் ஆசிரியன். எழுதி முடித்தபின் அவனும் ஒரு வாசகன், பார்வையாளன், விமர்சகன். அவன் எழுதிய பிரதியை அவனே விமர்சிக்கலாம். கிழிகிழி என்று கிழிக்கலாம் என்று சொல்லி ஆசிரியனின் தலைக்குப் பின்னால் சுழலும் ஒளிவட்டத்தை பார்த் ரத்து செய்கிறார்.

மொழி இரண்டு வரிசை கொண்ட அர்த்தங்களால் ஆனது என்பதால் மொழி எழுதியவனையே ஏமாற்றக் கூடியது. இதனால், சமயங்களில் அவன் எழுதியதற்கு எதிரான அர்த்தத்தையும் தரக் கூடியது.

ரஷ்ய எழுத்தாளர் போரிஸ் பாஸ்டர்நாக் டாக்டர் ஷிவாகோ என்ற நாவலை எழுதினார். அதில் வரும் டாக்டர் ஷிவாகோ ரஷ்யாவிலேயே மிகப்பெரிய மருத்துவர். பணக்காரக் குடும்பத்தைச் சேர்ந்தவர். அப்படிப்பட்ட கௌரவமான குடும்பம் 1917ஆம் ஆண்டு நடந்த ரஷ்யப் புரட்சியில் சின்னாபின்னமாக உருக்குலைந்து போகிறது. டாக்டர் ஷிவாகோவின் மனைவி வேசியாகிறாள். ஷிவாகோ பிச்சைக்காரனைவிடக் கேவலமான நிலைக்குத் தள்ளப்படுகிறார். இப்படியெல்லாம் கஷ்டப்பட்டுப் பெறப்பட்டதுதான் ரஷ்யப் புரட்சி என்ற அர்த்தத்தில் தனது நாவலை பாஸ்டர் நாக் எழுதினார். சோவியத் அரசு இதுபோன்ற தியாகங்களால் கட்டமைக்கப்பட்டது என்பது நாவலில் பாஸ்டர்நாக் சொல்லவரும் விஷயம்.

ஒரு கம்யூனிச ஆதரவு நாவலான இதற்கு 'நோபல் பரிசு' கிடைத்த போது பலரும் திகைப்புக்குள்ளானார்கள்.

நன்கு யோசித்துப் பார்த்தபோதுதான் இந்த நாவலுக்கு நோபல் பரிசு கிடைத்ததற்கான காரணம், அந்த நாவலிலுள்ள இரண்டாவது வரிசை அர்த்தத்தினால்தான் என்பது பலருக்குத் தெரியவந்தது. நோபல் பரிசு என்பது பொதுவாக கம்யூனிஸ எதிர்ப்பாளர்களுக்கு மட்டுமே தரப்படுவது. நோபல் பரிசுக் குழுவினர் செய்யும் அரசியல் தந்திரங் களில் அதுவும் ஒன்று.

நோபல் பரிசுக் குழுவினர் புரிந்துகொண்ட இரண்டாவது வரிசை அர்த்தத்தின்படி, இந்த நாவலை, 'ரஷ்யப் புரட்சி என்பது கொடூரமானது. புரட்சியின் விளைவாகவே டாக்டர் ஷிவாகோ போன்ற பல படித்த கண்ணியமான குடும்பங்கள் கேவலப்படுத்தப் பட்டு அழிந்தன. புரட்சியின் விளைவாக ஒரு டாக்டரின் மனைவி வேசியாக்கப்பட்டாள். டாக்டரோ நாயினும் கீழாகத் தெருவில் அலைந்தார்' என்று புரிந்துகொள்ளப்பட்டு அதனால் ரஷ்யப் புரட்சியின் குரூரத்தைப் படம் பிடித்துக் காட்டியதற்காக நோபல் பரிசு பாஸ்டர்நாக்குக்கு வழங்கப்பட்டது. இந்த இரண்டாவது வரிசை அர்த்தம் பாஸ்டர் நாக்கையும் சோவியத் அரசையும் தர்ம சங்கடத்துக்குள்ளாக்கியது. மன உளைச்சலுக்கு ஆளான பாஸ்டர்நாக் தற்கொலை செய்துகொண்டார்.

இதேபோல் மகாபாரதத்தில் ஒரு சம்பவம் வருகிறது.

குருக்ஷேத்திரத்தில் போர் நடந்துகொண்டிருக்கிறது. அஸ்வத்தாமன் மிகப்பெரிய வீரன். அவனை யாரும் அவ்வளவு சுலபமாகக் கொல்ல முடியாது. அவன் யுத்த களத்தில் தீவிரமாகப் போர் புரிந்துகொண்டிருக் கிறான். இவனால் பாண்டவப் படைகளுக்குப் பின்னடைவு ஏற்படுகிறது. அப்போதுள்ள சூழ்நிலையில் ஒன்று அஸ்வத்தாமன் இறக்கவேண்டும். அல்லது அந்த மாதிரி வதந்தியையாவது கிளப்ப வேண்டும். அப்போதுதான் துரியோதனர்கள் நிலைகுலைந்து போவார்கள். பாண்டவர்களால் கொஞ்சம் சுதாரித்துக்கொள்ள முடியும்.

இந்தச் சூழ்நிலையில் கிருஷ்ணர் ஒரு யோசனை சொல்கிறார்.

'தர்மா, நீ அஸ்வத்தாமா இறந்துவிட்டான் என்று ஒரே ஒரு பொய் சொல். அப்போதுதான் இந்தப் போரில் நீ ஜெயிக்க முடியும்' என்கிறார்.

தர்மர் மறுக்கிறார். அவரால் பொய் சொல்ல முடியாது.

'கிருஷ்ணா, உனக்குத் தெரியாதா? நான் எப்படிப் பொய் சொல்ல முடியும்?'

'அதனால்தான் நீ சொல்ல வேண்டும் என்கிறேன். நீ சொன்னால் தான் கௌரவர்கள் இதை நம்புவார்கள். வேறு வழியே இல்லை. இந்த ஒரு பொய்யை நீ சொல்லியே தீர வேண்டும்.'

தர்மர் பிடிவாதமாக மறுக்கிறார். கிருஷ்ணர் மீண்டும் யோசிக்கிறார். அப்போது யுத்தத்தில் ஒரு யானை சாகிறது. அதன் பெயர் அஸ்வத்தாமா.

உடனே கிருஷ்ணர் தர்மரிடம், 'அதோ அந்த யானையின் பெயர் அஸ்வத்தாமா. அது இறந்துகொண்டிருக்கிறது. அது இறந்துவிட்டது என்றாவது உன்னால் சொல்ல முடியுமா?' என்று கேட்கிறார்.

தர்மர் சம்மதிக்கிறார்.

'எங்கே சத்தம் போட்டுச் சொல் பார்க்கலாம்?'

'அஸ்வத்தாமா அதா குஞ்சரம்' என்கிறார் தர்மர்.

அப்படி என்றால் 'அஸ்வத்தாமா என்ற யானை இறந்துவிட்டது' என்று பொருள். 'அஸ்வத்தாமா அதா' என்றால் 'அஸ்வத்தாமா கொல்லப் பட்டது' என்றும் 'குஞ்சரம்' என்றால் யானை என்றும் பொருள் தருகின்றன.

தர்மர் 'அஸ்வத்தாமா அதா' என்றதுமே கிருஷ்ணர் தன் சங்கை எடுத்து ஊதுகிறார். அந்த வெற்றி எக்களிப்புச் சத்தத்தில் 'குஞ்சரம்' என்ற வார்த்தை கேட்காமல் போய்விடுகிறது.

இதனால் அஸ்வத்தாமா கொல்லப்பட்ட மாதிரி தகவல் புரிந்து கொள்ளப்படுகிறது. இதன் விளைவாக அஸ்வத்தாமன் இறந்து விட்டானே. தர்மரே சொல்லிவிட்டார் என்றால் அவன் இறந்துதான் இருப்பான் என்று நம்பி கௌரவர்கள் நிலைகுலைந்து போகிறார்கள். குருக்ஷேத்திர யுத்தம் எதிர்பாராத விதமாகத் திசை திரும்புகிறது. பாண்டவர்கள் தப்பிக்கிறார்கள்.

பிரதியில் இருக்கும் 'அஸ்வத்தாமா அதா' என்பதில் தர்மர் சொன்ன பொருள் வேறு. கௌரவர்களால் புரிந்துகொள்ளப்பட்ட பொருள் வேறு. இதுதான் இரண்டாவது வரிசை அர்த்தம். எனவே 'சொல்லப்படுவது', 'எழுதப்படுவது' போன்றவற்றைவிட பொருள் படுத்திக்கொள்வதே முக்கியமானதாக இருக்கிறது.

'தனக்கும் தான் எழுதும் விஷயத்துக்கும் நடுவில், தான் உண்டாக்கிக் கொண்ட சகலவிதமான தந்திரங்களையும் கையாண்டு எழுதும் ஓர் எழுத்தாளன் தன் சொந்தத் தனித்துவம் என்று இருக்கும் எல்லா வற்றையும் இல்லாததாக்கி விடுகிறான். இதன் விளைவாக எழுத்தில் எழுத்தாளனின் அடையாளம் என்பது அவனுடைய இல்லாமை என்று ஆகிவிடுகிறது. எனவே எழுத்து என்ற விளையாட்டில் எழுத்தாளன் வகிக்கும் பாத்திரம் 'இறந்தவன் என்பதே' என்கிறார் மிஷல் ஃபூக்கோ, அவரது 'படைப்பாளி என்பவர் யார்' என்ற கட்டுரையில்.

'படைப்பாளி மறைந்துவிட்டான் என்ற வெற்று உறுதிமொழியை திருப்பித் திருப்பிச் சொல்லிக்கொண்டிருந்தால் மட்டும் போதாது.

நீட்ஷேயைப் பின்பற்றி கடவுளின் மரணத்துடன் மனிதனும் சேர்ந்து மரணமடைந்துவிட்டான் என்று சொல்வதும் போதாது. மாறாக படைப்பாளியின் மறைவு ஏற்படுத்தும் வெற்றிடத்தை அடையாளம் காணவேண்டும்' என்றும் ஃபூக்கோ சொல்கிறார்.

இப்போது பார்த்தின் 'ஆசிரியனின் மரணம்' என்ற கட்டுரையில் அவர் சொல்லியிருக்கும் விஷயங்களைச் சுருக்கித் தொகுத்துப் பார்க்கலாம்:

எழுத்து என்பது ஓர் ஆசிரியனின் குரல். ஒவ்வொரு எழுத்தும் ஒவ்வொரு குரலே. எழுதும் ஆசிரியனின் உடம்பு முதல் அவன் வைக்கும் எல்லா அடையாளங்களும் எழுத்திலிருந்து மறைந்துபோவதே எழுத்தின் தன்மை. ஒரு நோக்கத்தில் எழுதுபவன் ஓர் உண்மையை எழுத்தில் வடித்ததுமே அந்த எழுத்து தன்னுடைய மூலத்தை (எழுத்தாளன்) இழக்கிறது. அந்தத் தருணத்தில் படைப்பாளி இறக்கிறான். எழுத்து துவங்கிவிடுகிறது.

தொன்மைச் சமூகங்களில் கதைகூறல் தனி நபர்களால் நிகழ்த்தப் பட்டதில்லை. மத்தியஸ்தர், மதகுரு, சட்டம் இயற்றுபவன் போன்ற அதிகார மையத்தின் ஆட்கள்தான் அந்தப் பொறுப்பை ஏற்றிருந்தார்கள். (இந்தியச் சூழலில் பௌராணிகர்கள், மந்திரம் ஓதும் குருமார்கள் போன்றோரை உதாரணமாகச் சொல்லலாம்.) அப்படி அவர்கள் நிகழ்த்தும் கதைகூறல்கள் அவர்கள் சொல்லும் திறமைக் காகப் பாராட்டப்பட்டனவே தவிர, அவர்களது சுய சிந்தனை அதில் எந்த அளவு இருந்தது என்பது பொருட்படுத்தப்பட்டதில்லை.

பின்னாளில் வந்த தனிநபர்வாதம் எழுச்சி பெற்றபோதுதான் 'எழுத்தாளன்', 'படைப்பாளி' போன்ற தனி நபர்கள் முக்கியத்துவம் அடைந்தார்கள். எழுத்தாளன் 'படைப்பவன்'; 'படைப்பதால் அவன் கடவுள்' என்றெல்லாம் விதந்தோதப்பட்டான்.

இலக்கியமானது படைப்பாளி என்பவனது வாழ்க்கை, ரசனை, உணர்ச்சிகள் போன்றவற்றை வைத்தே கணிக்கப்படுகிறது. பாதிலேரின் தோல்வியே அவரது படைப்பாற்றல் என்றும், வான்கோவின் மனப் பிறழ்வே அவனது படைப்பின் தன்மையென்றும், சாய்கோவ்ஸ்கியின் தீய ஒழுக்கமே அவனது படைப்பின் ஆளுமையென்றும் விமர்சகர்கள் சொல்கிறார்கள். படைப்பாளியின் அந்தரங்கத்தை நம்முடன் பகிர்ந்துகொள்வதைப் போலவும், ஒரு படைப்பின் விளக்கத்தை அந்தப் படைப்பாளியிடமிருந்து பெறுவதைப் போலவும், நாம் தேடிக் கொண்டு இருக்கிறோம்.

எழுதுவது என்பது 'நான்' அல்ல, 'மொழி.' மொழிதான் ஒரு 'படைப்பை' நிகழ்த்திக் காட்டுகிறது.

மொழியியல் ரீதியாகச் சொல்லப்படும் 'நான்' என்பது அக்கணத்தில் சொல்லப்படும் 'நான்' மட்டுமே. அதைத் தவிர வேறில்லை. அந்தக் கணத்தில் அந்த 'நான்' எழுதப்படுகிறது. மொழிக்கு வருணனை செய்யப்படும் பொருளைத்தான் தெரியும். வருணிக்கும் ஆசாமியைத் தெரியாது.

படைப்பாளி என்று நாம் ஒரு நபரை நம்பும்போது, அவன் அவனது புத்தகத்துக்குக் கடந்த காலமாக மாறி நிற்கிறான். படைப்பாளி 'முன்பு' என்றும் 'பின்பு' என்றும் தன்னளவில் பிரிந்து நிற்கிறான்.

படைப்பாளி அவனது புத்தகத்துக்குத் தந்தை போன்றவன். புத்தகத்துக்கு முன்பே அவன் இருக்கிறான். புத்தகத்தைத் தன்னுள் கருவாகச் சுமக்கிறான். அதற்காக உழைக்கிறான். போராடுகிறான். பிறப்பிக்கிறான். புத்தகம் பிறக்கும்போது இறக்கிறான்.

ஒரு பிரதி என்பது எதுவும் அசலானதாக இல்லாத பல்வேறு வகை எழுத்துகள் கலந்து மோதும் ஒரு பன்முக வெளியாகும். ஏற்கெனவே சமூகக் கலாச்சார மையங்களிலிருந்து விநியோகிக்கப்பட்ட கருத்துக் களை ஒன்று திரட்டித் தொகுக்கும் முயற்சியே அது.

எழுத்தாளன் அவனுள் இருக்கும் மாபெரும் மொழி அகராதி யிலிருந்து வார்த்தைகளை உருவி எடுத்து, அவனுள் இருக்கும் வாழ்க்கையைப் போலி செய்து எழுதுகிறான். எனவே புத்தகம் என்பது வாழ்க்கையைப் போலி செய்கிறது.

ஏற்கெனவே பலரால் எழுதப்பட்ட அதே எழுத்துக்களை எழுதிக் கொண்டும், அதேசமயம் அந்தப் பழைய எழுத்துக்களைச் சார்ந்திராத வாறும், வேறுவிதமாக எழுதுபவன்தான் எழுத்தாளன். இப்படி எழுத்துக்களை எழுத்துக்களாலேயே மறுத்து எழுத்துக்களை இணைக்கும் சக்தி மட்டுமே எழுத்தாளனுடையது.

இதை ஓர் எளிய உதாரணத்தின் மூலம், தனது 'S/Z' என்னும் கட்டுரையில் விளக்குகிறார் பார்த்.

'ஒரு ரஷ்ய சர்ச் பாடகர் ஒரு பாடலைப் பாடும்போது, பாடுகின்ற அந்தக் குரல் அந்தரங்கமான விஷயமாக இருப்பதில்லை. அது பாடலையோ அல்லது பாடகனின் ஆன்மாவையோ வெளிப்படுத்துவ தில்லை. தவிரவும், அது 'ஒரிஜினல்' அல்ல. ஆனால் அது தனித் தன்மை வாய்ந்ததாக இருக்கிறது.

அந்தப் பாடல் ஓர் உடலை நாம் கேட்குமாறு செய்கிறது. அந்த உடல் அடையாளம் அற்றது. ஆளுமை அற்றது. அதேசமயம் அது ஒரு தனித்துவம்வாய்ந்த உடலும்கூட. அவன் பாடும்போது அதில் என்னவோ இருப்பதாகத் தோன்றுகிறது. வெளிப்படுத்தல், பிடிவாதம், மொழியின் அர்த்தத்தை மீறிய தன்மை, பாடகனின் நேரடியான உடல் போன்றவை நம் காதுகளை நிறைக்கின்றன. ஜவ்வும், குருத்தெலும்பும், சதையுமாக அவனது உடல் ஸ்லாவிய மொழியில் நம் காதுக்குள் ரீங்கரிக்கிறது.'

ரொலாண் பார்த் தனது மொத்த எழுத்துகளிலும் பிரதானமாக வலியுறுத்தும் விஷயம் இதுதான்: 'இலக்கியத்தின் சாதனை என்பது 'வெளிப்படுத்த முடியாததை வெளிப்படுத்துவது அல்ல.' மாறாக 'வெளிப்படுத்த முடிந்ததைக்கூட வெளிப்படுத்தாமல் இருப்பதுதான்.' இலக்கியத்தின் ஆன்மா என்பது அதுதான்.'

பார்த் தனது சிந்தனைக்கு உதாரணமாக பிரெஞ்சு அவன்-கார்ட் எழுத்தாளர்களில் ஒருவரான ஆலன் ராபே கிரியேவின் பிரதிகள் மொழியிலிருந்து அர்த்தம் அழிக்கப்பட்டதாக இருப்பதைச் சுட்டிக் காட்டுகிறார். புறவயமான விலகிய பார்வையும் அடர்த்தியான விவரணைகளும் துண்டாடப்பட்ட தன்மையும் இதைச் சாதிக்கின்றன என்கிறார்.

இலக்கியம் என்பதற்கு மரபார்ந்த கருத்தியல் முன்வைக்கும் விஷயங்களான அர்த்தம், ஒழுங்கு ஆகியவற்றுக்கு எதிராகப் போராடுவதே நமது காலத்து எழுத்தாளனின் வேலையாக இருக்க வேண்டும். ஏனெனில், மொழி ஏமாற்றக்கூடியது. நம்ப முடியாதது. எனவே எந்த ஒரு விஷயத்தை நாம் மொழி ரூபமாக வெளிப்படுத்தினாலும் அது இரண்டாவது வரிசை அர்த்தப்படுத்திக்கொள்வதில் போய் முடிகிறது. இதைத் தவிர்க்க வேண்டுமானால் அர்த்தங்கள் ஒத்திப்போடப்பட வேண்டும். அதற்கு ஓர் எழுத்தாளன் எதையும் 'நேரடியாகச்' சொல்லக்கூடாது. 'குறிப்பால்' உணர்த்த வேண்டும். அதற்கு விலகிய தன்மையும், துண்டாடப்பட்ட விவரணையும்தான் கைகொடுக்கும். அப்படி உருவாகும் பிரதி மட்டுமே ஆசிரியனையும் வாசகனையும் மீறி இயங்கிக்கொண்டே இருக்கும். காலங்கள் தோறும் புதுப்புது வாசகர்களால் புதிது புதிதான பொருள்படுத்தலைச் சாத்தியமாக்கிக்கொண்டே இருக்கும் என்று சொல்வதாக பார்த்தைச் சுருக்கமாக நாம் புரிந்துகொள்ளலாம்.

11

பின்நவீனத்துவமும் உளவியலும்

'நான்' என்பது எனக்குள் இல்லை. எனக்கு வெளியே இருக்கிறது' என்று அறிவித்ததன் மூலம் உளவியல்துறையில் ஒரு முக்கிய நிகழ்வை ஏற்படுத்தினார் ழாக் லக்கான்.

இதன் விளைவாக, அதுவரை உளவியல் என்றாலே சிக்மண்ட் பிராய்டை மட்டுமே குறிப்பிட்டுக்கொண்டிருந்த உளவியலாளர்கள் உளவியல் துறையானது லக்கானின் மூலம் அடுத்த கட்டத்துக்கு நகர்த்தப்பட்டதை உணர்ந்தார்கள்.

'சுயம்' என்பது உண்மையில் நமக்குள் ஏற்கெனவே இருக்கும் விஷயம் அல்ல. அது மற்றமையால் கட்டமைக்கப்படுவது' என்கிறார் லக்கான்.

இதை விளக்கும் விதமாக அவர் தனது புகழ்பெற்ற கண்ணாடிக் கோட்பாட்டை முன்வைத்தார்.

மனிதனின் பிறப்பு அகாலமானது. ஒரு குழந்தை பிறக்கும்போது அது முற்றிலும் நிர்க்கதியாக இருக்கிறது. அதனால் படுத்த படுக்கை யாக மட்டுமே இருக்க முடியும். அதனால் நகர முடியாது. பேச முடியாது. எதுவுமே செய்ய முடியாது. குறைந்தபட்சம் தலையைத் தூக்கிக்கூடப் பார்க்க முடியாது. மிருகங்கள்கூடப் பிறந்த உடனேயே எழுந்து நடக்கத் தொடங்கிவிடுகின்றன. புறச்சூழலைப் பரிச்சயப் படுத்திக்கொள்கின்றன. மனிதனோ பிறந்ததும் ஒன்றுக்கும் உதவாதவ னாகவே இருக்கிறான். பிறந்ததிலிருந்தே ஒரு குழந்தை முற்றிலும் தன் தாயைச் சார்ந்திருக்கிறது. குழந்தையின் மனத்தில் பதிவாகும் முதல் படிமம் தாய். குழந்தை எதிர்கொள்ளும் முதல் மற்றமையும் தாயே.

உயிரினங்களின் மனத்தில் முதன்முதலாக இடம்பெறுவது படிமங்கள்தான் என்கிறார் லக்கான். லோரென்ஸ் என்பவர்

வாத்துக்களை வைத்து நிகழ்த்திய பரிசோதனை ஒன்று லக்கானைப் பெரிதும் கவர்ந்தது.

அடைகாத்துக்கொண்டிருந்த வாத்தின் முட்டைகளோடு லோரென்ஸ் தன் பூட்ஸ்களையும் சேர்த்து வைத்தார். அடைகாத்தல் முடிந்து முட்டைகள் பொரிந்து வாத்துக் குஞ்சுகள் வெளியே வந்ததும் பூட்ஸை விட்டுவிட்டுத் தாய் வாத்தை அப்புறப்படுத்தினார் லோரென்ஸ். முட்டையிலிருந்து வெளிவந்த குஞ்சுகளின் பார்வையில் முதலில் பட்டவை லோரென்ஸின் பூட்ஸ்களே. உடனே வாத்துக்குஞ்சுகள் லோரென்ஸின் பூட்ஸ் படிமத்தைத் தங்கள் மனத்தில் பதிந்து கொண்டன. அந்த பூட்ஸையே சுற்றிச்சுற்றிவந்தன. பின்னர் லோரென்ஸ் தன் பூட்ஸ்களை அணிந்துகொண்டு எங்கு சென்றாலும் வாத்துக் குஞ்சுகளும் தொடர்ந்து சென்றன. லோரென்ஸின் பூட்ஸை வாத்துக்குஞ்சுகள் தங்களின் தாய் என்று நினைத்துக்கொண்டதன் விளைவுதான் அது.

இதைப் போலவே மனிதக் குழந்தையும் முதன்முதலில் தன் மனத்தில் தாயின் படிமத்தைப் பதிவு செய்துகொள்கிறது. முதன் முதலில் குழந்தை அறிந்துகொள்ளும் தாய் என்பது மார்புக் காம்புகள் மட்டுமே. பின்னர் படிப்படியாகத் தாய் என்ற அந்தப் பெண்ணின் குரல், மணம், உடல் வெப்பம் போன்றவற்றையும் துண்டு துண்டு களாக அறிந்துகொண்டு தாய் என்ற படிமத்தைத் தன் மனத்தில் இருத்திக் கொள்கிறது. இந்தப் படிமப் பதிவுகள்தான் மொழியின் ஆரம்பம் என்கிறார் லக்கான். வெற்றுமனத்தில் இவ்வாறு படிமங்கள் ஒவ்வொன்றாகப் பதிய ஆரம்பித்துவிடுகின்றன.

ஆறுமாதக் குழந்தை முதன்முதலாகத் தன் தோற்றத்தைக் கண்ணாடி யில் பார்க்கும்போதுதான் அது தனது சுயத்தைத் தெரிந்துகொள்கிறது. அதுதான் 'நான்' என்று குழந்தை புரிந்துகொள்கிறது. தாய்க்குப் பிறகு குழந்தை எதிர்கொள்ளும் இன்னொரு மற்றமை கண்ணாடி.

இந்த மற்றமைதான் சுயம் என்றால் என்ன என்பதைப் பிரதிபலித்துக் காட்டுகிறது. அந்த முதல் கண்ணாடிப் பிம்பம் குறிப்பானாகவும் தன்னைக் குறிப்பீடாகவும் குழந்தை புரிந்துகொள்கிறது. இதனால் இந்த நிகழ்வு ஒரு மொழியாக உருப்பெற்றுவிடுகிறது. இதுதான் குழந்தை பெறும் முதல் மொழியறிவாகும். இது பிராய்டின் மொழி தொடர்பான கருத்துக்கு எதிரானதாகும்.

பிராய்ட் ஆழ்மனத்தில் குறிகளும் உருவகங்களும் குறியீடுகளும் இயல்பாகவே ஒரு மொழியாக இயங்கிக்கொண்டிருக்கின்றன என்கிறார்.

லக்கானோ தனது கண்ணாடிக் கோட்பாட்டின் மூலம், 'ஆழ்மனம் என்பதே மொழியறிவு பெறப்பட்ட பின்புதான் கட்டமைக்கப்படு கிறது. எனவே ஆழ்மனத்துக்கும் முந்தியது மொழி' என்று நிரூபித்தார்.

இவ்வாறு முதன்முதலாகத் தன் உருவத்தைக் கண்ணாடியில் பார்த்து 'இது நான்' என்று அடையாளம் காணும் குழந்தை பிறகு தன்னை யொத்த பிற குழந்தைகளையும் பார்க்கிறது. 'நான் இவர்களைப் போன்ற ஒரு குழந்தை' என்று புரிந்துகொள்கிறது.

அதன் பிறகு அதன் தாய் மற்றும் சூழல் போன்ற மற்றமைகள் தொடர்ந்து குழந்தையின் சுயத்தைக் கட்டமைத்துக்கொண்டே இருக்கின்றன. இது வாழ்நாள் முழுதும் தொடர்கிறது.

பிறந்த குழந்தை தன் தாய் என்ற படிமத்துக்குக் கட்டுப்பட்டதாக இருக்கிறது. வாத்துக்குஞ்சுகள் பூட்ஸ்களின் படிமத்துக்குக் கட்டுப் பட்டவையாக இருந்ததைப்போல்.

இவ்வாறு படிமத்தின் ஆளுகைக்குக் கட்டுப்படுவதை ஒருவித அடிமைத்தனம் என்கிறார் லக்கான். தாய்க்கும் குழந்தைக்குமான இந்த உறவு ஆண்டான் அடிமை உறவைப் போன்றது. ஆண்டான் × அடிமை, நிலப்பிரபு × விவசாயி, முதலாளி × தொழிலாளி என்ற இரட்டை எதிர் நிலையால் ஆனதே இந்த உறவும்.

இந்த ஆண்டான் அடிமை உறவுதான் வாழ்நாள் முழுக்க அந்தக் குழந்தையைத் தொடர்ந்தபடி இருக்கிறது.

சிக்மண்ட் பிராய்டின் புகழ்பெற்ற கோட்பாடு இட், ஈகோ மற்றும் சூப்பர் ஈகோ என்பதாகும். இதற்கு மாற்றீடாக லக்கான் தனது புதிய கோட்பாடான படிமம், குறியீடு மற்றும் யதார்த்தம் என்ற கருத்தியலை வைக்கிறார்.

பிராய்ட் ஆழ்மனத்தை இட் என்கிறார். அங்குதான் அடக்கி வைக்கப் பட்ட ஆசைகள் இருக்கின்றன. சமநிலையில் இருக்கும் சராசரி மனத்துக்கு ஈகோ என்று பெயரிடுகிறார். அடுத்ததாக சூப்பர் ஈகோ என்கிற மேல்மனக்கூறு பற்றிப் பேசுகிறார். இந்த மேல் மனக் கூறுதான் ஆழ்மனத்திலிருக்கும் தகாத ஆசைகளைக் கண்டித்து இடித்துரைத்து சமனிலைமனம் இயல்பாக இருப்பதற்கு உதவுகிறது.

இதற்கு மாற்றாக லக்கான் தனது புதிய கோட்பாட்டை பின்வருமாறு வரைந்து காட்டுகிறார்:

பேச்சு என்பது ஒரு செயல். அது அர்த்தங்களை உருவாக்குவது. பேசுகின்றவர்களுக்கிடையே அடையாளங்களை நிறுவுவது. பேச்சு

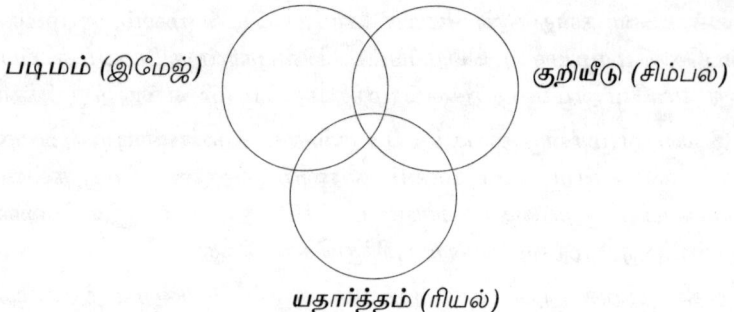

பேசுகின்ற சுயத்தையும் கேட்கின்ற மற்றமையையும் கொண்டது. கேட்கும் இடத்தில் இருக்கும் மற்றமையின் மூலம் கேட்கப்படுபவர் (பேசுபவர்) அங்கீகரிக்கப்படுகிறார்.

நாம் ஆரம்பத்தில் படிமங்களால் கட்டுப்படுத்தப்பட்டவர்கள். பின்னர் வார்த்தைகள் என்னும் குறியீடுகளால் நிர்வகிக்கப் படுபவர்கள். இதில் யதார்த்தம் என்பது குறியீடுகளுக்குள் அடங்க மறுப்பதே. யதார்த்தம் முற்றாகக் குறியீட்டுத் தன்மையை எதிர்க்கிறது. ஆகவே மனிதர்கள் சாதாரணமாகப் பேசும் யதார்த்தம் என்பது படிமம் மற்றும் குறியீடு கலந்த ஒரு கலவையே.

நமக்குள் இருக்கும் படிமம் நமது சமனிலை மனத்தின் மூலமாக நமது செயல்களுக்கான பகுத்தறிவுத் தன்மையை நிலை நாட்டுகிறது. அதேபோல் குறியீடுகள் நம்மைச் சுற்றியுள்ள பொருட்களை அர்த்த முள்ளவையாக மாற்றுகின்றன.

இதில் யதார்த்தம் என்பது நமது யதார்த்தத் தன்மையிலிருந்து நம்மை விலக்கி வைக்கும் செய்கையாகும்.

'யதார்த்தம், குறியீடு மற்றும் படிமத்தன்மை ஆகிய இம்மூன்றும் மனித யதார்த்தத்தின் மூன்று பதிவேடுகளாகும்' என்கிறார் லக்கான்.

குழந்தையிலிருந்தே நாம் பேசுவதற்கும் நம் தேவைகளைப் பூர்த்தி செய்வதற்கும் மொழியைத்தான் நம்பியிருக்கிறோம். ஆனால், மொழியைப் பயன்படுத்திய அந்தக் கணத்திலேயே நாம் அந்தப் பதிவேட்டிலிருந்து விலகி இன்னொரு பதிவேட்டுக்குள் பிரவேசித்து விடுகிறோம்.

உதாரணமாக, தண்ணீர் வேண்டும் என்று நாம் கேட்பதாக வைத்துக் கொள்வோம். தண்ணீர் என்ற படிமத்தை மனத்தில் வைத்துக் கொண்டு தண்ணீர் என்ற வார்த்தையை அதாவது குறியீட்டைப்

பயன்படுத்தி வாயால் 'தண்ணீர்' என்று கேட்கிறோம். அப்படி வாயால் கேட்டதும் நிலைமை வேறாக மாறிவிடுகிறது.

தண்ணீர் என்று கேட்டபிறகு தண்ணீர் வருகிறதா இல்லையா என்ற புதிய பிரச்சினை தலைதூக்க ஆரம்பித்துவிடுகிறது. இதுதான் யதார்த்தம் என்பது. இப்போது முளைத்திருக்கும் இந்தப் பிரச்சினை தண்ணீர் என்ற பிரச்சினையைவிட முக்கியமானதாக மாறிவிடுகிறது. எனவே, பேச்சு ஒருவிதமான இழப்பை ஏற்படுத்திவிடுகிறது. தேவைக்குரிய பொருள் கோரும்போது தேவை (டிமாண்ட்) மறைந்து போகிறது.

இதனால் யதார்த்தம் என்பது இயலாமையாக உணரப்படுகிறது.

குழந்தை கண்ணாடியில் தனது பிம்பத்தைப் பார்த்துத் தன் 'சுயத்தை' கண்டுகொண்டபின் அந்த சுயம் மேலும் பல குறியீடுகளால் நிரப்பப்படுகிறது.

'அப்பா மாதிரியே முகம்'
'தாத்தாவின் கண்கள்'
'பாட்டியின் மூக்கு'

என்றெல்லாம் அந்தக் குழந்தை வர்ணிக்கப்படும்போது அதன் கண்ணாடித் தோற்றத்துக்கு வெளியே இருந்து வெவ்வேறு புது அடையாளங்களை தன்னுள் பெற்றுக்கொண்டபடி இருக்கிறது. அதன் உடல் முழுக்க வார்த்தைகளால் ஆக்கப்பட்டுவிடுகிறது.

உலகம் வார்த்தைகளால் ஆனது. துரதிருஷ்டவசமாக அந்த வார்த்தைகள் நிர்ணயிக்கப்பட்ட அர்த்தம் கொண்டவையாக இல்லை. ஒரு வார்த்தைக்கு ஒன்றுக்கு மேற்பட்ட அர்த்தங்கள் உள்ளன. இனிப்பு என்ற ஒரு வார்த்தைக்குச் சர்க்கரை, லட்டு, பால்கோவா, மாம்பழம், திரட்டுப்பால் என்று அதையொட்டி வரும் ஏகப்பட்ட வார்த்தைகள் சங்கிலித் தொடர்போல் நீள்கின்றன. இந்த வார்த்தைகளைப் பேசித்தான் நாம் வாழ்கிறோம். ஆனால் உண்மையில் பேசுவது நாம் இல்லை. வார்த்தைகள்தான் பேசுகின்றன. அதாவது வார்த்தைகள் நமது பிரதிநிதிகளாக இருக்கின்றன. நாம் யாரிடம் பேசுகிறோமோ அவரிடம் நம் சார்பாக நமது வார்த்தைகள் பேசுகின்றன. அதேபோல் யார் நம்மிடம் பேசினாலும் அவர் சார்பாக அவருடைய வார்த்தை நம்மிடம் பேசுகிறது. எனவேதான் சில சமயங்களில் நாம் நினைப்பதற்கும் பிரதிநிதித்துவப்படுத்துவதற்கும் இடையே வேறுபாடு நேர்ந்துவிடுகிறது. அதை நாம் ஒன்றும் செய்வதற்கில்லை. ஏனெனில் மொழி என்பது நம்முடையதல்ல. மற்றமையினுடையது. மற்றமையால் மொழி நம்மீது திணிக்கப்படுகிறது.

பின்நவீனத்துவமும் உளவியலும் ✦ 109

இதை நம்மால் பல சந்தர்ப்பங்களில் உணர முடியும்.

உதாரணமாக, காதலியிடம் 'ஐ லவ் யூ' என்று சொல்ல நினைக்கிறோம். சொல்ல முற்படும்போது தயங்கி நிற்கிறோம். ஏனெனில், இதற்குமுன் இந்த 'ஐ லவ் யூ' லட்சக்கணக்கான தடவைகள் லட்சக்கணக்கான மனிதர்களால் சொல்லப்பட்டிருக்கிறது. நாவல்களில், சினிமாக்களில், டீவி சீரியல்களில் பல காதலர்கள் தங்கள் காதலி களிடம் இதைச் சொல்லி இருக்கிறார்கள். உடனே உங்கள் காதலியிடம் நீங்கள் 'ஐ லவ் யூ' என்று சொல்லும்போது அபத்தமாக உணர்கிறீர்கள். இன்னொருத்தரின் பொருளை உபயோகிப்பது போன்ற அசௌகரியத்தை அடைகிறீர்கள்.

மொழி என்பது வலி. அது நாம் பிறந்ததுமே நம்மை எதிர்பார்த்துக் காத்திருக்கிறது என்று சொல்லும் லக்கான், பிறப்பிலிருந்தே ஒரு குழந்தையை வாழ்நாள் முழுக்க இரண்டு விஷயங்கள் தொடர்ந்தபடி இருக்கின்றன என்கிறார்.

ஒன்று இன்பம்; இன்னொன்று வலி. பிறந்த குழந்தைக்குப் பசி என்பது முதல் வலி. பால் குடித்ததும் அந்த வலி போகிறது. இன்பம் தோன்றுகிறது. இவ்வாறு வாழக்கையின் இலக்கு என்பது இன்பத்தை அடைவதாக இருக்கிறது.

குழந்தையின் வலியையும் இன்பத்தையும் நிர்வகிப்பவள் தாய். குழந்தையின் வலியை உணர்ந்து உடனே ஓடிவந்து வலி தீர்ப்பதோ அல்லது தாமதித்து வந்து வலி தீர்த்து தாமதித்த இன்பம் தருவதோ அவள் கையில்தான் இருக்கிறது. தாமதிக்கும் அவள், குழந்தைக்கு அது கோரும் பாலுக்குப் பதிலாக வார்த்தைகளால் பேசுகிறாள். குழந்தை ஒன்றும் புரியாமல் அவள் நாவு அசைவதையே பார்க்கிறது. அதுதான் அன்னையின் நாக்கு (மதர் டங்) என்பது. அப்போதுதான் அன்னையின் நாக்கசைவுக்குப் பதிலாகத் தானும் தன் நாக்கை அசைத்துத் தன் விழைவுகளை அவளுக்கு உணர்த்தவேண்டும் என்று குழந்தை புரிந்துகொள்கிறது. அப்போதிலிருந்துதான் குழந்தை மொழியின் தேவையை உணர்ந்துகொள்கிறது. அதன் பிறகு படிப்படியாக மொழியைப் பயின்று அதன் அசாதாரணக் குறியீட்டுலகில் போய் வாழ ஆரம்பித்துவிடுகிறது.

அதேசமயம் வளர வளர, படிப்படியாக மொழியாலேயே குழந்தை கட்டமைக்கப்படுகிறது. 'சமத்து', 'புத்திசாலி', 'கெட்டிக்காரன்', 'என் ராஜா', 'தங்கம்' போன்ற வார்த்தைகள் தொடர்ந்து குறியீடுகளால் குழந்தையை மேலும் மேலும் வடிவமைக்கின்றன.

கண்ணாடியில் காணப்பட்ட தனது பிம்பத்தின் மேல் தொடர்ந்து அடுக்கப்பட்டுவரும் வார்த்தைகள் தனது சுயத்தை மேலும் கட்டமைத்துக்கொள்வதற்குத் தோதாகக் குழந்தைக்குத் தன் மீதான விவரணைகள் இன்னும் தேவைப்பட ஆரம்பிக்கின்றன.

'நான் அழகா இருக்கேனா?'

'உனக்கென்ன கொறச்சல். உன்னைவிட யார் அழகாக இருக்க முடியும்?'

'அம்மா என் வகிடு நேரா இருக்கா பாரு?'

'ம், இருக்கு.'

'இந்த ட்ரஸ் நல்லா இருக்கா?'

'சூப்பரா இருக்கு.'

என்ற ரீதியில் தொடர்ந்து வார்த்தைகள் குழந்தையைச் செப்பனிட்ட படி இருக்கின்றன.

நாம் வளர்ந்து ஆளானபிறகும் வார்த்தைகள் நம்மை ஆள்கின்றன. வார்த்தைகளின் ரூபத்தில் மற்றமை நம்மை ஆள்கிறது.

மணிக்கு 40 கி.மீ வேகத்தில் மட்டுமே வாகனத்தை ஓட்ட வேண்டிய ஒரு சாலையில் 60 கி.மீ வேகத்தில் நாம் போக விரும்பும்போது முதலில் நமக்குத் தோன்றுவது 'யாராவது பார்க்கிறார்களா?' என்பதுதான். 60 கி.மீ. வேகத்தில் போகக்கூடாதே. அது தப்பாயிற்றே என்றெல்லாம் தோன்றுவதில்லை. சட்டப்படி தவறான காரியமாயிற்றே என்றுகூட நமக்கு உறைப்பதில்லை. சட்டத்தை மீறுவதில் நமக்குக் கவலை இல்லை, மற்றமை பார்ப்பதுதான் கவலை தருகிறது.

தன்னிடம் இரகசியத் தொடர்பு வைத்திருக்கும் ஒரு பெண்ணைச் சம்பந்தப்பட்ட ஆண் பலர் எதிரில் தொட முயலும்போது அவள் பதறுகிறாள். 'ஐயோ, யாராவது பார்த்துவிடப் போகிறார்கள்' என்கிறாள். அவளுக்கு ஒழுக்க மீறலைப் பற்றிய பயமில்லை. பதற்றமில்லை. யாராவது பார்ப்பதுதான் பயமூட்டும் விஷயமாக இருக்கிறது.

நான் எழுதுகிற கதையை யாராவது பாராட்டினால்தான் அந்தக் கதை நன்றாக இருப்பதாக எனக்குத் தோன்றுகிறது. ஒருவேளை யாராலுமே அங்கீகரிக்கப்படாதபோது எனது கதை எனக்கு மட்டும் நன்றாக இருப்பதாகத் தெரிந்தாலும் அது எனது வெறுப்புக்குரிய கதையாகவே தோன்றுகிறது. அதைக் கிழித்தெறிவதற்கும் மனம் தயாராக இருக்கிறது. ஏனெனில் என் கதை நன்றாக இருக்கிறதா இல்லையா என்பதை நான் தீர்மானிப்பதில்லை. மற்றமைதான் தீர்மானிக்கிறது. சாகித்ய அகாடமி, நோபல் பரிசு போன்ற மற்றமைகள்

தான் என் இடம் என்ன என்பதைத் தீர்மானிக்கின்றன. நானோ என் கதையோ அல்லது கவிதைகளோ அல்ல.

எனவே இரகசியமாக ஒரு கண் சதா நம்மைக் கவனித்துக் கொண்டிருக்கிறது. அந்தக் கண்தான் நம்மை எப்போதும் கட்டுப் படுத்தியவாறே இருக்கிறது.

அதுதான் மற்றமை.

இப்படி மற்றமையால் கட்டமைக்கப்படும் ஒரு மனிதன் கடைசியில் மற்றமை மீதே தனது வன்முறையைச் செலுத்தி அடக்கியாளும் விசித்திரம் நடக்கிறது. மற்றமையால் கட்டமைக்கப் படும் சுயங்கள் மற்றமையையே ஒடுக்கும் சுயங்களான ஹிட்லர் போன்றவர்களாக மாறும் நகைமுரண் விசித்திரமான விஷயம்தான் இல்லையா? இந்த விசித்திரத் தன்மையை லக்கான் தனது கோட்பாட்டின் மூலம் எடுத்துரைப்பதாக நாம் பொருள்படுத்திக்கொள்ள முடியும்.

12

பின்நவீனத்துவமும் பெண்ணியமும்

சார்த்தர், பிராய்ட், லக்கான் போன்றவர்கள் தங்கள் கோட்பாடுகளில் ஆண்களை மட்டுமே மையப்படுத்தியவர்கள். பெண்களை இவர்கள் பொருட்படுத்தவில்லை. லக்கான் ஒருபடி மேலே போய், 'பெண் என்று யாரும் இல்லை' என்று சொன்னார்.

இதுபோன்ற விஷயங்கள் பெண்களைச் சிந்திக்க வைத்தன.

அர்த்தம் என்பது ஏற்கெனவே எந்த ஒரு பொருளுக்கும் இதுதான் என்று நிச்சயப்படுத்தி நிர்ணயிக்கப்பட்ட விஷயம் அல்ல. நமது சமூகம், கலாச்சாரம், வாழும் சூழல் ஆகிய அமைப்பின் ஒரு பகுதிதான் அர்த்தம் ஆகும். அந்த அர்த்தத்தை மொழி தாங்கி நிற்கிறது என்று அமைப்பியல் சொல்கிறது. எனவே அடையாளம் என்று இயல்பிலேயே எதுவுமில்லை. அது கட்டமைக்கப்படுவதே. நிலையான அர்த்தமோ உண்மையோ என்று எதுவும் இல்லை. இது பெண்களுக்கும் பொருந்துமே.

இந்தக் கோட்பாடு பெண்களை விழிப்படையச் செய்தது. காலங் காலமாக வரலாறு முழுக்கப் பெண் என்பவளைப் பற்றி அடையாளப் படுத்தப்பட்டு வந்த பழைய கருத்தியல் கேள்விக்குள்ளாக்கப்பட்டது.

தெரிதா மேற்கொண்ட மையத்தின் மீதான தாக்குதல்; ஃபூக்கோவின் புறக்கணிக்கப்பட்ட வரலாறு பற்றிய உரையாடல்; லக்கானின் சுயம் என்பதே மற்றமையால் கட்டமைக்கப்பட்டது என்ற கோட்பாடு போன்றவை புதிய பெண்ணியவாதிகளை உருவாக்கின.

பெண்ணுக்கென்று வரலாற்றில் தனித்த இடம் ஏதும் தரப்பட வில்லை. பெண்கள் தேவதையாக, நைட்டிங்கேல் பறவையாக, மர்லின் மன்றோ போன்ற அழகின் உருவங்களாக, நீதிதேவதை, சுதந்திரதேவி போன்ற ஆகுபெயர்களாக மட்டுமே ஆணின்

விருப்பத்துக்கேற்ப வடிவமைக்கப்பட்டார்கள். பெண் என்பவள் ஆணின் ஆசைக்குரிய பொருளாக மட்டுமே பார்க்கப்பட்டாள். வரலாறு என்பது ஆண்களைப் பற்றி ஆண்களால் எழுதப்பட்டது. அதில் பெண்களுக்கு இடமில்லை.

உண்மையில் பெண் விடுதலை என்பது பின்நவீனத்துவம் கண்டு பிடித்த விஷயம் அல்ல. அது நவீனத்துவ யுகத்திலேயே துளிர்விட்டுத் தோன்றிவிட்டது.

1792இல் அமெரிக்காவில் மேரி உல்ஸ்டன் க்ராப்ட் என்பவர் பெண்களின் உரிமைகளை நிறுவுதல் என்ற நூலை எழுதினார். அதில், 'அமெரிக்கச் சுதந்திர அறிக்கை ஆண்களுக்கான சுதந்திரத்தைப் பற்றித்தான் பேசுகிறது. பெண்களைப் பற்றி மௌனம் சாதிக்கிறது. எனவே, அதைப் பெண்களுக்கான அறிக்கையாகவும் விரிவுபடுத்த வேண்டும்' என்று கோரிக்கை விடுத்தார்.

அவர் காலத்திலிருந்தே பெண்விடுதலை என்பது இரண்டு விதமான தேர்வுகளைக் கொண்டதாக இருந்தது.

ஒன்று: ஆண்களுடன் சம உரிமைகளுடன் சேர்ந்து வாழ்வது.

இரண்டு: ஆண்களைப் பிரிந்து சுதந்திரமாகத் தனித்து வாழ்வது.

நவீனத்துவ யுகம் முழுக்கவே இந்த இரண்டு தேர்வுகளும் புழக்கத்தில் இருந்தன; நடைமுறையில் சிக்கல்களை ஏற்படுத்தின.

முதல் தேர்வு வெறும் கொள்கை அளவிலேயே இருந்தது. நடை முறைப்படுத்தப்பட முடியவில்லை.

இரண்டாவது தேர்வு பெண்களின் ஓரினப்புணர்ச்சியை நியாயப் படுத்துவதாக இருந்தது.

இந்த இரண்டுமற்ற மூன்றாவது தேர்வை ஜூலியா கிறிஸ்தேவா அறிமுகப்படுத்தினார். அது பின்நவீனத்துவ பெண்ணியத்தை அறிமுகப் படுத்தியது.

ஏற்கெனவே பெண்ணியம் தொடர்பான சில கேள்விகளை பிரெஞ்சு தத்துவ அறிஞர் சீமோன் தி பூவா தனது புகழ்பெற்ற இரண்டாவது பாலினம் என்ற நூலில் எழுப்பியிருந்தார்.

'வரலாற்றில் பெண்கள் இரண்டாவது பாலினமாக்கப்பட்டார்கள். ஆண்களால் வடிவமைக்கப்பட்ட உலகுக்குள் பிரவேசிக்கும் பெண்கள் ஆண்களால் வரையறுக்கப்படுகிறார்கள். இச்சூழ்நிலையில் பெண் களான நாங்கள் எவ்வாறு சுதந்திரமானவர்களாக இருக்க முடியும்?' என்று கேட்டார் பூவா.

இதுபோன்ற பெண்ணியப் பிரச்சினைகளை எழுப்பியதற்காக லியூஸ் இரிகரே என்ற பிரெஞ்சு உளவியலாளர் உளவியல் பகுப்பாய்வுப் பள்ளியிலிருந்து நீக்கப்பட்டார். அது லக்கான் ஆரம்பித்து வைத்த உளவியல் பள்ளியாகும்!

இந்த நிகழ்ச்சி பிரெஞ்சு உளவியல் துறையில் பரபரப்பை ஏற்படுத்தியது.

பல்கேரியாவைச் சேர்ந்த ஜூலியா கிறிஸ்தேவா ஒரு மொழி யியலாளர்; உளப்பகுப்பாய்வாளர். இவர் இரிகரேயின் தரப்பு நியாயத்தை உணர்ந்தார். பிராய்ட், லக்கான் போன்றவர்கள் வைக்கும் சுயம் பற்றிய விவரணைகள் ஆண்களுக்கானவை; பெண்களை வெளியேற்றுபவை என்பதை அறிவித்தார்.

கிறிஸ்தேவா 'பெண்' என்று வகைமைப்படுத்துவதையே எதிர்த்தார். பெண் என்ற பெயரால் ஒரு பாலினத்தை நிரந்தரப் படுத்துவது; 'அத்தியாவசியமான பெண்' என்று உருவகப்படுத்துவது போன்றவற்றைக் கடுமையாகச் சாடினார்.

லக்கான் சொன்ன 'பெண் என்று யாருமே இல்லை' என்ற வாக்கியத்தைக் கிண்டலடித்தார்.

'வாஸ்தவம்தான். பெண் என்று யாரும் இல்லை. ஏனெனில், அவர்கள் இப்போதுதான் உருவாக்கத்தில் இருக்கிறார்கள்' என்றார்.

உளவியல் பகுப்பாய்வுகள் ஆண் சார்ந்தவையாக இருப்பதற்குக் காரணம் அடிப்படையிலேயே அவை அவ்விதம் கட்டமைக்கப் பட்டிருப்பதுதான்.

சரி, பெண் ஏன் உளவியலில் இடம் பெறாமல் போனாள்?

உளவியல் இன்பம்ய்வலி போன்ற எதிர்நிலைகளால் கட்டமைக்கப் பட்டது. இதில் இன்பம் என்பது உடலுறவு இன்பத்தை முக்கியமான அளவுகோலாக வைக்கிறது. ஆணின் உடலுறவு இன்பம் ஆணுறுப்பு சம்பந்தப்பட்டது. ஆணுறுப்பு தரும் இன்பம் ஓர் ஆரம்பம், ஒரு நடுப் பகுதி, ஒரு முடிவு போன்ற மூன்று நிலைகளாக வரையறுக்கப் பட்டுள்ளது. ஆணுக்கு ஆண்குறி இருப்பது போன்ற வரையறுக்கப் பட்ட இன்ப உறுப்பு ஏதும் பெண்ணுக்கு இல்லை. இதனால் அவளது இன்பம் வரையறுக்க இயலாததாக இருக்கிறது. பெண்ணின் உடல் இன்பம் சுருள் சுருளாக உடம்பு முழுக்கப் பரவி வியாபித்து அளக்க முடியாதபடி இருக்கிறது. ஆரம்பம் எது, முடிவு எது என்று கண்டுபிடிக்க இயலாததாக இருக்கிறது. முடிவற்றதாக இருக்கிறது.

அவளது இன்பம் இவ்வாறு வரையறுக்க இயலாததாகப் புதிர்த்தன்மை கொண்டதாக இருப்பதால் உளப்பகுப்பாய்வில் பெண் உளவியல் என்று எதையும் நிர்ணயிக்க முடிவதில்லை. தவிரவும் ஆண் குழந்தைக்கும் தாய்க்கும் உள்ள உறவை ஈடிபஸ் காம்ப்ளக்ஸ் என்று பிராய்டும், லக்கான் போன்றவர்களும் ஆணின் பார்வையில் வரையறுக்கிறார்கள். அதுபோல் பெண் குழந்தைக்கும் தாய்க்கும் உள்ள உறவைக் குறிக்கும் 'காம்ப்ளக்ஸ்'கள் ஏதும் கவனப்படுத்தப் படவில்லை. உளவியலில் பெண்ணுக்கு இடமில்லாமல் போவதற்கு இதுவும் ஒரு காரணம். இதனால்தான் பெண் என்பவள் உளவியல் பகுப்பாய்வைப் பொறுத்தவரை இல்லாதவளாக இருக்கிறாள்.

இந்தக் கருத்தைத்தான் ஜூலியா கிறிஸ்தேவா எதிர்த்தார்.

'பெண் என்ற கருத்தியலை கட்டவிழ்ப்பு செய்ய வேண்டும். பெண் என்பதற்கு ஏற்கெனவே நிர்ணயித்துள்ள அர்த்தங்களை கொட்டிக் கவிழ்க்க வேண்டும். பெண்ணைப் பற்றிய மரபார்ந்த புனைவைத் தகர்த்து ஒரு புதிய பார்வையை மீட்டுருவாக்கம் செய்யவேண்டும். அப்போதுதான் 'இல்லாதவளாகிப் போன பெண் இருத்தலுக்கு உட்பட முடியும்' என்பதுதான் பெண்ணியம் சார்ந்த பின்நவீனத்துவ நிலைப்பாடு எனலாம்.

13
மூன்று மரணங்கள்

இது ஊடகங்களின் யுகம், நமது இருண்ட அறைகளை இந்த ஊடகங்கள் ஒளியால் நிரப்புகின்றன. குளிர்ந்த மின் கதிர்கள் சதா நம்மைத் துளைத்தபடி இருக்கின்றன. இந்த அபாயகரமான கவர்ச்சிக்கு நம்மை நாம் ஒப்புக்கொடுத்திருக்கிறோம். இந்தச் சூழ்நிலையில் நம்மையுமறியாமல் நமது யுகம் மூன்று மரணங்களைச் சந்தித் திருக்கிறது என்பதை நாம் அறிவோமா?

1. நவீனத்துவத்தின் மரணம்
2. உண்மையின் மரணம்
3. செக்ஸின் மரணம்

பின்நவீன யுகத்தில் உண்மை இறந்துபோய்விட்டது. இங்கு எதுவுமே நிஜமில்லை. டீவி, கம்ப்யூட்டர், சினிமா, பத்திரிகைகள், விளம்பரங்கள் போன்ற எல்லாமே நகல்களின் பிம்பங்களைப் பொழிந்தபடி இருக்கின்றன. நகல் உண்மைகளின் (ஹைப்பர் ரியல்) தாக்குதல்களுக்கு எதிர்ப்பின்றி நாம் ஆளாகிக்கொண்டிருக்கிறோம். நகல்கள்தான் நமது காலத்தின் உண்மைகள் என்று அறிவித்த ழீன் பொத்ரியார் ஒரு பிரெஞ்சுக்காரர்.

ஓநாய்க் கூட்டத்துக்கு மத்தியில் விடப்படும் ஒரு குழந்தை எப்படி ஓநாயின் தன்மைகளோடு வளருமோ அதேபோல் பின்நவீன யுகத்தில் வாழ நேர்ந்த மனிதனும் பின்நவீன மனிதனாக வாழ்ந்து கொண்டிருக் கிறான். நுகர் பொருள்களால் நிரம்பி வழியும் பின்நவீன யுகத்தில் மனிதனும் ஒரு பொருளாகவே மாறிவிட்டான். பின்நவீன யுகம் நம்மை நுகர்பொருட்களை வாங்கிக் குவிக்க வைக்கிறது. ஆனால் குவிக்கப் பட்ட நுகர்வுப் பொருட்கள் நம்மை மகிழ்ச்சியில் ஆழ்த்துவதில்லை.

கார்ல் மார்க்ஸின் கருத்தியலின்படி ஒவ்வொரு பொருளுக்கும் ஒரு பயன்படும் மதிப்பு (யூஸ் வேல்யூ) இருக்கிறது. ஒரு கார் என்பது பயன்படும் மதிப்புக் கொண்டது. ஏனெனில், அது நம்மை விரும்பும்

இடங்களுக்குக் கொண்டுசெல்கிறது. மேலும், கார் என்பது செலாவணி மதிப்புகொண்டதாக மாறிவிடுகிறது என்பது மார்க்ஸின் கருத்து.

ஆனால், மார்க்ஸின் இந்த ஆய்வு போதாமையுடன் இருக்கிறது. இதில் ஒரு பண்டத்தின் பெறுமான மதிப்பைப் பற்றி மட்டுமே பேசப் படுகிறது. ஆனால் உண்மையில் பெறுமான மதிப்பைவிட அதன் அர்த்தம் தரும் மதிப்பு அதிகமாக இருக்கிறது. வார்த்தைகள் மற்றும் டிராபிக் விளக்குகள் போன்றவைப் போலவே பண்டங்களுக்கும் அர்த்தம் உண்டு என்பது பொத்ரியார் முன்வைக்கும் கருத்து.

பண்டங்கள் வெறும் பயன்பாட்டுக்கான பொருட்கள் மட்டும் அல்ல. அதையும் மீறிய நுட்பமான அர்த்தங்கள் தருபவையும்கூட. சமூகம் நம் ஒவ்வொருத்தரையும் சக மனிதனிலிருந்து வித்தியாசப் படுத்திக் காட்டிக்கொள்ள விரும்பும் விழைவை நம்முள் பதித்திருக்கிறது. மயிலைப் போலவே வான்கோழியும் ஒரு பறவை. இரண்டும் தனித்தன்மை வாய்ந்த இரண்டு பறவைகள். ஆனால் சமூகத்தின் வகைப்படுத்தும் பொதுப்புத்தி மயில் சிறந்தது, வான்கோழி மட்டமானது என்று வகைப்படுத்தி வைத்திருக்கிறது. இதனால்தான் 'கானமயிலாடக் கண்டிருந்த வான்கோழி' போன்ற பாடல்கள் தோன்றுகின்றன.

நம் சமூகத்தில் ஒரு நுகர்வாளர் கார் வாங்க விரும்பினால் அந்த விருப்பம் காரையும் தாண்டி வேறு ஒன்றை வாங்குவதில் போய் முடி கிறது. அவர் மாருதி காரை வாங்குவதைவிட லான்ஸர், டொயோட்டா போன்றவற்றை வாங்குவதையே பெரிதும் விரும்புகிறார். ஏனெனில், மாருதி கார் வாங்கினால் பத்தோடு பதினொன்றாகத் தான் ஆகி விடுவோமோ என்று அஞ்சுகிறார். டொயோட்டா வாங்கினால்தான் சமூகத்தில் நாலுபேர் நம்மை மதிப்பார்கள், பிரமிப்பார்கள் என்று நம்புகிறார்.

மார்க்ஸ் பொருளின் பெறுமதிப்பை மட்டும் பார்த்தாரே தவிர அதன் அர்த்தம் தரும் இந்தக் குறியீட்டுத் தன்மையைக் கணக்கில் எடுத்துக் கொள்ளவில்லை. ஏனெனில், அப்போது இந்த உளவியல் வளர்ச்சி அடையவில்லை.

ஒரு பொருளின் பயன் மதிப்பைவிட அதன் அர்த்தம் முக்கியத்துவம் வாய்ந்ததாக இருக்கிறது. மாருதி கார் வான்கோழியின் அர்த்தத்தையும் டொயோட்டா மயிலின் அர்த்தத்தையும் கொண்டிருப்பதாகப் பொதுப் புத்தி நினைக்கிறது. எனவே நுகர்வு என்பது வெறும் நுகர்வு மட்டுமல்ல. அதில் ஒரு மறைமுகமான விழைவு ஒன்றும் இருக்கிறது.

எல்லாக் கார்களும் பயன்பாட்டில் ஒன்றுதான். இதில் உயர்வு தாழ்வு என்ற பேதங்கள் இல்லை. ஆனால், மனித மனத்தின் பொதுப்புத்தி இது போன்ற பொய்யான பேதங்களைக் கட்டமைக்கிறது.

புதிதாக டொயோட்டா கார் வாங்கும் ஒருவன் உடனேயே அதில் ஏறி கடை, நீச்சல்குளம், குழந்தைகள் படிக்கும் பள்ளிக்கூடம், உற்றார் உறவினர் வீடுகள் என்று சகல இடங்களுக்கும் போகிறான். அனைவரையும் பிரமிக்க வைக்கிறான். அளவற்ற ஆனந்தம் அடைகிறான். கொஞ்ச நாட்களிலேயே இதில் அவனுக்குச் சலிப்புத் தட்டிவிடுகிறது. எந்த நுகர்பொருள் அவனை வித்தியாசப்படுத்திக் காட்டி மகிழ்வித்ததோ அந்த மகிழ்ச்சி போய்விடுகிறது. நுகர்வெளி அவனைக் களைத்துப் போகச் செய்துவிடுகிறது. இதனால் விரைவிலேயே அந்த நுகர்பொருள் அவனது மகிழ்ச்சியை இல்லாமலாக்கிவிடுகிறது. போதாக்குறைக்கு இன்னொருவன் இதைவிடச் சிறந்த காரை வாங்கும்போது இவன் துயரத்தில் மூழ்க வேண்டியதாகிவிடுகிறது.

பின்நவீன சமூகம் இத்தகைய மகிழ்ச்சியின்மையில் உழன்று கொண்டிருக்கிறது.

கம்ப்யூட்டர்களாலும், டீவிகளாலும் ஆளப்படும் பின்நவீன சமூகமானது ஒரு புதிய உண்மைக்குள் பிரவேசித்திருக்கிறது. அதன் பெயர் நகல் உண்மை. அந்த நகல் உண்மைகளைப் பற்றிய விவரணை இருக்கிறது. அதுதான் 'நகல் உண்மைகளின் வரிசை.'

'சிமுலாக்ரா' எனப்படும் வார்த்தைப் பிரயோகம் உண்மையான பொருட்கள் மற்றும் சம்பவங்களின் நகல்களைக் குறிக்கிறது. (சிமுலாக்ரம் என்பது ஒருமை. 'சிமுலாக்ரா' என்பது பன்மை.)

உண்மைக்கும் போலி செய்யப்பட்ட உண்மையின் நகல்களுக்கும் உள்ள உறவு வரலாறுதோறும் உருவாகி வந்துள்ளது.

பண்டைய மேற்கத்தியச் சமூகங்களில் ஒரு நாட்டு இளவரசி மாளிகையின் உப்பரிகையில் வந்து நிற்பாள். சாலையில் போகும் வேற்று நாட்டு இளவரசன் அவளைக் கண்டு ஏங்குவான். உப்பரிகையில் சரேலென்று தோன்றி மறையும் அவள் முகம் இவனைக் காதல் நோயால் துன்புறுத்தும். அவள் நின்றுவிட்டுப்போன உப்பரிகையும், உப்பரிகையின் கைப்பிடிச் சுவரும் அவனைப் பொறாமைப்பட வைக்கும். நான் அந்த உப்பரிகை யின் கைப்பிடிச் சுவராக இல்லையே என்று ராஜகுமாரன் ஏங்குவான். மிதிலையில் சீதை உப்பரிகையில் நின்றுகொண்டுதானே ராமனை வைத்தகண் வாங்காமல் பார்த்து ஏங்கினாள்.

இன்றைக்கு நிலைமை அப்படி இல்லை. பெண்கள் உப்பரிகையில் சரேலென்று தோன்றி மறைவதில்லை. மாறாக நம் வரவேற்பறையில் எம்டீவி, எஃப்டீவி போன்ற சேனல்களில் அரை நிர்வாணமாக, முக்கால் நிர்வாணமாக வந்து போகிறார்கள். உலகில் எத்தனை விதமான மார்பகங்கள் உண்டோ அத்தனை விதங்களையும் எம்டீவியும் எஃப்டீவியும் பார்வையாளனுக்குக் காட்டுகின்றன. காம உறுப்புகளைப் பார்வையாளனின் முகத்தில் கொண்டுவந்து தேய்க்கின்றன. சினிமா, பத்திரிகை, விளம்பரங்கள் எங்கும் செக்ஸ் செக்ஸ்... எல்லா இடங் களிலும் செக்ஸ் இறைந்து கிடப்பதால் செக்ஸ் எந்த இடத்திலும் இல்லாமல் போய்விட்டது. எனவே செக்ஸ் இறந்துவிட்டது. உண்மை செக்ஸை நகல் செக்ஸ் ஆக்ரமித்துவிட்டது.

சிமுலாக்ராவை இரண்டு வகைகளாகப் பிரிக்கிறார் பொத்ரியார்.

ஒன்று: பிளாஸ்டிக் பொருட்கள். இவை ஒரே மாதிரியான மாடல் பொருட்களை எண்ணற்ற அளவில் நகல்களாகப் பெருக்கித் தள்ளுகின்றன.

இரண்டு: ஒரே மாதிரியான கார்கள்; லியனார்டோ டாவின்ஸி வரைந்த மோனலிசா ஓவியத்தின் லட்சக்கணக்கான நகல்கள். கலை என்பது சந்தைக்கான நகல்களாக மாறிப்போனது.

நமது வாழ்க்கையில் எல்லாவற்றுக்கும் மாடல் தேவையாக இருக்கிறது. யோகா செய்வது எப்படி? சமைப்பது எப்படி? முப்பது நாட்களில் இந்தி கற்றுக்கொள்வது எப்படி? போன்ற புத்தகங்கள் தேவைப் படுகின்றன. கருத்துக்கணிப்புகள். டாக்-ஷோ எனப்படும் டீவி நிகழ்ச்சிகள் நமக்கு வேண்டி இருக்கின்றன. நமது தேர்வு ஆம் அல்லது இல்லை என்ற இரட்டை எதிர்நிலைத் தேர்வால் கட்டமைக்கப்பட்டிருக்கிறது.

கருத்துக் கணிப்பாளர்கள் கதவைத் தட்டுகிறார்கள்.

'எந்த சோப் உபயோகிக்கிறீர்கள், லக்ஸையா அல்லது சிந்தாலையா?'

'எந்தக் கட்சிக்கு ஓட்டுப் போடப் போகிறீர்கள்? திமுக கூட்டணிக்கா அல்லது அதிமுக கூட்டணிக்கா?'

'எந்த நடிகரை உங்களுக்குப் பிடிக்கும்? ரஜினியா, கமலா?'

இப்படி நமது விருப்பங்கள் இந்த இரட்டை எதிர்நிலைகளுக்குள் மட்டுப்படுத்தப்பட்டுவிடுகின்றன. இதைத் தாண்டிப் போக நம்மால் முடிவதில்லை. அதற்கான இடமும் இல்லை.

எந்த ஆட்சி நமக்கு வேண்டும் என்ற விருப்பத்தைவிட, ஓட்டுச் சீட்டில் அச்சிடப்பட்டிருக்கும் தேர்தல் சின்னங்களுக்குள் ஏதாவது

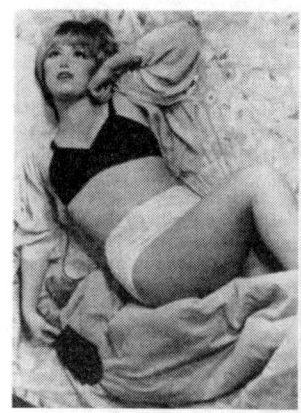

ஒன்றை மட்டும் தேர்ந்தெடுத்து அதில் முத்திரை குத்தும் விருப்பம் முக்கியமானதாக இருக்கிறது. வோட்டுச் சீட்டிலுள்ள எந்த முத்திரைக் குரிய கட்சியையும் நாம் விரும்பாவிட்டாலும் ஏதாவது ஒன்றைத் தேர்ந்தெடுக்குமாறு நாம் நிர்ப்பந்திக்கப்படுகிறோம்.

உண்மையைத் துறந்துவிட்டு நகல் உண்மைக்குக் கட்டுப்படுகிறோம்.

'பின்நவீனத்துவ யுகம் உண்மை என்ற விஷயத்தையே தூக்கி எறிந்து விட்டது' என்கிறார் பொத்ரியார்.

மடோன்னாவின் மார்பகங்களும் தொப்புளும் டீவியில் குலுங்கும் போது இது மடோன்னாவின் அசல் உறுப்புக்களை விடவும் செக்ஸ் ததும்புபவையாக இருக்கின்றன. கிளர்ச்சியூட்டுகின்றன. எனவே இந்த நகல் உறுப்புகள் அசல் உறுப்புகளைவிட வீரியம் மிக்கவையாக இருக்கின்றன. இதனால் நகல் உண்மை நிஜ உண்மையைவிட உண்மை யானதாக மாறிவிடுகிறது. அதேசமயத்தில் தொடர்ந்து இவை நம்மீது தாக்குதல் நடத்திக்கொண்டே இருக்கும்போது மெள்ள மெள்ளத் தங்கள் வசீகரத்தை இழந்து சலிப்பூட்டவும் செய்கின்றன. நாளடைவில் கிளர்ச்சி போய் எரிச்சல் மட்டுமே மிஞ்சுகிறது.

இந்த இடையறாத பிம்பங்களின் பொழிவு நம் மனத்தை ஹிப்னடைஸ் செய்துவிடுகிறது. இதனால் நகல்களை உண்மைகள் என்று நம்ப ஆரம்பித்துவிடுகிறோம்.

இதற்கு உதாரணமாக ஒரு சுவாரஸ்யமான நிகழ்ச்சியைச் சொல்லலாம்.

1977-80 ஆண்டுவாக்கில் 'பெயரிடப்படாத ஒரு திரைப்படத்தின் ஸ்டில்கள்' என்ற தலைப்பில் ஒரு பெண்ணின் புகைப்படங்கள் வெளியாயின.

ஒரு திரைப்படக் கதாநாயகியின் சில போஸ்கள் அந்த ஸ்டில்களில் பதிவு செய்யப்பட்டிருந்தன.

மேற்கண்ட ஸ்டில்களில் இருக்கும் கதாநாயகி யார்? இது எந்தப் படத்துக்காக எடுக்கப்பட்ட ஸ்டில்கள் என்று பலரிடம் கேட்கப்பட்ட போது அனைவரும் இந்தப் படத்தையும் இந்தக் கதாநாயகியையும் தாங்கள் ஏற்கெனவே பாத்திருப்பதாகவே சொன்னார்கள். ஆனால் ஞாபகத்துக்கு வரமாட்டேன் என்கிறது என்றார்கள்.

'இரு ஒரு ஹிட்ச்காக் படம்.'

'மைக்கேலேஞ்சலோ அண்டோனியோனியின் படம்.'

'இந்தக் கதாநாயகி... ஆங்...'

'பெயர் சட்டென்று வரமாட்டேன் என்கிறதே...'
என்று சொல்லிவிட்டுக் குழம்பினார்கள்.

உண்மை என்னவென்றால் இது சிண்டி ஷெர்மான் என்ற பெண்ணின் புகைப்படங்கள். அந்தப் பெண் ஒரு புகைப்படக் கலைஞர்.

ஒரு நடிகையைப் போல் போஸ் கொடுத்துத் தன் படங்களைத் தானே எடுத்துக்கொண்டார். அந்தப் படங்கள்தான் மேலே இருப்பவை. சினிமாவுக்கும் இவற்றுக்கும் துளியும் சம்பந்தம் இல்லை. ஏகப்பட்ட திரைப்படங்கள், டீவி தொடர்களைப் பார்த்துப் பார்த்து ஹிப்னடைஸ் ஆன நம் மனத்துக்கு இந்தப் படங்கள் ஏதோ ஒரு ஹிட்ச்காக் படத்திலிருந்தோ அல்லது அண்டோனியோனியின் படத்திலிருந்தோ எடுக்கப்பட்ட ஸ்டில்கள் போல் தோற்றமளிக் கின்றன. இந்தப் படங்களில் நாம் சிண்டி ஷெர்மானைப் பார்ப்பது இல்லை. ஒரு நடிகை நமக்கு மிகப் பரிச்சயமான தோற்றத்தில் தோன்றுகிறாள் என்றே நினைக்கிறோம். பழைய ப்ரிஜிட் பார்டாட், ஸோபியா லோரன் நடித்த படங்களை நாம் பார்த்திருப்பதால் இத்தகைய பிரமை (நகல் உண்மை) நமக்குத் தோன்றுகிறது. சிண்டி ஷெர்மான் உண்மை. இந்தப் படங்கள் நகல் உண்மை அல்லது அதீத உண்மை.

இப்படி அதீத உண்மை பற்றிப் பேசும் பின்நவீனத்துவம் அதீத இடங்களைப் பற்றியும் பேசுகிறது. பின்நவீனத்துவவாதிகளில் ஒருவரான பிரெடரிக் ஜேம்சன் பிந்தைய முதலாளித்துவம் உருவாக்கி யிருக்கும் பெரிய பெரிய ஹோட்டல்களும் வணிக வளாகங்களும் அதீத இடங்கள் என்கிறார். அமெரிக்காவில் லாஸ் ஏஞ்ஜெல்ஸில் இருக்கும் போனா வென்சுரா ஹோட்டலையும், லண்டனில் இருக்கும் பார்பிகன் சென்டரையும் மனிதன் 'தொலைந்து போகும்' இடங்களாக அவர் பார்க்கிறார்.

சென்னையில் இருக்கும் ஸ்பென்ஸர் ப்ளாஸா போன்ற வணிக வளாகங்களையும் இவ்வாறு நாம் ஒப்பிட்டுப் பார்க்க முடியும். ஸ்பென்ஸர் ப்ளாஸாவில் நுழைந்து திரியும் ஒருவன் அந்தக் கட்டடத் தினுள் வழி எது, வாசல் எது என்று தெரியாமல் திண்டாடுவதை நாம் பார்க்க முடியும். எங்கே திரும்புவது, எப்படிப் போவது என்றே புரியாமல் பிரமை பிடித்து நிற்கும் தருணங்கள் அவனுக்கு அதிகம். புறப்பட்ட இடத்துக்கே மீண்டும் திரும்பிவரும் அசட்டுத்தனங் களும் அங்கே நிகழும். அந்தச் சூழ்நிலையில் 'தொலைந்து போகும்' தன்மையைப் பார்வையாளன் உணர்கிறான்.

மார்க் ஆஜ் என்ற பின்நவீன மானிடவியலாளர், பின்நவீன மனிதன் இடமற்ற இடத்தில் வாழ நேர்ந்தவன் என்கிறார்.

'இடம்' என்பது ஒரு மனிதன் பிறந்து வளர்ந்த இடம். அங்கேதான் அவனது முன்னோர்கள் வாழ்ந்து மரித்தார்கள். தன் பெற்றோர், சகோதர சகோதரிகளுடன் இவன் அங்கே வாழ்பவன். அந்த இடம் புவியியலில் ஒரு ஊர் என்றோ நாடு என்றோ அறியப்படுகிறது. அதற்கு வரலாற்றுடன் நேரடித் தொடர்பு உண்டு. பின்நவீன யுகம் அவனை அவனது இடத்திலிருந்து பிரித்து இடமற்ற இடத்துக்கு அனுப்புகிறது.

அகதி முகாம்கள், நட்சத்திர ஹோட்டல்கள், சூப்பர் மார்க்கெட்கள், நீண்ட தூரம் பயணம் செய்யும்போது நடுவழியில் தங்க நேரும் விடுதிகள் போன்றவை இடமற்ற இடங்களாக இருக்கின்றன.

இதுபோன்ற இடங்களில் அவன் தங்க முடியும். உணவு உண்ண முடியும். செக்ஸ் உறவு வைத்துக்கொள்ள முடியும். ஆனாலும். இந்த இடம் அவனுடைய இடம் அல்ல. அதாவது ஒரு மனிதனின் பரிச்சய மான வாழ்க்கையை ஒட்டி வாழக்கூடிய இடங்களாக இவை இல்லை. இதனால்தான் அண்டார்டிகாவில் வாழ்ந்துகொண்டிருக்கும் ஒரு தமிழன் பனிப்பொழிவில் மூழ்கிக்கொண்டு தன் கம்ப்யூட்டரில் தென்னை மரங்களை வரைந்து பார்த்துத் தன் இடத்தை எண்ணி ஏங்குகிறான்.

இவனது குழந்தை ஆங்கிலம் பேசுகிறது. இவனது தங்கையின் குழந்தை ஜெர்மனியில் வாழ்வதால் ஜெர்மன் மொழி பேசி வாழ்கிறது. இவன் அண்ணன் குழந்தைகள் பிரான்ஸில் வாழ்வதால் பிரெஞ்சு மொழி பேசுகின்றன. இவர்கள் எப்போதாவது சந்திக்க நேரும்போது அந்நியர்களாக உணர்கிறார்கள். இவர்கள் அடையாளம் என்பது என்ன என்ற கேள்விக்குறி அனைவரையும் வியாபிக்கிறது. ஸ்தம்பிக்க வைக்கிறது. தாங்கள் இடமற்ற இடத்தில் சிதறடிக்கப் பட்டவர்கள் என்பதை அவர்கள் உணர்ந்துகொள்கிறார்கள்.

பிரெடரிக் ஜேம்சன் முதலாளித்துவத்தை மூன்று கட்டங்களாகப் பிரிக்கிறார்.

1700 முதல் 1850 வரையிலான காலகட்டம் தேசீய முதலாளித் துவத்தின் யுகம். இந்த யுகத்தில்தான் தேசீய முதலாளித்துவம் போட்டி களுக்கிடையே தனது சந்தையைத் தேசத்துக்குள்ளேயே விஸ்தரித்துக் கொண்டது. தன்னை வளர்த்துக்கொண்டது. இந்தக் கட்டம் யதார்த்த வியலின் கட்டமும்கூட. அப்போதுதான் யதார்த்த நாவல்கள் தோன்றின.

இரண்டாவது கட்டம், முதலாளித்துவத்தின் அடுத்தகட்ட வளர்ச்சி யைக் காட்டுகிறது. தேசீய முதலாளித்துவம் தனது எல்லையைப் பிற தேசங்களுக்கும் விரிவுபடுத்திய யுகம் அது. அப்போதுதான் புதிய முதலாளித்துவம் தோன்றியது. அதன் பெயர் ஏகாதிபத்தியம். இது நவீனத்துவ யுகம். அப்போது நவீனயுகத்தின் அந்நியமாதல், அடையாளம் தொலைத்தல், தனிமை போன்ற கருக்களில் புனைவுகள் எழுதப் பட்டன. வான்கோவின் புகழ்பெற்ற ‘பூட்ஸ்’ ஓவியம் அப்போது வரையப்பட்டதுதான்.

மூன்றாவது, யுகம் ஏகாதிபத்தியத்திலிருந்து காலனி நாடுகள் விடுபட்ட பின்பு தோன்றியது. பின்காலனிய நாடுகளில் முதலாளித் துவம் மீண்டும் பன்னாட்டு முதலாளித்துவம் என்ற பெயரில் மறைமுக மாகப் படையெடுக்கும் யுகம். இது கோக்கோ கோலா, மக்டொனால்ட் உணவு விடுதிகள், எம்டீவி, நுகர்வோர் கலாச்சாரம் தீவிரப்படுத்தப் படும் யுகம். இதன் பெயர் பின்நவீன யுகம்.

பின்நவீன யுக மனிதர்கள் துண்டாடப்பட்ட சமூகத்தினராக, அந்நியப்படுத்தப்பட்டு விலக்கப்பட்டவர்களாக, சதா பிரமைகளில் வாழ்பவர்களாக இருக்கிறார்கள். இவர்களின் யதார்த்தம் என்பது பிம்பங்கள், கண்ணைக் கவரும் காட்சிகள், திகைக்க வைக்கும் செய்திகள், நுகர்பொருட்கள் என்று பிரமிப்பூட்டுவதாக வாய்த்திருக்கிறது. சந்தைக் கதைகள், இரண்டாம்தரத் திரைப்படங்கள், குவியும் விளம்பரங்கள், பாப் இசை, டிஸ்கொதே போன்றவை இந்த யுகத்தின் கேளிக்கைகளாக இருக்கின்றன. பின்நவீன யுகத்தின் கலாச்சாரம் நம்மைத் தலைசுற்ற வைப்பதாக இருக்கிறது.

இப்படிப்பட்ட குழப்பமான சூழலில் எள்ளல் தன்மையும் பகடித் தன்மையும் கொண்ட மொழியால் மட்டுமே நம்மால் சராசரி மன நிலையை எய்த முடியும் என்கிறார் ஜேம்சன்.

14

மரங்கள் வேண்டாமே

காலங்காலமாக நமது தத்துவம், அறிவியல், வரலாறு போன்ற எல்லாமே மரங்களாக உருவாக்கப்படுத்தப்படுகின்றன. 'குடும்ப மரம்' 'வரலாற்று மரம்', 'மரபணு மரம்' என்று எல்லாமே மரங்களாக வர்ணிக்கப் படுகின்றன.

அதாவது பூர்வாங்கமாக ஒரு விஷயம் இருக்கும். அதிலிருந்து ஒவ்வொன்றாகக் கிளைகள் பரப்பி ஒரு மரம் உருவாகும்.

உதாரணத்துக்கு ஒரு கம்யூனிஸ மரத்தைப் பார்ப்போம்.

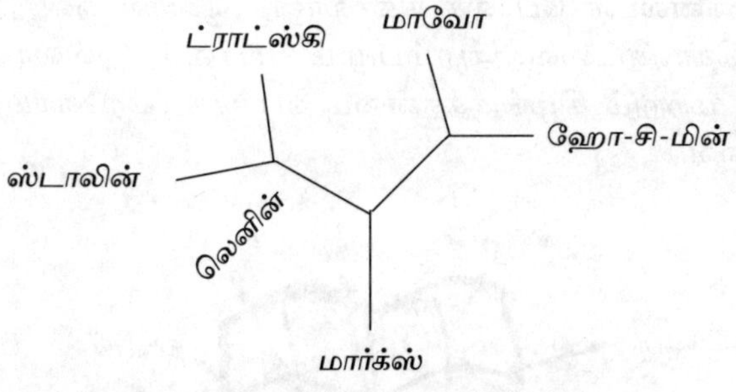

```
         ட்ராட்ஸ்கி    மாவோ
                \      /
                 \    /
ஸ்டாலின் ────────\  /──────── ஹோ-சி-மின்
                  \/
                லெனின்
                  |
                  |
                மார்க்ஸ்
```

நவீனத் தமிழ் இலக்கிய மரம் இப்படி இருக்கும்:

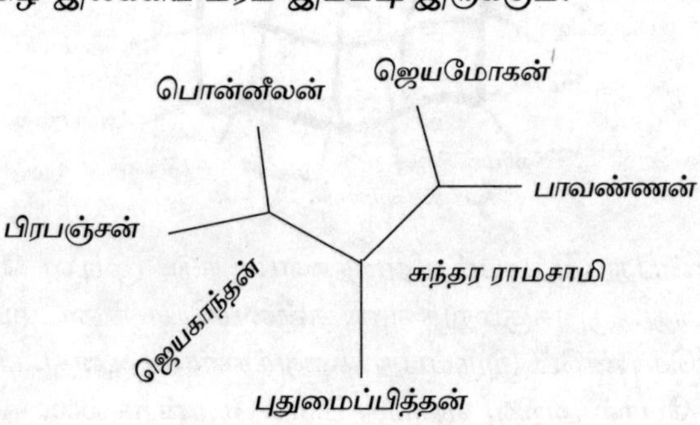

```
         பொன்னீலன்    ஜெயமோகன்
                \      /
                 \    /
பிரபஞ்சன் ───────\  /──────── பாவண்ணன்
                  \/
                  /\  சுந்தர ராமசாமி
          ஜெயகாந்தன்
                  |
              புதுமைப்பித்தன்
```

இப்படி எந்த ஒரு விஷயத்தையும் மரமாகப் பார்க்கும் பொதுப்புத்தி பிளேட்டோவால் ஆரம்பித்து வைக்கப்பட்டது. காலங்கள் தோறும் இதுபோன்ற புனைவு மரங்கள் கட்டமைக்கப்பட்டு வருகின்றன. இந்த மரபை பிரெஞ்சு பின்நவீனத்துவவாதிகளான கிலே தெலூஸும் ஃபெலிக்ஸ் கத்தாரியும் நிராகரிக்கிறார்கள். படிநிலை அமைப்பையும் எதிர்க்கிறார்கள்.

படிநிலை அமைப்பு

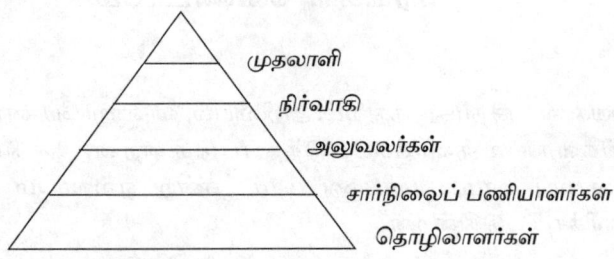

மனிதனின் சமூக உறவுகள் செங்குத்தானவை அல்ல. கிடைமட்ட மானவை. உள்ளார்ந்த இணைப்புகளால் ஆனவை. இணையதளத்தின் வலைப்பின்னல்கள் போலச் சிக்கலான, ஆனால் ஒன்றுக்கொன்று தொடர்புகொண்டவை. ஆரம்பமும் முடிவும் இல்லாத குறுக்கு மறுக்கான மற்றும் கிழங்குத்தன்மை வாய்ந்த (ரைஸோம்) வடிவம் கொண்டவை.

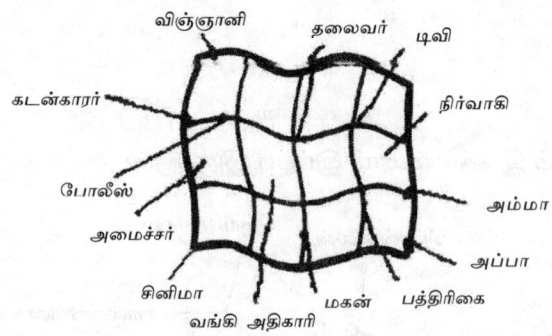

மரம் என்பது ஆரம்பம், அடித்தளம், நடு, முடிவு போன்றவை களால் ஆனது. குறுக்குமறுக்கான தன்மையோ கிடைமட்டமானது. தொடர்ந்துகொண்டே இருப்பது. கணுக்களால் ஆனது. பிளேட்டோ சொல்வது போல் அறிவு என்பது மரம் போன்றதல்ல. சமதளத்தால்

ஆனது. பிரபஞ்சத்தில் மேல் கீழ் என்று எதுவும் இல்லை. மையம், விளிம்பு இல்லை. குவாண்டம் அறிவியலின்படி சார்நிலை அணுத் துகள்கள் தங்களின் நிச்சயமற்ற தன்மையை நிரூபிக்கின்றன. ஏக காலத்தில் எல்லா இடங்களிலும் தோற்றமளிக்கின்றன. அந்தச் சார்நிலை அணுத்துகள் இருக்குமிடத்தை 'மேலே', 'கீழே' என்று எப்படி நிச்சயிக்க முடியாதோ அதைப் போலவே அறிவையோ, மனித உறவுகளையோ மேல்கீழ் வைத்துப் பார்ப்பது இயல்புக்கு எதிரானது.

உலகமே கிடைமட்ட நிலைமைக்கு இப்போது வந்துவிட்டது. நம் உள்ளூர் சூப்பர் மார்க்கெட்டிலேயே உலகமெங்கும் தயாரிக்கப்படும் பொருட்கள் கிடைக்கின்றன. தமிழ்ப்பையன் அமெரிக்க ஜீன்ஸை அணிந்துகொண்டு சீன உணவைத் தின்றபடி லத்தீன் அமெரிக்க இசையைக் கேட்கும் யுகம் இது. அவனது காகேஷிய வெள்ளைக்காரக் காதலியோ தனது கருப்பையில் இவனது திராவிடக் கருவைச் சுமந்தபடி சன் டீவியில் தேவாவின் கானா பாட்டைக் கேட்டு ரசித்துக் கொண்டிருக்கிறாள்.

எனவே பிரெடரிக் ஜேம்சன் சொல்வது போலப் பின்நவீன யுகம் நம்மைத் தலைசுற்ற வைப்பதாக இருக்கிறது.

இத்தகைய குழப்பமான கலாச்சாரச் சூழலில் எப்படி ஓர் எழுத்தாளன் தான் மட்டும் ஒரு மரபார்ந்த கதைக்கருவை வைத்துக்கொண்டு சாவதானமாக அத்தியாயம் அத்தியாயமாக ஒரு யதார்த்த நாவலை வரிசைக்கிரமமாக எழுதிச் சோம்பல் முறித்துக்கொண்டிருக்க முடியும்? அப்படிச் செய்யக்கூடிய எழுத்தாளன் ஒன்று பிடிவாதம் பிடிக்கும் வறட்டு ஆசாமியாக இருக்கவேண்டும்; அல்லது சந்தைக் கதை எழுதும் எழுத்து வியாபாரியாக இருக்கவேண்டும்.

வரிசைக்கிரமமாகக் கதைகள் எழுதும் முறை ஃப்ளாபே, ப்ரௌஸ்ட், ஜேம்ஸ் ஜாய்ஸ் போன்றவர்களின் காலத்திலேயே தகர்க்கப்பட்டது. அவர்களுக்குப் பிறகு இன்றைக்குப் பின்நவீன யுகம் பிறந்த பின்பும் தமிழ்ச்சூழலில் நான் யதார்த்தக் கதைகள்தான் எழுதுவேன் என்று ஸ்கூலுக்குப் போக மறுக்கும் குழந்தைகளைப் போல் அடம் பிடிப்பவர்கள், தீவிர இலக்கியவாதிகளாகவும் தங்களை அடையாளப் படுத்தியபடி இருக்கிறார்கள் என்பது விசித்திரமானது என்றே தோன்றுகிறது.

தெலூஸும் கத்தாரியும் பிரான்ஸ் காஃப்காவைக் குறுக்குமறுக்குத் தன்மை கொண்ட எழுத்தாளர் என்று சொல்லிக் கொண்டாடுகிறார்கள்.

காஃப்காவின் உருமாற்றம் சிறுகதை வழக்கமான கதைகளின் தன்மைகள் இல்லாதது. அவரது விசாரணை நாவலும் தலைப்புக்கேற்ப ஒருபோதும் தீர்ப்பைச் சென்று அடைவதில்லை. கோர்ட்வளாகத்தின் சந்து பொந்துகள், சுவாதீனமற்ற தாழ்வாரங்கள் போன்றவற்றை காஃப்கா விளக்கிச் சொல்கிறார். இவற்றில் கதாநாயகனான 'கே'க்கும் இதர கதாபாத்திரங்களுக்கும் இடையேயான உள்ளார்ந்த தொடர்புகள் இருக்கின்றன. ஆனால் பிரச்சினை மட்டும் முடிவுக்கு வருவதில்லை. எல்லாமே குறுக்குமறுக்காக இருக்கின்றன. அதிகார நிறுவனங்களுக்கும் சமூக உறவுகளுக்கும் இடையே இருக்கும் சிக்கல்கள், குழப்பங்கள் போன்றவை காஃப்காவால் இலக்கிய உலகில் ஒரு புதியவரை படத்தை உருவாக்கி இருக்கின்றன.

இந்த வரைபடத்தையொட்டி இன்னொரு பின்நவீனத்துவ வாதியான இஹாப் ஹஸன் நவீனத்துவத்துக்கும் பின்நவீனத்துவத் துக்கும் இடையே உள்ள வித்தியாசங்களை விளக்குகிறார்.

நவீனத்துவம்	பின்நவீனத்துவம்
உருவம்	எதிர்-உருவம்
நோக்கம்	விளையாட்டு
வடிவம்	சந்தர்ப்பவசம்
படிநிலை அமைப்பு	ஒழுங்கற்ற அமைப்பு
படைப்பு	நிகழ்வு
இருத்தல்	இல்லாதிருத்தல்
மையப்படுத்தல்	சிதறடித்தல்
வகைமை	பிரதி/ஊடிழைப்பிரதி
வேர்/ஆழம்	அடிநிலைத்தண்டு/ மேலீடான தளப் பரப்பு

மேற்கண்ட இஹாப் ஹஸனின் இரட்டை எதிர்நிலை, கலை, இலக்கியம், தத்துவம், அரசியல் போன்ற எல்லாவற்றுக்கும் பொருந்தும். ஓர் எளிய உதாரணத்தின் மூலம் இதை விளக்குவதற்காக இரண்டு தமிழ் நாவல்களை வைத்து ஒப்பிட்டுப் பார்ப்போம்.

மேற்கண்ட உதாரணத்தின்படி நவீனத்துவத்துக்கும் பின்நவீனத்துவத் துக்குமான வேறுபாடு ஆய்வுக்குட்படுத்தப்படுகிறது. இதன் பொருள் நவீனத்துவம் என்றால் அது 'இன்னமாதிரி' என்றும் 'பின்நவீனத்துவம்' என்றால் அது 'இன்னின்ன மாதிரி' என்றும் இலக்கணம் வரையறுக்கப்பட்டிருப்பதாக எடுத்துக்கொள்ளக்கூடாது. நவீனத்துவத்திலிருந்து பின்நவீனத்துவம் எப்படி வேறுபடுகிறது

சில நேரங்களில் சில மனிதர்கள்	அட்லாண்டிஸ் மனிதன் மற்றும் சிலருடன்
1. மரபார்ந்த உருவத்தில் அமைந்து இருக்கிறது. கதை ஆரம்பித்து, வளர்ந்து முடிகிறது. வரிசைக் கிரமமான அத்தியாயங்கள் கொண்டது. ஒரு கதை ஒரு முடிவு கொண்டது.	எதிர் உருவத்தில் அமைந்திருக்கிறது. அதாவது வரிசைக்கிரமமாக இல்லாமல் துண்டாடப்பட்ட அத்தியாய வரிசைகளால் ஆனது. அத்தியாயங்களை மாற்றிப் போடலாம். ஒரு கதைக்குப் பல முடிவுகள் இருக்கின்றன.
2. பெண் விடுதலை பற்றி தீவிரமான நாவலாக நிகழ்த்தப் பட்டிருக்கிறது.	இயல்களை சேர்த்துப் படித்தால் நாவலாகவும், தனித்தனியாகப் படித்தால் சிறுகதைகளாகவும் மாறி மாறித் தோன்றும். ஒரு கதையை மூன்றுபேர் சொல்லிக் கொண்டு செல்கிறார்கள். கதை கூறல் ஒரு விளையாட்டாக நிகழ்த்தப் பட்டிருக்கிறது.
3. மரபார்ந்த நாவல் வடிம்	கதை கூறலின் சிதறடிக்கப்பட்ட பாணியால் சந்தர்ப்பவசமாக அமைந்த வடிவம்.
4. நாவல் படிப்படியாக வளர்ந்து உருவானது.	முன்னும் பின்னுமாக நேரற்று அலைகிறது.
5. ஒரு படைப்பாக முன்வைக்கப்படுகிறது.	ஆரம்பமும் முடிவுமற்ற காலங்களை மீறிய ஒரு நிகழ்வாக முன்வைக்கப்படுகிறது.
6. ஆசிரியனின் இருத்தல் தெரிகிறது.	ஆசிரியன், விவரணையாளன், கதாபாத்திரம் என்ற பலருடைய குரல்களால், யாருடைய இருத்தலும் பிரதானப்படுத்தப் படாமல், மையம் இல்லாமல் போகிறது.
7. ஆணாதிக்கச் சமூகத்தில் ஒரு பெண் நுகர் பொருளாக்கப்பட்டதின் பின்விளைவுகளை மையப் படுத்துகிறது.	மையப்படுத்தப்பட்ட ஒற்றைக் கதைக்கரு என்று எதுவும் இல்லை. சிதறடிக்கப்பட்ட கருத்துகளால் ஆனது.
8. வகைமையில் இது ஒரு நாவல்	நாவலாகவும் ஆக்கிக் கொள்ளலாம். பிரதி/ஊடிழைப் பிரதிகளால் ஆனது.
9. டால்ஸ்டாயின் புத்துயிர்ப்பு போன்ற செவ்விலக்கிய மரபை தன் வேராகக்கொண்டிருக்கிறது.	வேர்கள் ஏதுமின்றி இணைய வலைப் பின்னலைப் போன்ற குறுக்கு மறுக்குமான தன்மை கொண்டது.

என்பதைக் கோடிட்டுக் காட்டுவதாகவே இதை எடுத்துக்கொள்ள வேண்டும்.

இலக்கணத்தை மேஜையின் மேல் பரப்பி வைத்துக்கொண்டு அதைப் பார்த்தபடியே இலக்கியம் படைக்க முடியாது. அது செயற்கையாக இருக்கும். ஒரு விஷயம் இப்படித்தான் இருக்க வேண்டும் என்று வலியுறுத்தும்போது அந்த வலியுறுத்தல் ஒரு மையமாக மாறிவிடும். எனவே பின்நவீனத்துவம் வைக்கும் விஷயங்கள் ஏற்கெனவே மையங்கொண்டிருக்கும் நவீனத்துவத்தைத் தகர்க்கும் செயல்பாடாகவே பார்க்கப்பட வேண்டும். இன்னொரு மையத்தைக் கட்டமைப்பதாகப் பார்க்கக்கூடாது.

இரட்டை எதிர் நிலைகளில் இடது புறம் உள்ளவை சிறப்புரிமை பெற்றவை. வலது புறம் உள்ளவை புறக்கணிக்கப்பட்டவை என்பதை நாம் அறிவோம். உதாரணமாக,

கடவுள் x சாத்தான்
ஆண் x பெண்
தலைவர் x தொண்டன்
ஆண்டான் x அடிமை
பலம் x பலவீனம்
உள்ளடக்கம் x உருவம்

இவற்றில் இடதுபுறம் உள்ள மையங்களையும் வலதுபுறம் உள்ள விளிம்பு நிலைகளையும் மாற்றிப்போடும்போது ஒருவகை விசைச் சக்தி ஏற்படுகிறது. அந்த விசைச் சக்தி மையமும் விளிம்புமற்ற நிலையை உருவாக்குகிறது.

இதன் விளைவாகக் கெட்டிதட்டிப்போன பழைய வடிவத்தைத் துறந்து (உருவம் x உள்ளடக்கம்) ‘உருவம்’, ‘உள்ளடக்க’த்தைப் பன்முகத் தன்மையுடன் தருகிறது. இந்த மாறுதல் அந்தப் பிரதியை அதன் ஒற்றைத் தன்மையிலிருந்து விடுவிக்கிறது.

இஹாப் ஹஸன் முன்வைக்கும் இரட்டை எதிர்நிலைக் கருத்தை நாம் இவ்விதம் புரிந்துகொள்ளலாம்.

மரபார்ந்த கட்டுத்தளைகளிலிருந்து கலை இலக்கியத்தை விடுவிப்பது தான் இதன் நோக்கமே தவிர புதிய தளைகளால் பூட்டுவது அல்ல.

15

பின்நவீனத்துவமும் பிரதிகளும்

பின்நவீனத்துவம் எழுத்தால் எழுதப்பட்ட கதை, கவிதை, தத்துவம், அரசியல் எல்லாவற்றையும் பிரதி என்றே சொல்கிறது.

பிரதி என்பது முழுமை பெறாதது. முழுமையற்றது. கேள்விக் குள்ளாக்கப்படுவது. படைப்பு என்பது கேள்விக்கு அப்பாற்பட்டது. கேள்வி கேட்க முடியாதது. ஆனால் யதார்த்தத்தில் அப்படி ஒரு படைப்பு என்பது சாத்தியமில்லையாதலால் எல்லாமே பிரதிகள் என்றே அழைக்கப்படுகின்றன.

பண்டைய கிரேக்கத் தத்துவத்திலிருந்து மார்க்ஸ்-எங்கெல்ஸின் கம்யூனிஸ்ட் கட்சி அறிக்கைவரை எல்லாமே பிரதிகள்தான்.

இந்தப் பிரதிகள் யாவுமே இரண்டுவிதமான விவரணைகளாகப் பிரிக்கப்படுகின்றன.

ஒன்று: பெருங்கதையாடல் (கிராண்ட் நேரேட்டிவ்)

இரண்டாவது: குறுங்கதையாடல் (மைக்ரோ நேரேட்டிவ்)

'பெரிய தத்துவக் கோட்பாடுகளான காண்ட், ஹெகல், மார்க்ஸ் போன்றவர்களின் பிரதிகள் மற்றும் கிறிஸ்துவ, இஸ்லாம், போன்ற மதங்கள் யாவும் பெருங்கதையாடல்கள் ஆகும்' என்றார் ழீன் பிரான்கவா லியோதார்த். ஏனெனில், 'இவை எல்லாமே வரலாற்றை முன்னோக்கிப் போவதாக அறிவிக்கிற, நமக்கு விடுதலை தருவதாக உத்தரவாதம் கூறுகிற விஷயங்களாக இருந்தன. அனைத்து அறிவும் ஒன்றுக்கொன்று இரகசிய உறவுகொண்டுள்ளதாக இவை நம்பின. இன்றைய தினத்தில் இவை தங்கள் நம்பகத்தன்மையை இழந்து விட்டன' என்கிறார் பின்நவீனத்துவவாதியான லியோதார்த்.

'அறிவியல் இரண்டுவிதமான கதையாடல்களை நம்பி இருக்கிறது. ஒன்று: அரசியல் கதையாடல், இரண்டு: தத்துவக் கதையாடல். இந்தப்

பெருங்கதையாடல்கள் எல்லாமே இப்போது காலாவதியாகிவிட்டன. பின்நவீன யுகத்தில் பெருங்கதையாடல்கள் எல்லாவற்றையும் குறுங் கதையாடல்கள் ரத்து செய்துவிட்டு அந்த இடத்தைத் தாங்கள் எடுத்துக் கொண்டுவிட்டன. இந்த யுகம் குறுங்கதையாடல்களின் திருவிழா நடக்கும் யுகம்!' என்கிறார் லியோதார்த்.

நாவல் வடிவம் பெருங்கதையாடல் வடிவம். இதனால்தான் பின்நவீனத்துவம் நாவலை காலாவதியான வடிவம் என்கிறது. நாவல் தகர்ப்பட வேண்டிய வடிவம் ஆயிற்று. ஜார்ஜ் பெரக், உம்பர்ட்டோ ஈக்கோ, தாமஸ் பிஞ்சன், இதாலோ கால்வினோ போன்றவர்கள் நாவலின் பெருங்கதையாடல் தன்மையைத் தகர்த்து ஊடிழைப் பிரதித் தன்மை மற்றும் குறுங்கதையாடல் தன்மையை உருவாக்கிப் புதுவகை நாவல்களை எழுதினார்கள்.

மரபார்ந்த நாவல்களில் இருக்கும் சுதந்திரத் தன்மை இந்தக் குறுங்கதையாடல்களில் பகடி செய்யப்பட்டது. ஏனெனில் 'படைப்பாளியின் தனித்தன்மை', 'சுதந்திரம்' போன்ற கதையாடல்கள் பொய்யானவை. திணிக்கப்பட்டவை. நிச்சயமற்ற தன்மை ஒன்றே நிச்சயமானது. ஹைஸன்பர்க்கின் நிச்சயமற்ற தன்மை, லக்கான் சொல்லும் உளவியல் முன்வைக்கும் துண்டாடப்பட்ட தன்மை போன்றவை குறுங்கதையாடல்களின் அமைப்பை உருவாக்கின. இங்கு கலை மேன்மையானது அல்ல. கேளிக்கை மட்டுமே. படைப்பு உன்னதமானதல்ல; தற்செயலானதே.

இவற்றுள் மேன்மையானது, உன்னதமானது என்று நவீன யுகம் அறிவித்த 'படைப்புகள்' யாவும் அப்படிப்பட்டவை அல்ல என்பதைப் பின்நவீனத்துவவாதிகள் கண்டுபிடித்துச் சொன்னார்கள்.

பாலஸ்தீனரான எட்வர்ட் சேத் 'கீழையுலக மரபு' என்ற பெயரில் எவ்வாறு ஐரோப்பிய வெள்ளையர் மனம் ஆசியர்களையும், அராபியர்களையும் இழிவுபடுத்திச் சித்தரிக்கிறது என்பதைக் கண்டுபிடித்துச் சொன்னார்.

குஸ்தாவ் ஃப்ளாபே 'மேன்மையான', 'உன்னதமான' படைப்பு களை உருவாக்கியவராகக் கொண்டாடப்படுபவர். அவர் ஒருமுறை எகிப்திய விலைமாது ஒருத்தியுடன் உடலுறவு கொண்டதைப் பற்றி லூயி கோலட் என்பவருக்கு எழுதிய கடிதத்தில், 'அந்தக் கீழ்த்திசைப் பெண் மெஷினைவிடக் கொஞ்சம் பரவாயில்லை. ஒரு ஆணுக்கும் இன்னொரு ஆணுக்கும் வித்தியாசம்கூடப் பார்க்கக்கூடத் தெரிய வில்லை அவளுக்கு' என்று கிண்டலாக எழுதுகிறார்.

‘அவள் தன்னைப் பற்றிப் பேசவில்லை. தனது உணர்ச்சிகளை வெளிக்காட்டவில்லை. தனது இருத்தல், வரலாறு எதைப் பற்றிய பிரக்ஞையும் அவளுக்கு இல்லை’ என்று தொடர்ந்து எழுதிச் செல்லும் ஃப்ளாபே, ஒருவேளை அந்தப் பெண் பேசியிருந்தால், அந்தப் பேச்சு எப்படி இருந்திருக்கும் என்பதை மறந்துவிடுகிறார்.

அப்படி அவள் பேசியிருந்தால் அப்போது அவளது உணர்வுகள், இருத்தல், வரலாறு பற்றிய அவளது சிந்தனைகள் எப்படி வெளிப் பட்டிருக்கும். அது ஃப்ளாபே சொல்வதற்கு எதிரான இன்னொரு கதையாடலைக் கட்டமைக்கும். அப்போது ஒரே நிகழ்வைப் பற்றிய இரண்டுவிதமான வெவ்வேறான கதையாடல்கள் நமக்குக் கிடைக்கும். இவ்விரண்டில் எது உண்மை?

ஃப்ளாபேயைப் போலவே பிரெஞ்சு எழுத்தாளரான ஆல்பர் கெமூ ஒரு மகத்தான படைப்பாளி என்று போற்றப்படுபவர். அவருக்கு நோபல் பரிசு வழங்கப்பட்டபோது, ‘தனது காலத்தின் மனசாட்சி’யாக இருந்தமைக்காக அவருக்கு நோபல் பரிசு வழங்கப்படுவதாக நோபல் பரிசுக் குழு தனது பாராட்டுப் பத்திரத்தில் பதிவு செய்துள்ளது.

ஆல்பர் கெமூவின் அந்நியன் என்ற நாவலின் ஆரம்பத்தில் அவனது தாயார் இறந்துவிடுவதாக ஒரு செய்தி வரும். அதற்காகத் தன் தாய் தங்கியிருந்த முதியோர் இல்லத்துக்குக் கதாநாயகன் மெர்சோ போவான். அங்கே அவன் தாயின் உடல் ஒரு சவப்பெட்டியில் வைத்து மூடப்பட்டிருக்கும். அந்தச் சவப்பெட்டியைப் பார்த்தபடி இவன் இருப்பான். அப்போது அவன் பார்வை தற்செயலாக அங்கிருக்கும் ஒரு செவிலிப் பெண்ணின் கைமீது படியும். அவளுக்குக் கையில், மேகப்புண் வந்திருப்பது தெரியவரும். இந்த விஷயம் நாவலில் ஏதோ மேலோட்டமாக ஒரு கடந்துசெல்லும் விவரணை போல் தோன்றினாலும் கூர்ந்து கவனிக்கும்போது ஒரு திடுக்கிட வைக்கும் விஷயம் புலனாகும்.

1. அந்தப் பெண் ஓர் அராபியப் பெண்.

2. அவளுடைய பெயர் அந்த நாவலில் குறிப்பிடப்படுவதில்லை.

சரி, அவள் ஒரு சிறு கதாபாத்திரம், அதனால்தான் அவள் பெயர் குறிப்பிடவில்லை என்று நாம் சாதாரணமாக எடுத்துக்கொண்டு சமாதானமடையலாம். அடுத்து அந்த நாவலில் வரும் எந்த அராபியனுக்கும் பெயர் குறிப்பிடப்படுவதில்லை. அராபியக் கதாபாத்திரங்கள் அனைத்தையும் ‘அராபியன்’ என்றே குறிப்பிடுகிறார் ஆல்பர் கெமூ.

அதாவது அராபியன் எவனையும் முகமது என்றோ சுல்தான் என்றோ அழைக்க கெமூ விரும்பவில்லை.

சரி, இது ஏதோ ஒரு புதிய உத்தி போலிருக்கிறது. அராபியக் கதாபாத்திரங்களுக்குப்பெயர் வைத்துக் கதை எழுதுவது பழைய மோஸ்தர். எனவே இவர் புது மோஸ்தரில் வெறும் அராபியன் என்று குறிப்பிட்டு இந்த நாவலை எழுதியிருக்கிறார் போலிருக்கிறது என்று பார்த்தால் அது அப்படியும் இல்லை என்று தெரியவருகிறது. கெமூவின் இன்னொரு பிரதியான விருந்தாளி என்ற குறுநாவலில் வரும் ஒரு வில்லனும் அராபியன்தான். அவனுக்கும் பெயர் கிடையாது. கெமூவின் எந்தக் கதையிலும் அராபியனுக்குப் பெயர் கிடையாது. ஏனென்றால், கெமூவைப் பொறுத்தவரையில் அராபியன் ஒரு மற்றமை.

கெமூ அல்ஜீரியாவில் வாழ்ந்த பிரெஞ்சுக்காரர். அல்ஜீரியா ஒரு பிரெஞ்சுக் காலனி நாடு. பிரான்ஸ் அல்ஜீரியாவை எப்படி ஒரு ஏகாதிபத்திய மனோபாவத்துடன் பார்க்குமோ அதேபோன்ற ஏகாதிபத்திய மனோபாவத்துடன் கெமூ அல்ஜீரியாவையும் அல்ஜீரியப் பிரஜைகளான அராபியர்களையும் பார்த்தார். இது கெமூ என்கிற 'படைப்பாளி'யின் 'உன்னதப் படைப்பை'யும் மீறி அவருடைய 'காலத்தின் மனசாட்சியை'யும் ஊடுருவிக்கொண்டு கசியும் வெள்ளை ஆதிபத்திய மனோபாவம் என்பதைப் பின்நவீனத்துவ ஆய்வு கண்டுபிடித்து உலகுக்குச் சொல்கிறது.

பெருங்கதையாடல்கள் எல்லாமே இதுபோன்ற பிரச்சினைகளைக் கொண்டிருப்பவைதான்.

1974இல் ஜென்னும் மோட்டார் சைக்கிள் பராமரிப்பும் என்ற தலைப்பில் ஒரு நாவல் வெளிவந்தது. ராபர்ட் பிர்ஸிக் எழுதிய அந்த நாவல் 'ஜென்'னையும் 'மோட்டார் சைக்கிளை'யும் பற்றிப் பேசுவதை விட அதிகமாகக் கிரேக்கத் தத்துவத்தைப் பற்றித்தான் பேசியது.

அந்த நாவலில் வரும் கதாநாயகன் (?) மனமுடைந்த நிலையில் மோட்டார் சைக்கிளில் ஒரு நீண்ட பயணத்தை மேற்கொள்வான். அமெரிக்காவின் குறுக்காக ஒரு கடற்கரையிலிருந்து எதிர் கடற் கரைக்குப் போவதுதான் அவனது பயணத்திட்டம். அந்தப் பயணத்தின் மூலம் தனது சுயத்தைப் புரிந்துகொள்ள வேண்டும் என்பது நோக்கம்.

இந்த நாவலில் கதைத் திட்டம் இல்லை. மையம் என்று சொல்வதற்கு எதுவும் இல்லை. நாவல் முழுக்க மனத்துக்குள் புதைந் திருக்கும் அறிவின் முரண் தொடர்ந்து விவாதிக்கப்படுகிறது.

கதைசொல்லி நாவலின் விவரணையில் இந்தக் கதாநாயகன் இதற்கு முன்னதாக சிகாகோ பல்கலைக்கழகத்தில் தத்துவம் பயிலும் மாணவனாக இருந்த தையும், அப்போது அவனுடைய புனைபெயர் ஃபேட்ரஸ் என்று இருந்ததையும் குறிப்பிடுகிறார். கல்லூரியில் சாக்ரடீஸ், பிளேட்டோ மற்றும் அரிஸ்டாட்டிலின் வாதங்களையும் அது எவ்வாறு கல்வித் துறையினரால் தவறாகப் புரிந்துகொள்ளப்பட்டு அப்படியே கற்பிக்கப்பட்டு வருகிறது என்பதைப் பற்றியெல்லாம் அவன் யோசிக்கிறான்.

சாக்ரடீஸ் வாழ்ந்த காலத்தில் 'சோபிஸ்ட்' எனப்படும் தொழில் முறைத் தத்துவவாதிகள் பண்டைய கிரேக்கத்தில் இருந்தார்கள். அவர்கள் பணத்துக்காகத் தத்துவம், வாதம் போன்றவற்றை இளைஞர் களுக்குக் கற்பித்து வந்தார்கள். இவர்கள், பணத்துக்காக இயங்கியவர்கள் ஆதலால் சமயத்தில் போலியாக ஆர்வாரமாகப் பேசி வாதாடியாவது எதிரியை எப்படியாவது ஜெயிக்க வேண்டும் என்பதில் குறியாக இருப்பார்கள். இவர்களை சாக்ரடீசுக்குப் பிடிக்காது. இவர்கள் கட்டுக் கதைகளை கிளிப்பிள்ளை மாதிரி மீண்டும் மீண்டும் சொல்லித் தங்கள் வாதங்களை நிறுத்த முயற்சி செய்வார்கள். இதை சாக்ரடீஸ் கிண்டல் செய்திருக்கிறார்.

இந்த இடத்தில் சாக்ரடீஸின் 'பார்மகான்' என்ற வார்த்தையைப் பற்றியும் அதை தெரிதா கட்டவிழ்ப்பு செய்திருப்பதையும், ஃபேட்ரஸ் யார் என்பது பற்றியும் கொஞ்சம் பார்ப்போம்.

ஒரு சமயம் சாக்ரடீஸும் அவர் நண்பரான ஃபேட்ரஸும் ஊருக்கு வெளியே இருக்கும் ஆற்றங்கரையில் நடந்து போகின்றனர். அந்த ஆற்றின் பெயர் இலிஸஸ். காற்று இனிமையாக வீசுகிறது. அப்போது ஃபேட்ரஸ் சாக்ரடீஸிடம், 'இந்த ஆற்றங்கரையில்தானே ஓரிந்தியாவை போரியஸ் தூக்கிக்கொண்டு போனான்? தெளிந்த நீரோடையால் கழுவப்பட்டுத் தூய்மையாக இருக்கும் இந்த ஆற்றங்கரையில் எத்தனை கன்னிப் பெண்கள் விளையாடி இருப்பார்கள்?' என்று கேட்கிறார்.

அதற்கு சாக்ரடீஸ், 'ஆமாம் ஒரு காலத்தில் அப்படி ஓர் இளம்பெண் இங்கே விளையாடினாள். அவள் பெயர் ஃபார்மஸியா, அவளைக் காற்று அடித்துச் சென்று ஒரு பெரும் குழியில் தள்ளிவிட்டுச் சென்றது. போரியஸ் என்பவனால் கடத்திச் சென்று கற்பழிக்கப் பட்டாள் என்பது புனைவு' என்கிறார்.

சாக்ரடீஸுக்கும் ஃபேட்ரஸுக்கும் இடையே நடந்த இந்த உரையாடலில் சாக்ரடீஸ் சொல்லும் 'ஃபார்மகான்' என்ற

வார்த்தையை தெரிதா கட்டவிழ்ப்பு செய்திருக்கிறார். 'பிளேட்டோவின் ஃபார்மஸி' என்ற தனது கட்டுரையில், 'சாக்ரடீஸ் சொன்ன ஃபார்மஸியா என்ற கன்னிப்பெண் தனது விளையாட்டுகளில் தன் கன்னிமையை இழந்துவிட்டாள் என்பதை சாக்ரடீஸ் மறைமுகமாகச் சொல்லியிருப்பதாக இதை நாம் பொருள்படுத்திக் கொள்ளலாம்' என்கிறார்.

அது ஒரு அர்த்தம். அடுத்த அர்த்தமாக –

ஃபார்மஸியா என்பதற்குக் கிரேக்க மொழியில் ஆய்வுக்கூடம் என்ற பொருளும் உண்டு. அந்த ஆய்வுக்கூடத்தில் மருந்து அல்லது விஷம் தயாரிக்கப்படும். எனவே, சாக்ரடீஸ் ஃபேட்ரஸின் வசம் உள்ள ஒரு பிரதியை (அந்தப் பிரதியின் பெயர் ஃபார்மகான்; பேச்சை எழுத்தாக மாற்றி வைக்கப்பட்டிருக்கும் அந்தப் பிரதியை) பற்றித்தான் ஃபேட்ரஸிடம் 'பார்மகான்'–அபாயகரமான விஷம் என்கிறார் சாக்ரடீஸ் என்றும் இதை எடுத்துக்கொள்ள முடியும்.

சாக்ரடீஸ் முதலில் ஃபார்மஸியா போரியஸால் கவர்ந்து செல்லப் பட்டுக் கற்பழிக்கப்பட்டதைக் கட்டுக்கதை என்கிறார். அதேசமயம் அவரே ஒரு கட்டுக்கதையை உண்டாக்கி எழுதுவது என்பதைப் பற்றிய ஓர் உண்மையை விளக்குகிறார். அதாவது எழுதுவது என்பது 'ஒன்றும் புரியாமல் செய்ததையே மீண்டும் மீண்டும் செய்துகொண்டிருப்பது' என்கிறார். முட்டாள்களுக்குப் பாடம் நடத்தும்போது அவர்களுக்குப் பாடம் புரியவேண்டும் என்பதற்காக உருவாக்கப்பட்டவையே கட்டுக்கதைகள். ஆனாலும் மூடர்கள் ஒருபோதும் அதனால் ஞானத்தை அடைவதில்லை. சோபிஸ்ட்கள் எனப்படும் தொழில் முறைத் தத்துவ ஆசிரியர்கள் இதுபோன்ற கட்டுக்கதைகளைப் பயன்படுத்தித் தங்கள் மாணவர்களுக்குத் தத்துவம் பயிற்றுவிக் கிறார்கள். இந்தக் கட்டுக்கதைகள் காலங்காலமாக முந்தைய தலைமுறைகளிடமிருந்து கைமாறி கைமாறி வந்துகொண்டிருக் கின்றன. இந்தக் கட்டுக்கதைகள் மீண்டும் மீண்டும் சொல்லப்பட்டுக் கொண்டே இருக்கின்றன. இன்னதென்று தெரியாமலேயே மீண்டும் மீண்டும் எழுதிக்கொண்டிருப்பதைப் போல் இந்தக் கதைகளும் மீண்டும் மீண்டும் கிளிப்பிள்ளை போன்ற ஆசான்களால் முட்டாள் மாணவர்களிடம் சொல்லப்பட்டுக்கொண்டே இருக்கின்றன.

இதில் இன்னொரு விஷயத்தையும் சாக்ரடீஸ் சொல்வதாக நாம் எடுத்துக்கொள்ளவும் முடியும். அந்த உரையாடலில் தொடர்ந்து சாக்ரடீஸ் உண்மை என்பது பற்றியும் பேசுகிறார்.

சாக்ரடீஸ் உண்மை அதாவது, 'ட்ரூத்' என்று சொல்வதை 'தியூத்' என்ற கிரேக்க வார்த்தையாக எடுத்துக்கொள்ளலாம். தியூத் என்பது எகிப்தியக் கடவுளான தோத் என்பதன் கிரேக்க மொழிப் பிரயோகம்.

எகிப்தியக் கடவுளான 'தோத்'தான் எழுத்து, கணிதம், மருந்து போன்ற விஷயங்களின் அதிபதி. அவர் எகிப்திய மன்னனான பாரோவாவைச் சந்தித்துத் தன்னிடம் எழுத்து, கணிதம் போன்ற கலைகள் இருப்பதாகவும் அதை எகிப்திய மக்களுக்கு வழங்க விரும்புவதாகவும் கூறுகிறார். 'அது ஒரு அமுதம் போன்றது. இந்த அமுதம் எகிப்தியர்களின் ஞாபகசக்திக்கும் விவேகத்துக்கும் மருந்தாகப் பயன்படும்' என்கிறார்.

அதற்கு மன்னன், 'இறைவனே, உங்கள் எழுத்துக்கலை மக்களிடம் வழங்கப்படுமானால், அதன் விளைவாக மக்கள் எந்த ஒரு விஷயத்தையும் எழுதிய பின்பு அதை மறந்து போய்விடும் ஆபத்துக் குள்ளாவார்கள் எழுத்து இல்லாததால்தான் மக்கள் கருத்துகளை நினைவுபடுத்திக் கொள்வதற்கு ஞாபகசக்தியை வளர்த்துக் கொண்டிருக்கிறார்கள். இப்போது எழுத்து வந்துவிட்டால் அவர்கள் ஞாபகமின்மைக்கு ஆளாவார்கள். ஆகவே இதன் மூலம் மக்களுக்கு உண்மை கிடைக்காது. அதன் பொய்த்தோற்றம் மட்டுமே கிடைக்கும்' என்று சொல்கிறான்.

எழுத்து ஆபத்தானது. பேச்சை அதற்கு எதிரானதாக எழுத்து மாற்றி விடுகிறது என்பது போன்ற கருத்துகள் அக்காலத்தில் இருந்தன. அதை யொட்டி சாக்ரடீஸ் எழுத்து என்பதும் ஒரு 'ஃபார்மகான்' என்று உருவகிக்கிறார். ஏனெனில் சிந்தனை என்ற ஆய்வுக்கூடம் எழுத்துக் களை உருவாக்கும் ஃபார்மஸி என்கிறார்.

ஆக, ஜென் மற்றும் மோட்டார் சைக்கிள் பராமரிப்பு என்ற நாவலில் குறிப்பிடப்படும் ஃபேட்ரஸ் என்ற பெயர் சாக்ரடீஸின் நண்பரான ஃபேட்ரஸைக் குறிக்கிறது. மேலும் ஃபேட்ரஸும் சாக்ரடீஸும் உரையாடும்போது குறிப்பிட்ட, 'தொழில்முறைத் தத்துவ ஆசிரியர்கள் கட்டுக்கதைகளைப் பயன்படுத்தி முட்டாள் மாணவர்களுக்குப் பயிற்றுவிப்பதையும், மீண்டும் மீண்டும் இந்தக் கதைகள் சொல்லப்பட்டு வருவதையும், இதனால் மாணவர்கள் ஞானத்தை எய்துவதில்லை' என்பதையும் நினைவுகூர்கிறது என்றெல்லாம் தெரிதா பல அர்த்தங்களுடன் விவாதிக்கிறார்.

இப்போது நாவலுக்கு வருவோம். கல்வி நிறுவனங்களில் இதே போல் தத்துவப் பாடங்கள் திரும்பத்திரும்பப் பாடமாக்கப்பட்டுக்

கட்டுக்கதைகளைப் போல் சொல்லப்பட்டு வருவதை ஜென் நாவலின் கதாநாயகன் கவனிக்கிறான். கட்டுக்கதையைப் போல் மீண்டும் மீண்டும் புரிந்துகொள்ளப்படாமல் சொல்லிக் கொடுக்கப்பட்டு வருவதை – அந்த நகைமுரணை – ஆழமாக உணர்கிறான். தன் உணர்வுகளை வெளிப்படுத்தவும் செய்கிறான். இதனால் இவனுக்கும் இவன் பயின்றுவரும் சிகாகோ பல்கலைக்கழகத் தத்துவத்துறைப் பேராசிரியர்களுக்கும் பிடிக்காமல் போய்விடுகிறது. எனவே, மன உளைச்சலுக்கு ஆளாகும் இவன் தன் மனத்தைச் சமனிலைப் படுத்திக் கொள்வதற்காக இந்த நீண்ட மோட்டார் சைக்கிள் பயணத்தை மேற்கொள்கிறான். இந்த மோட்டார் சைக்கிள் பயணம் ஒரு தேடலை உருவகிக்கிறது.

இப்படியாகப் போகும் இந்த நாவலில் தத்துவத்தின் வாதமுறைகளின் இரட்டை எதிர்நிலைகளாலான வாதம் (டயலெக்டிக்ஸ்) x ஆரவாரப் பேச்சு (ரிடோரிக்) பற்றிய விவாதம் கதாநாயகனின் மனவோட்டங்களாகச் சித்திரிக்கப்பட்டிருக்கின்றன. 'வாதமுறை தர்க்கத்தின் தந்தை, அது ஆரவாரப் பேச்சின் மூலம்தான் வந்தது. ஆரவாரப்பேச்சு என்பது பண்டைய கிரீஸின் கட்டுக்கதைகள் மற்றும் கவிதைகள் பெற்றெடுத்த குழந்தை' என்று பேசும் அந்த நாவல் வெளியானபோது லட்சக்கணக்கான வாசகர்களை ஆகர்ஷித்தது. இது என்ன சொல்கிறது என்று புரியாமலே இந்த நாவலைப் பலர் சிலாகித்துப் படித்தார்கள். மொழிபெயர்ப்பும் செய்தார்கள் என்பது ஒரு வேடிக்கை.

இந்தப் பிரச்சினையை எப்படிக் கடந்து செல்வது?

பிரச்சினை என்ன என்றால், பெருங்கதையாடல் என்பது இப்படிப் பலவிதமான யூகங்களுக்கு வழிவகுக்கிறது. வாசகனைக் குழப்புகிறது. இதனால்தான் குறுங்கதையாடல்களைப் பின்நவீனத்துவம் சிபாரிசு செய்கிறது.

பின்நவீனத்துவத்தின் முக்கியப் பண்பு இரட்டைக் குறியீட்டுத் தன்மை. அதாவது, இரண்டு வெவ்வேறு விதமான பாணிகளை ஒன்றாக்குதல்; இரண்டு வெவ்வேறு காலங்களை ஒன்றாக்கிப் பார்த்தல்; புதிர்த்தன்மை, முரண், எதிர்முரண் போன்றவற்றை உருவாக்குதன் மூலம் பெருங்கதையாடலின் ஒற்றைத் தன்மையைத் தகர்த்தல் போன்றவை பின்நவீனத்துவக் கூறுகளாகும்.

ஒரு கட்டடத்தைக் கட்டும்போது அதை இரட்டைக் குறியீட்டுத் தன்மையுடன் கட்டும்போது அது பின்நவீனக் கட்டடக் கலையாகிறது.

பொதுவாகக் கட்டடங்கள் முகடு வைத்துக் கட்டப்படுகின்றன. ஏடீ அண்டு டீ கட்டடம் வித்தியாசமான முகட்டைக் கொண்டது.

இதனால் நியூயார்க் நகரத்தில் இருக்கும் ஏடீ அண்டு டீ கட்டடம் இத்தகைய இரட்டைக் குறியீட்டுடன் தோன்றுகிறது.

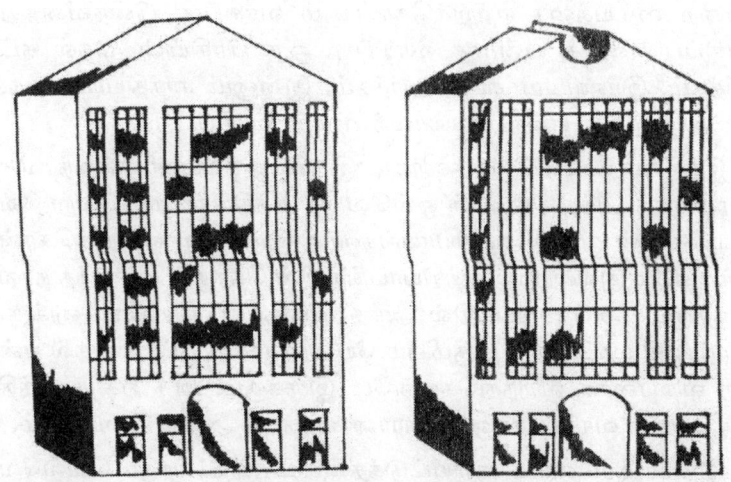

அதனுடைய முகடு கூர்மையானதாக இல்லை. நடுவே உடைக்கப் பட்டிருக்கிறது. அது ஏககாலத்தில் நவீன யுகத்தின் இலச்சினையான உயரமான பெரிய கட்டடமாகவும் அதேசமயத்தில் முகடு உடைக்கப் பட்டதால் ‘மையம் தகர்க்கப்பட்ட’ தன்மையுமாக இரட்டைக்

பின்நவீனத்துவமும் பிரதிகளும் ❋ 139

குறியீட்டுடன் இருக்கிறது. இந்த எதிர்முரண் பின்நவீனத்துவக் கூறாகும். அது நவீனமான பல மாடிக் கட்டடமாக இருப்பினும், இன்னொரு விதத்தில் பார்த்தால் இந்தக் கட்டடம் பிரம்மாண்டமான தாத்தா காலத்துக் கடிகாரத்தைப் போல் தோற்றம் தருகிறது. வேறொரு விதத்தில் பார்க்கும் போது மிகப் பிரம்மாண்டமான ரோல்ஸ் ராய்ஸ் காரின் ரேடியேட்டரைப் போல் தோன்றுகிறது. பிற கட்டடங்கள் ஒற்றை அர்த்தத்துடன் இருக்கையில் இந்தக் கட்டடம் இவ்வாறு பன்முக அர்த்தத்துடன் இருக்கிறது. மேலும், பிற கட்டடங்கள் ஒரேமாதிரி அமைந்திருக்கும்போது இது அவற்றுக்கு மற்றமையாக இருக்கிறது.

இதைப்போல் பின்நவீனப் பிரதிகளும் இரட்டைக் குறியீட்டுத் தன்மையுடன் உருவாக்கப்பட்டன.

புதுவகை நாவல், மெட்டாஃபிக்ஷன் நாவல், சர்ஃபிக்ஷன் நாவல், பாலிம்ஸெஸ்ட் நாவல் என்று பலவிதமான நாவல்கள் பின்நவீன யுகத்தில் உருப்பெற்றன.

ஏனெனில் பழைய நாவல் பழைய வாசிப்பைக் கோருகிறது. புதுவகை நாவல்களோ புதுவிதமான வாசிப்பைக் கோரி நிற்பவை. பழைய வாசிப்பு மேலோட்டமான வாசிப்பு, ஒற்றைத் தன்மையான ஒற்றை மையத்தை ஏற்றுக்கொள்ளும் வாசிப்பு. பின்நவீனத்துவ வாசிப்பு என்பது பன்முக வாசிப்பு. ஒரு பிரதியின் முதல் கட்ட அர்த்தம், இரண்டாம் கட்ட அர்த்தம், இன்னும் சாத்தியப்படத்தக்க பிற அர்த்தங்கள் என்று எல்லாவற்றையும் வாசிப்பது.

இதாலோ கால்வினோ *குளிர்கால இரவில் ஒரு பயணி* என்ற நாவலை எழுதினார். அந்த நாவலின் ஒவ்வொரு அத்தியாயமும் வேறு வேறு நாவல்களின் முதல் அத்தியாயங்களாக இருந்தன. ஒன்றுக்கொன்று சம்பந்தமே இல்லாமல் அத்தியாயங்களின் தொகுப்பாக அந்த நாவல் இருக்கும். அதேசமயத்தில் அந்த நாவலின் கதாநாயகனுக்கும், கதாநாயகி லூட்மிலாவுக்குமிடையே அறிமுகம், நட்பு, காதல் என்று ஒரு விவரணை விரிந்துகொண்டே இருக்கும். ஆக ஏக காலத்தில் ஒரு நேரற்ற வாசிப்பும் ஒரு நேரான கதையும் அதில் கிடைக்கும்.

இதில் இரட்டைக் குறியீட்டுத்தன்மை இருக்கிறது. வெவ்வேறு நாவல்களின் முதல் அத்தியாயங்களாக இருப்பது ஒருவகைக் குறியீட்டுத் தன்மை, நேரான காதல் கதையாக அமைந்திருப்பது இன்னொரு வகைக் குறியீட்டுத்தன்மை. ஆக இரண்டுவிதமான குறியீட்டுத் தன்மையோடு இந்த நாவல் அமைந்திருக்கிறது.

அதேபோல் இந்த நாவலின் ஒரு குறியீட்டுத்தன்மை பிரதியாகவும் இன்னொரு குறியீட்டுத்தன்மை ஊடிழைப் பிரதியாகவும் இருக்கிறது.

புதுவகை எழுத்துகள் குறுக்கப்பட்ட கதையாடல்களின் தொகுப்பாக இருக்கின்றன. மிலோராட் பவிக்கின் கஸார்களின் அகராதி என்ற நாவல் அகராதியின் வடிவிலேயே அமைக்கப்பட்ட நாவல். ஏபிசிடி என்று ஒவ்வொரு எழுத்துக்கும் ஒரு பெயரைக் குறிப்பிட்டு அது தொடர்பான விவரங்கள் தந்து ஒருவிதக் கலைக் களஞ்சியத் தன்மையுடன் அது அமைந்திருக்கும். ஒவ்வொரு எழுத்துக்கும் தரப்படும் ஒவ்வொரு விவரமும் தனிப்பட்ட குறுங்கதையாடலாக இருக்கும். ஆனால் எல்லாக் குறுங்கதையாடல் களையும் சேர்த்துப் பார்க்கும் போது செர்பிய-குரோஷிய மொழி, கலாச்சாரம், இன, வரலாறு என்பது போன்ற ஒரு கதையாடல் கிடைக்கும்.

தமிழில் எம்.ஜி.சுரேஷின் சிலந்தி, ரமேஷ்-பிரேமின் சொல் என்றொரு சொல் போன்ற நாவல்கள் குறுங்கதையாடல்களால் ஆன பின்நவீனத்துவ நாவல்கள்.

பின்நவீனத்துவம் குறுங்கதையாடல்களைக் கொண்டாடியபோதும், குறும்வடிவமான கவிதைகளை எதிர்க்கிறது என்பது ஒருவித நகை முரண் என்றே சொல்ல வேண்டும்.

றொலாண் பார்த் பழைய, புதிய, நூதனமான எல்லாவிதமான பிரதி களையும் ரசிக்கிறார். ஆர்வத்துடன் விலாவாரியாக அவற்றைப் பற்றி உரையாடுகிறார். ஆனால் கவிதையைப் பற்றியோ அல்லது கவிஞர் களைப் பற்றியோ அவர் உவப்புடன் பேசுவதேயில்லை. அவர் மட்டுமல்ல, தெரிதா, ஃபூக்கோ போன்றவர்களும் கவிதைகளைப் பெரிதாகக் கண்டுகொள்வதில்லை.

சிறுகதைகளிலும், நாவல்களிலும் பின்நவீனத்துவ வகைமைகள் தோன்றிய அளவுக்குக் கவிதைகளில் பின்நவீனத்துவ வகைமைகள் பெரிதாக வளரவில்லை.

பார்த்தைப் பொறுத்தவரை கவிதை என்பது குறியீடுகளாலும் ஏகப்பட்ட அர்த்தங்களின் சுமையாலும் ஆனது. மரபார்ந்த கவிதைகள் வித்தியாசமான மொழிப் பிரயோகத்தால் ஆனவை என்றால், நவீன கவிதையோ மொழியை வன்முறையாக்கிக்கொண்டு தான்தோன்றியாக இயங்கிக்கொண்டிருக்கிறது. மேலும், இடைவெளிகளும், பொறி தட்டும் சிந்தனைகளும், இன்மையும், பெருவேட்கையும் கொண்டதாக இருக்கிறது. கவிதை என்பது வார்த்தைகளை நிலையான பொருட் களாக வைத்துத் தன் உரையாடலை நிகழ்த்துகிறது.

கவிதை ஒருவிதமான புத்தியை உருவாக்கி வைத்திருக்கிறது.

'நேற்று நான் நகரத்துக்குப் போய் ஒரு விளக்கை வாங்கிவந்தேன்' என்பது ஒரு சாதாரண வாக்கியம். இது ஒரு தகவலைச் சொல்கிறது. ஆனால் இதையே,

நேற்று நான்
நகரத்துக்குப் போய்
ஒரு விளக்கை
வாங்கி வந்தேன்

என்று ஒடித்து எழுதி அதை ஒரு கவிதையாக நினைத்து வாசிக்கும் போது நமக்குள் இருக்கும் குறியீட்டுப் புத்தியை அது உசுப்பிவிட்டு விடுகிறது.

உடனே நாம் இந்தக் கவிதை (?)யைச் சல்லடை போட்டுச் சலிக்க ஆரம்பித்துவிடுகிறோம். இக்கவிதையில் 'ஒளி' (விளக்கு), வர்த்தகம்' (வாங்கி வந்தேன்) போன்ற அம்சங்கள் இருப்பதாகக் கண்டுபிடிக் கிறோம். நகரம் என்பது செழிப்பான இடம்; நான் நகரத்துக்குப் போய் பொருள் சம்பாதித்துக்கொண்டு வந்து வறுமையில் இருண்டுபோன என் வீட்டுக்குச் செல்வத்தைக் (விளக்கு) கொண்டு வந்தேன் என்ற ரீதியில் ஏகப்பட்ட அர்த்தங்களை அடுக்கிக்கொண்டே போகிறோம். இந்த வரிகளை ஏகப்பட்ட உருவகங்கள்; உவமான உவமேயங்களால் மூழ்கடிக்கிறோம். ஜப்பானிய ஹைகூ கவிதைகளும் இவ்வாறு துஷ்பிரயோகம் செய்யப்பட்டவையே.

இப்படி சாதாரணமான ஒரு வாக்கியத்தையே கவிதை என்றதும் இந்தப் பாடு படுத்துகிறோம் என்றால், இன்னும் ஏகப்பட்ட உவமான உவமேயங்களுடன் தடபுடலாகக் கவிதைகள் எழுதப்படும்போது அவை எந்த அளவுக்கு அர்த்தப்படுத்திக்கொள்ளப்படுவதில் சிக்கலை ஏற்படுத்தும்?

இந்தத் தொல்லைக்காகத்தான் தாகூர் 'கவிதைப் பெண்ணே உன் அலங்காரங்களைக் களைந்துவிட்டு நீ மட்டும் தனியாக வா. உன் ஆபரணங்கள் போடும் சத்தத்தில் உன் குரல் என் காதில் விழாது' என்றார். எனவே, இலக்கியம் என்பது அலங்காரம் தவிர்த்ததாக இருக்க வேண்டும்.

பூஜ்ய பாகைக் கோண எழுத்து என்பது நடுநிலையான, பற்றுதல் வைக்காத, தன்மை கொண்டதாக இருக்கவேண்டும். ஆனால் கவிதை இதற்கு எதிரானதாகவும், உணர்ச்சி பூர்வமான, பற்றுதல்கொண்டு

தவிக்கிற மனநிலையும், வாசகனைத் தற்காலிக மனச்சிதைவு நோய்க்கு ஆளாக்கும் உளவியலும் கொண்டதாக இருக்கிறது.

'பொதுப்படையாகப் பார்த்தால் கவிதை என்பது பொருட்களின் அந்நியப்படுத்தப்படாத அர்த்தங்களைத் தேடிக்கொண்டிருப்பதே' என்று தனது 'இதிகாசங்கள்' என்ற கட்டுரையில் பார்த் எழுதுகிறார்.

உரைநடை என்பது மொழியில் பரிசோதனைகளை நிகழ்த்துகிறது; கவிதையோ மொழியைக் கடந்து செல்வதையோ அல்லது அழிப்பதையோ செய்கிறது.

ஒரு காலத்தில் நாவலுக்கும் இந்தக் கதி நேர்ந்தது. சர்ரியலிஸ்ட்டுகள் நாவலை எதிர்த்தார்கள். நாவல் கலை அல்ல என்று அறிவித்தார்கள். இதனால்தான் மகத்தான கதைசொல்லியான போர்ஹே நாவல் எழுதவில்லை.

பின்நவீனத்துவவாதிகள் செத்துப்போன நாவலுக்கு உயிர்கொடுக்க விரும்பினார்கள். நாவலின் உள்ளடக்கத்தையும் உருவத்தையும் மாற்றிப் புனைவு வெளியின் வரைபடத்தை மாற்றியமைத்தார்கள்.

இதாலோ கால்வினோ, உம்பர்ட்டோ ஈக்கோ, ஜார்ஜ் பெரக் போன்றவர்கள் புதுவகை நாவல்களை எழுதினார்கள். தாமஸ் பிஞ்சனின் புவி ஈர்ப்பின் வானவில் பின்நவீன வேதம் என்றே போற்றப் படுகிறது.

நாவல்களில் ஏற்பட்ட பின்நவீனத்துவக் கூறுகளைக் கவிதையிலும் கொண்டுவரும் முயற்சியில் ஈடுபடுவதன் மூலம் பின்நவீனக் கவிதைகளையும் உருவாக்கும் சாத்தியம் இருக்கிறது. நடுநிலையான, பற்றுதல் கொள்ளாத, தற்காலிக மனச்சிதைவு நோய்க்கு ஆளாக்காத கவிதைகளை உருவாக்கும்போது அதுவும் சாத்தியப்படலாம்.

16

பின்நவீனத்துவமும் ஓவியமும்

பின்நவீனத்துவ யுகம் என்பது பெருங்கதையாடல்களைச் சந்தேகத்துக் குள்ளாக்குவது; கதம்பப் பண்புகளைக் கொண்டது. புதுயுகத்தின் வரைபட எல்லைகளைக் கண்டறிவது; அதீத உண்மைகளின் பெருக்கத்தால் நிரம்பி வழிவது; பன்னாட்டு நிறுவனங்களாலும் தகவல் தொடர்பு ஊடகங்களின் தரவுகளாலும் கண்காணிக்கப்படுவது என்பதை நாம் அறிவோம்.

அப்படியானால் பின்நவீனத்துவ ஓவியம் எப்படியிருக்க வேண்டும்?

இச்சூழலில் உருவாகும் பின்நவீனத்துவக் கூறுகள் கொண்ட ஓவியம் என்பது இரட்டைக் குறியீட்டுத் தன்மையுடனும், மரபைக் கொட்டிக் கவிழ்ப்பதாகவும் இருக்கவேண்டும்.

பொதுவாக எல்லா இஸங்களும் ஓவியத்திலிருந்துதான் தோன்றின. ஆனால் பின்நவீனத்துவம் மொழியிலிருந்து தோன்றிப் பின்னால்தான் ஓவியத்துக்குள் பிரவேசித்தது.

டாடாயிஸத்தின் டு சாம்ப் முதல், பாப் ஆர்ட்டின் ராபர்ட் ராஸ்சன்பர்க் வரை அனைவர் வரைந்த ஓவியங்களும் வெகுஜன ஓவியத்திற்கு எதிரானதாகவே இருந்தன. பின்நவீனத்துவம் அடிப்படையில் வாசக ஜனநாயகத்தைக் கோரி நிற்பது. எனவே, ஓவியத்தை அதன் மறை பொருள் (அப்ஸ்ட்ராக்ட்) சிக்கலில் இருந்து விடுவிக்க வேண்டும்; அதேசமயம் பழைய நகலெடுப்பு வேலையையும் செய்யக்கூடாது. இதுதான் பின்நவீன ஓவியத்தின் வேலைத்திட்டமாக இருந்தது.

சில ஓவியர்கள் முந்தைய இம்ப்ரஷனிஸத்தையும் பிந்தைய நவீன ஓவியத்தையும் இணைத்துப் புதுவகை ஓவியங்களை வரைய ஆரம்பித்தனர்.

எண்பதுகளில் உருவான புதிய-எக்ஸ்பிரஷனிஸ்டுகளான இவர்கள் புதுவகை ஓவியங்களை வரைந்தனர். ஜூலியன் ஷ்னாபெல், டேவிட் சால், ராபர்ட் கோல்ஸ்காட், எலிஸபெத் மர்ரே போன்றவர்களால் வரையப்பட்ட இந்த ஓவியங்கள் மரபார்ந்த ஓவியங்களைக் கொட்டிக் கவிழ்ப்பதற்குப் பதிலாகப் புத்துயிர் தருவதாக இருந்ததால், பின்நவீனத்துவவாதிகள் இந்த ஓவியங்களை ஒத்துக்கொள்ளவில்லை.

இவ்வகை ஓவியங்கள் பாரம்பர்ய எக்ஸ்பிரஷனிஸ ஓவியப் பாணியை மீட்டுருவாக்கம் செய்வதாக இருந்தன. இது மரபு ஓவியங் களுக்குத் தனிச்சிறப்புரிமை தரும் முயற்சி என்று கருதினார்கள். இது போன்ற ஓவியங்கள் பகடி செய்தல், கொட்டிக் கவிழ்த்தல் ஏதுமின்றிப் புலனுணர்வை ஆட்கொள்வதாகவும், உணர்ச்சி வசப்படவைப்ப தாகவும் இருந்தன என்றார்கள். இது பின்நவீனத்துவம் முன்வைக்கும் இரட்டைக் குறியீட்டுத் தன்மைக்கு எதிரானது. டக்ளஸ் க்ரிம்ப் என்பவர் இந்த ஓவியங்களைப் பற்றி எழுதும்போது இவை 'ஓவியக் கலையின் முடிவை' அறிவிப்பதாக எழுதினார்.

ராபர்ட் கோல்ஸ்காட்டின் 'பாட்டியும் பிரெஞ்சுக்காரனும்' போன்ற ஓவியங்களில் புதிய கதம்பத்தன்மையும், பழைய ரியலிஸத் தன்மையும் இரட்டைக் குறியீட்டுத்தன்மையோடு இருந்தபோதிலும் இவை நவீனத்துவத்தின் கூறுகளான யதார்த்த விவரணைத் தன்மை யுடன் இருந்ததாகக் கருதப்பட்டன. அதனால் நிராகரிக்கப்பட்டன.

*1981*ஆம் ஆண்டு டேவிட் ஸால் வரைந்த 'காட்டுமிராண்டித்தனமும் தவறான பிரதிநிதித்துவப்படுத்தலும்' என்னும் மேலே காணும் ஓவியம் புகழ்பெற்ற பின்நவீனத்துவ ஓவியம் என்று கொண்டாடப்படுகிறது.

இந்த ஓவியத்தில் கடற்கரையில் ஒரு ஆணும் பெண்ணும் நிற்கின்றனர். வெள்ளைக் கோட்டோவியமாக வரையப்பட்ட ஓர் ஆணின் பிம்பம் இவர்களின் மேல் கவிழ்ந்திருக்கிறது.

இதன் அர்த்தம் என்ன?

முன்னதாக வரையப்பட்ட ஓவியத்தைப் பின்னால் வரையப்பட்டு கவிழ்ந்திருக்கும் ஆணின் பிம்பம் ரத்து செய்கிறதா?

பின்நவீன மனிதன் ஏககாலத்தில் இரண்டு சேனல்களில் டீவி பார்க்கிறானே? அதை இந்த இரண்டுவிதமான பிம்பங்கள் பகடி செல்கிறதா?

ஒருவேளை, முன்னதாக வரையப்பட்ட ஓவியத்தில் இருக்கும் பெண்கள், கவிழ்ந்திருக்கும் ஆணின் பிம்பத்தைப் பற்றித் தங்களுக்குள் இரகசியமாகப் பேசிக்கொள்கிறார்களோ? போன்ற பல கேள்விகளை இப்படம் எழுப்புகிறது. இதன்விளைவாக பின்நவீனக் கூறான பல பொருள்களுக்கு இடம் தரும். 'ஆம்பிகுயிடி' சாத்தியப்படுகிறது; அர்த்தம் ஒத்திப்போடப்படுகிறது.

ஷ்னாபெல் 'குதித்தல்' என்ற தலைப்பில் ஓவியம் ஒன்றை வரைந்தார். அதன் ஒரு பாதியில் ஓர் ஆணின் முகமும், இன்னொரு பாதியில் ஒரு பெண்ணின் உருவமும் வரையப்பட்டிருந்தன.

டேவிட் ஸால் அந்த ஓவியத்தில் ஆணின் முகத்தை நீக்கிவிட்டுத் தனது ஓவியத்தை வரைந்தார். அதற்கு 'பூதமயமாக்கல்' என்று தலைப்பும் இட்டார்.

இப்போது அந்த ஓவியம் யாருடையது? ஷ்னாபெல் வரைந்ததா அல்லது ஸால் வரைந்ததா?

இந்தக் கேள்வி ஆசிரியன் என்கிற அதிகாரத்தை ரத்து செய்கிறது. இது ஒரு பின்நவீனத்துவக் கூறு ஆகும்.

இந்த வகை ஓவியங்கள் ஆதரவையும் எதிர்ப்பையும் ஏக காலத்தில் பெற்றன.

எனினும், இந்த வகை ஓவியப் பாணி பெருமளவில் வரவேற்பைப் பெறவில்லை. 'சர்ரியலிஸம்', 'கியூபிஸம்' போன்ற போஸ்ட் மாடர்னிஸ ஓவியங்கள் பெரிய எல்லைகளைத் தொட இயலாமல் போனது துரதிருஷ்டவசமே.

பின்நவீனத்துவக் கூறுகளைக் கொண்ட கவிதைகள் எப்படிச் சாத்தியப்படாமல் போயிற்றோ அதேபோல் பின்நவீனத்துவக் கூறுகள் கொண்ட ஓவியங்களும் சாத்தியப்படாமல் போய்விட்டன என்பது குறிப்பிடத்தக்கது.

17

பின்நவீனத்துவமும் திரைப்படங்களும்

மனிதன் மரணமடைந்துவிட்ட பின்நவீனயுகத்தில், மனிதத்தன்மை, மனிதாபிமானம், மனிதநேயம் போன்றவை இல்லாமல் போய்விட்ட சூழ்நிலையில், மனித இயல்பற்ற தன்மையுடன் இருக்கும் இலக்கியங்கள் உருவாக்கப்படுவது இயல்பே. அதேபோன்ற தன்மையுடனான திரைப்படங்கள் தயாரிக்கப்படுவதும் தவிர்க்க இயலாததே.

சைலன்ஸ் ஆஃப் தி லாம்ப்ஸ், ப்ளூ வெல்வெட், தி டெர்மினேட்டர், டோட்டல் ரீகால் போன்ற படங்கள் மனித இயல்பற்ற கதாபாத்திரங் களைக் முக்கியக் கதாநாயகர்களாகக் கொண்டிருந்தன.

சைலன்ஸ் ஆஃப் தி லாம்ப்ஸ் என்ற திரைப்படத்தில் ஒரு தொடர் கொலையாளி வருவான். 'சைக்கோபத்' என்ற வகை மனநோயாளியான அவன் தொடர்ந்து கொலைகள் புரிந்துகொண்டே இருப்பான். அவனைப் பிடிப்பது போலீஸுக்கு மிகப்பெரிய சவாலாக இருக்கிறது. அந்தக் கொலையாளியை எப்படிப் பிடிப்பது என்று தெரியாமல் போலீசும் துப்பறியும் நிபுணர்களும் கையைப் பிசைவார்கள்.

148 ❈ பின்நவீனத்துவம் என்றால் என்ன?

அப்போது, ஏற்கெனவே சிறையில் இருக்கும் இன்னொரு சைக்கோபத் கொலையாளியின் ஞாபகம் வரும். உடனே போலீஸ் அவனைச் சந்தித்து அவன் மூலம் வெளியே திரியும் அந்த இன்னொரு கொலையாளியைப் பிடிக்கத் திட்டமிடுவார்கள்.

இதுதான் கதை.

நன்கு ஷேவ் செய்யப்பட்ட முகம்; கண்ணியமான தோற்றம்; சாந்தம் தவழும் முகம் இத்தகைய குணாம்சங்களுடன் சிறையில் இருக்கும் 'சைக்கோபத்'தாக ஆண்டனி ஹாப்கின்ஸ் மிகச் சிறப்பாக நடித்திருந்தார். இந்த மனிதத் தன்மையற்ற ஈவிரக்கமற்ற கொலையாளி களைப் பற்றிய அந்தப் படம் மிகப்பெரிய வெற்றி அடைந்தது. ஐந்து ஆஸ்கர் பரிசுகளைத் தட்டிச் சென்றது.

பின்நவீன யுகம் பார்வையாளனின் மனத்தில் உருவாக்கி வைத்திருக்கும் ரத்த வேட்கை, வக்கிர மனநிலை போன்றவற்றுக்கு அந்தப் படம் தீனி போட்டதால்தான் அந்தப் படம் பார்வையாளர் களாலும் பரிசுக் குழுவினராலும் வரவேற்கப்பட்டது.

இந்தியச் சூழ்நிலையிலும் ஒருகாலத்தில் சினிமாக் கதாநாயகன் மிகவும் நல்லவனாக இருந்தான். இன்றைய கதாநாயகன் வில்லனின் அம்சங்களோடு இருக்கிறான் என்பது குறிப்பிடத்தக்கது.

ப்ளூ வெல்வெட் படத்தில் வரும் பிரதான கதாபாத்திரம் இரண்டு வெவ்வேறான உலகங்களில் சஞ்சரிக்கிறது. மாசுமருவற்ற பள்ளி மாணவர்களின் உலகம், பயங்கரமான போதை மருந்து உலவும் உலகம். இந்த இரண்டு எதிர் எதிரான உலகங்கள் ஒரு புள்ளியில் சந்திப்பதையும், தொடர்ந்து நிகழும் பாலியல் வக்கிர நிகழ்வு களையும் அதிர்ச்சியூட்டுகிற மாதிரி இந்தப் படம் விவரிக்கிறது. இந்த இரண்டு உலகங்களில் எது உண்மை என்பதுதான் இப்படம் எழுப்பும் மிகப்பெரிய கேள்வியாகும்.

பெர்லினில் நடக்கும் இந்தப் படத்தின் கதையில் வெவ்வேறு மனிதர்கள், வெவ்வேறு மொழிகள், வெவ்வேறு கலாச்சாரங்கள், வெவ்வேறு அடையாளங்களுடன் பெர்லினில் வசிப்பதையும் ஆனால் அவர்கள் ஒருவருக்கொருவர் தொடர்பின்றித் தனிமைப்படுத்தப் பட்டும், துண்டாடப்பட்டும் வாழும் பின்நவீன நிலவரத்தைக் காட்டுகிறது.

ஜெர்மன் திரைப்பட இயக்குநரான விம்வென்டர்ஸ் இயக்கிய விங்க்ஸ் ஆஃப் டிசையர் ஒரு முக்கியமான பின்நவீன படைப்பாகக் கருதப்படுகிறது.

ஆர்னால்ட் ஸ்வார்ஸ்நெக்கரின் ப்ரீடேட்டர், டெர்மினேட்டர் படங்கள் மனிதனுக்கும் மனித இயல்பற்ற இயந்திர மனிதர்களுக்கும் இடையே யான யுத்தத்தையும் அதில் மனிதன் வென்றாக வேண்டுமே என்ற ஆசையையும் கொண்டிருந்தன. மனித இயல்பற்ற தன்மையின் அதீத வளர்ச்சியை இந்தப் படங்கள் வெளிச்சம் போட்டுக் காட்டிப் பார்வையாளர்களை அச்சுறுத்துகின்றன.

ப்ரீடேட்டர் படத்தின் கதையில் வியட்நாமில் யுத்தம் புரிந்து கொண்டிருக்கும் அமெரிக்க ராணுவ வீரர்கள் மர்மமான முறையில் கொல்லப்படுவார்கள். கொல்வது யார் என்று தெரியாமல் ராணுவ வீரர்கள் குழம்புவார்கள். பின்புதான் கொலையாளி யார் என்று தெரிய வரும். வேற்றுக் கிரகத்து வாசியான ஒரு உயிரினம் பூமிக்கு வந்து இதுபோன்ற கொலைகளைச் செய்துகொண்டிருக்கும். ஆர்னால்ட் படாதபாடுபட்டு அந்த உயிரினத்தைக் கொன்றதும் படம் முடியும்.

இன்னொரு படமான டெர்மினேட்டரில் கம்யூட்டரால் வடிவமைக்கப் பட்ட இயந்திர மனிதன் நிஜமனிதனை அழிக்க வரும் அபாயம் கதை யாகச் சொல்லப்படுகிறது. *டெர்மினேட்டர் 1, 2, 3* என்று வரிசையாக வந்து இந்தப் படங்கள் எல்லாவற்றிலுமே மனித இயல்பற்ற தன்மையானது மனிதத்தன்மையை அழிக்க வரும் அச்சுறுத்தல்தான் பிரதானமாக இருந்தது. பிளேட் ரன்னரும் இதுபோன்ற படம்தான்.

இந்தப் படங்களும், இதுபோன்ற இலக்கியமும் சைபர்பங்க் என்று வகைமைப்படுத்தப்படுகின்றன.

ஐசக் அஸிமோவ், ரே பிராட்பரி, ஆர்தர் சி. கிளார்க் போன்ற மரபார்ந்த அறிவியல் புனைகதையாளர்கள் எழுதும் அறிவியல் புனைவைத் தகர்த்துப் புதுவகை எழுத்தை இந்த 'சைபர்பங்க்' இலக்கியம் உருவாக்குகிறது.

நியூரோமான்ஸர், மாட்ரிக்ஸ் போன்றவை சைபர்பங்க் வகைமையைச் சேர்ந்த இன்னும் சில புனைவுகளாகும்.

'சைபர் பங்க்' வகைமையில் முதன்முதலாக எழுதப்பட்ட நாவல் வில்லியம் கிப்ஸனின் நியூரோமான்ஸர் என்ற நாவலாகும்.

இந்த நாவலில் வரும் கேஸ் என்பவன் ஒரு திருடன். கம்ப்யூட்டர்களில் இருக்கும் புள்ளிவிவரங்களைத் திருடுபவன். ஒருமுறை ஒரு திருட்டில் சிக்கிக்கொண்டுவிடுகிறான். அதற்குத் தண்டனையாக இவனது நரம்பு செல்கள் எரிக்கப்பட்டுவிடுகின்றன.

இவனது நரம்பு மண்டலம் மீண்டும் பழுது பார்க்கப்பட்டுச் சரி செய்யப்படுகிறது. அப்போது ஒரு மர்ம ஆசாமி இவனை ஒரு பெரிய திருட்டுப் பணியில் ஈடுபடுத்துகிறார்.

ப்ரீலாண்ட் எனப்படும் கிரகத்துக்குப் போய் அங்கிருக்கும் ஒரு கம்ப்யூட்டர் நிலையத்தில் இருக்கும் செயற்கை உயிரியைத் திருட வேண்டும். அங்கிருக்கும் 'நியூரோமான்ஸர்' எனப்படும் அந்தச் செயற்கை அறிவுஜீவியுடன் இணைவதன் மூலம் இந்தப் பிரபஞ்சத்தையே ஆளலாம் என்பது இவனைத் திருட்டுப்பணிக்கு நியமித்த அந்த மர்ம ஆசாமியின் கனவு.

'நியூரோமான்ஸர்' என்பது பாதி மனிதனும் பாதி இயந்திரமுமாக உருவான செயற்கை உயிரி. பிளேட் ரன்னரும் இதே போன்ற ஒரு இயந்திரன்தான்.

பிளேட் ரன்னருக்கு வேறுவிதமான பிரச்சினை இருக்கிறது. பிளேட் ரன்னருக்கு இல்லாத சக்தியே இல்லை. அளவற்ற ஆற்றலும் அழிக்க முடியாத சக்தியும் கொண்ட அதற்கு ஆயுள் மட்டும் மிகக் குறைவு. சில வருடங்கள்தான் மொத்த ஆயுளுமே. இத்தனை சக்திகள் இருந்தும் என்ன பயன்? அதை அனுபவிக்க நீண்ட ஆயுள் இல்லையே என்பதுதான் பிளேட் ரன்னரின் கவலையும் ஏக்கமும்.

தன்னை உருவாக்கியவர்களிடம் போய் பிளேட் ரன்னர் முறையிடும்போது இவ்விதமான பதில் கிடைக்கிறது:

'மனிதன் பலவீனமானவன், சக்திகள் அற்றவன், ஆனால் நீண்ட ஆயுள் வாழ்கிறான். நீ சில வருடங்களே வாழ்ந்தாலும் ஒளிமிக்க

வாழ்க்கை அல்லவா வாழ்கிறாய். நீண்டகாலம் பயனற்ற வாழ்க்கை வாழ்வதைவிடச் சில வருடங்கள் வாழ்ந்தாலும் சக்திமிக்க வாழ்க்கை வாழ்வது சிறந்தது அல்லவா?'

இதில் கவனிக்கப்பட வேண்டிய ஒரு முக்கியமான விஷயம்: இந்த பிளேட் ரன்னர் என்ற கதாபாத்திரத்தை இன்றைய பன்னாட்டு நிறுவனங்களில் நிறையச் சம்பளம் வாங்கிக்கொண்டு பணிபுரியும் பணியாளர்களோடு ஒப்பிடலாம். அரசு ஊழியர்கள் வேலைப் பாதுகாப்புடன், ஓய்வூதியச் சலுகைகளோடு பல ஆண்டுகள் வாழ்கிறார்கள். ஆனால் கடன், கஷ்டம் என்று நீளும் உப்புச்சப்பற்ற வாழ்க்கைதான் அவர்களுக்கு வாய்த்திருக்கிறது. ஆனால் பன்னாட்டு நிறுவன ஊழியர்களோ பெருந்தொகையைச் சம்பளமாகப் பெறுகின்றனர். பலவிதமான சலுகைகளுடன் வாழ்கிறார்கள். ஆனால் அவர்கள் வாழ்க்கை குறுகிய தன்மையுடையதாக இருக்கிறது. இரட்டைக் கோபுரம் தகர்க்கப்பட்டதும் அமெரிக்காவில் பணிபுரிந்து கொண்டிருந்த பல ஐடீ விற்பன்னர்கள் வேலை இழந்தார்கள். மாதா மாதம் லட்சக்கணக்கில் சம்பாதித்த இவர்கள் திடீரென்று நடுத் தெருவுக்கு அனுப்பப்பட்டார்கள். பலர் மனநிலை பிறழ்ந்த நிலைக்கும் தற்கொலை முடிவுகளுக்கும் ஆளானார்கள். இவர்களைப் போன்றவர் களைத்தான் பிளேட் ரன்னராகக் கதைச்சொல்லி மறைகுறிப்பாக உணர்த்துகிறார்.

இந்த 'சைபர் பங்க்' நாவல்களும் படங்களும் இரட்டைக் குறியீட்டுத் தன்மையுடன் அமைந்திருக்கின்றன என்பது குறிப்பிடத்தக்கது.

18

பின்நவீனத்துவமும் 'தமிழ்ச்சூழ'லும்

தமிழ்நாட்டில் தமிழ்ச் சூழல் என்ற வார்த்தை பலரால் உபயோகிக்கப் பட்டுத் தேய்ந்த ஒன்று. எனக்கு இந்தத் தமிழ்ச்சூழல் என்ற வார்த்தையில் நம்பிக்கை இல்லை. ஏனெனில் பலவிதமான சூழல்கள் நிறைந்த தமிழ்நாட்டில் தமிழ்ச் சூழல் என்று தனியாக ஏதும் இருக்கிறதா என்ன?

நிற்க.

பொதுவாகவே கலை, இலக்கியம், தத்துவம் தொடர்பான பெரும்பாலான விஷயங்கள் பிரான்சில்தான் முதலில் தோன்றுகின்றன.

உலகின் முதல் நாவல் என்று கருதப்படும் ரபேலாஸின் கராகான்சுவா அண்ட் பான்டாக்ரூயல் பிரான்சில்தான் பதினான்காம் நூற்றாண்டில் வெளியானது. க்யூபிஸம், சர்ரியலிஸம், எக்ஸிஸ்டென்ஷியலிஸம் போன்ற பெரும்பாலான இஸங்கள் அங்குதான் தோன்றின. 'நூவோ ரோமன்' எனப்படும் புதுவகை நாவல்கள் 'அவன்ட் கார்ட்' எனப்படும் பரீட்சார்ந்த எழுத்துகள் என்று எல்லாமே பிரான்சில்தான் தோன்றின.

முதலில் பிரான்சில் தோற்றம்கொள்ளும் இவை அடுத்து ஐரோப்பாவில் பரவுகின்றன. தொடர்ந்து அமெரிக்காவில் தங்கள் இருப்பை விஸ்தரித்துக்கொள்கின்றன. காலப்போக்கில் ஆசிய, ஆப்பிரிக்கக் கண்டங்களை ஊடுருவுகின்றன.

எந்த ஒரு புதிய கருத்தும் இந்தியாவுக்கு வந்து சேரக் குறைந்தது கால் நூற்றாண்டுக் காலம் ஆகிவிடுகிறது. பிரான்சில் கரகான்சுவர் நாவல் வெளியான பின்பு இரண்டு நூற்றாண்டுகள் கழித்துதான் முதல் இந்திய நாவலான ஆனந்தமடம் வெளிவந்தது. பிறகு முதல் தமிழ் நாவல் வெளிவருவதற்கு இன்னொரு நூற்றாண்டு பிடித்தது.

இருபதாம் நூற்றாண்டில் தகவல் தொடர்பு பெரிதும் வளர்ந்திருப்பதால் புதிய விஷயங்கள் கால்நூற்றாண்டுக் காலத்துக்குள் இந்தியாவுக்கு வந்துசேர்ந்துவிடுகின்றன.

தனது முன்னோர்களைப் போலவே பின்நவீனத்துவமும் பிரான்சில் அறுபதுகளில் தோன்றியது. பின்பு ஐரோப்பாவைக் கடந்து அமெரிக்காவுக்குப் போயிற்று. அப்போது பின்நவீனத்துவச் சூழல் எனப்படும் நிலவரம் பிரான்ஸைவிட அமெரிக்காவில்தான் அதிகமாக இருந்தது. அதீத மூலதனப் பெருக்கம், நுகர்வோர் கலாச்சாரத்தின் உச்சக்கட்ட வளர்ச்சி, டீவி கலாச்சாரம், விளம்பரங்களின் பெருக்கம் போன்றவற்றில் அமெரிக்காதான் முதலிடம் வகித்தது. எனவே பின்நவீனத்துவம் அமெரிக்கர்களால் தடையின்றித் தழுவிக் கொள்ளப்பட்டது.

அமெரிக்கர்கள் பின்நவீனத்துவத்தைக் கொண்டாடினார்கள். தெரிதாவால் ஈர்க்கப்பட்ட பால் தெ மான் போன்ற ஒத்த சிந்தனையுடைய விமரிசகர்கள் அமெரிக்காவில் உருவானார்கள்.

அங்கிருந்து பின்நவீனத்துவம் லத்தீன் அமெரிக்காவுக்குள் நுழைந்தபோது அங்கிருந்தவர்களைப் பயமுறுத்தியது. அமெரிக்காவிலிருந்து வந்து நுழைந்ததால் அது லத்தீன் அமெரிக்காவிலிருந்த வலதுசாரிகளைப் பெரிதும் கவர்ந்தது. அப்போது லத்தீன் அமெரிக்காவில் புகழ்பெற்றிருந்த மரியா வர்காஸ் லோஸா, ஆல்பர்ட் புஜிமோரி போன்றவர்களும், அர்ஜெண்டைனாவைச் சேர்ந்த கார்லோஸ் மெனிம் போன்றவர்களும் பின்நவீனத்துவத்தை அமெரிக்க இறக்குமதி என்பதால் வரவேற்றார்கள். இதனாலேயே லத்தீன் அமெரிக்க இடது சாரிகளான ஆக்டேவியா பாஸ் போன்ற பலரும் பயந்தார்கள். அது லத்தீன் அமெரிக்காவை எதிலோ சிக்க வைப்பதற்காக அமெரிக்க ஏகாதிபத்தியம் ஏற்பாடு செய்திருக்கும் ஏதோ ஒரு சூழ்ச்சி என்று நினைத்தார்கள். தவிரவும், வட அமெரிக்கா மேற்கொண்ட சுதந்திர வர்த்தக ஒப்பந்தம், சதா புரட்சிக் கொந்தளிப்பிலேயே இருக்கும் அரசியல் நெருக்கடிகள், வன்முறையான சூழல், போதைப்பொருள் கடத்தல் போன்ற லத்தீன் அமெரிக்கச் சூழலுக்கு ஏற்பப் பின்நவீனத்துவம் வலதுசாரித் தன்மையுள்ளதாக ஆக்கி விநியோகிக்கப்பட்டது.

இதைக் கூர்ந்து கவனித்த பிறகுதான் லத்தீன் அமெரிக்க இடது சாரிகள் பின்நவீனத்துவத்தை நன்கு பரிசீலித்துப் பார்த்தார்கள். அதிலுள்ள வலதுசாரித் தன்மையை மட்டும் நீக்கிவிட்டால் ஒரு இடதுசாரிப் பின்நவீனத்துவம் கிடைக்கும்; அதை நாம் பயன்படுத்திக் கொள்ளலாம் என்று நினைத்தார்கள்.

நிகராகுவாவில் இருந்த சோஷலிஸ்ட்கள், எல் சால்வடாரில் இருந்த லெனினிஸ்டுகள், அமேஸான், வெனிசுவேலா, பிரேஸில் போன்ற நாடுகளில் இருந்த இடதுசாரிகளும் பெண்ணியவாதிகளும் இடதுசாரிப் பின்நவீனத்துவத்தை ஏற்றுக்கொண்டனர்.

அங்கிருந்து பின்நவீனத்துவம் ஆப்பிரிக்கா, ஆசியா என்று மேலும் தனது எல்லைகளை விரிவுபடுத்தியது. கென்ய எழுத்தாளரான கூகி வாங் தியாங்கோ தனது சிலுவையில் தொங்கும் சாத்தான் என்ற நாவலை முதல்முறையாகத் தன் தாய்மொழியான கிகியூவில் எழுதியது ஒரு பின்நவீன செயல்பாடாகும். கூகி வாங் தியாங்கோவின் எழுத்துகள், குவாதமாலாவைச் சேர்ந்த ரிகோ பெர்ட்டா மென்ச்சுவின் பிரதிகள், ஜப்பானிய எழுத்தாளரான ஹரூமி முரகாமியின் பின்நவீனக் கூறுகள் கொண்ட சிறுகதைகள் போன்றவை மூன்றாவது உலகப் பின்நவீன நிலைமையை எடுத்துரைக்கின்றன.

அடுத்தபடியாகப் பின்நவீனத்துவம் இந்தியாவுக்கும் தமிழகத்துக்கும் தனது வருகையைப் பதிவு செய்தது. மதநம்பிக்கைகளில் தீவிரத் தன்மையுடன் இருக்கும் இஸ்லாமிய நாடுகளைப் போலவே இந்தியாவும் பின்நவீனத்துவத்தைப் பெரிதாக உவந்து வரவேற்க வில்லை.

மேலும், நிலப்பிரபுத்துவ நாடுகளான இவற்றில் நவீனத்துவமே முழு வளர்ச்சியடைந்திராத நிலையில், பின்நவீனத்துவமும் வந்து சேர்ந்தது செரித்துக்கொள்ள இயலாததாக இருந்தது.

தவிரவும், சனாதனிகள் நிறைந்த நம்நாட்டில் பின்நவீனத்துவம் முன் வைத்த கட்டவிழ்ப்பு, கேள்விக்குள்ளாக்கும் தன்மை, ஆசிரியனின் மரணம் போன்ற கருத்துகள் ஆபத்தான சிந்தனைகளாகத் தோன்றியதில் வியப்பேதும் இல்லை. வயதில் சின்னவர்கள் தங்களைவிடப் பெரியவர்களின் காலில் விழுந்து சாஷ்டாங்க நமஸ்காரம் செய்ய வேண்டும்; ஆசி பெற வேண்டும்; பெரியவர்கள் சொன்ன பேச்சுக்கு மறுவார்த்தை பேசக்கூடாது என்றெல்லாம் காலங்காலமாகக் கட்டமைக்கப்பட்டு வந்த கருத்தியலால் ஆனது நமது பொதுப்புத்தி. எனவே நமது முன்னோர் களைக் கேள்விக் குள்ளாக்குவது என்பது ஜீரணிக்க முடியாததாக உணரப்பட்டது.

லத்தீன் அமெரிக்கர்கள் அமெரிக்காவிலிருந்து எந்த விஷயம் வந்தாலும் அதைச் சந்தேகக் கண் கொண்டுதான் பார்ப்பார்கள். எதிர்ப்புத் தெரிவிப்பார்கள். அதேபோல் நம் ஊர் சனாதனிகளும் மேற்கிலிருந்து எந்த விஷயம் வந்தாலும் அதனால் நமது கலாச்சாரத்துக்கு ஆபத்து

வந்துவிட்டது என்று கூக்குரலிடுவார்கள். கூக்குரலிட்டபடியே அமெரிக்க பிஸ்ஸா, பிரெஞ்சு பர்ப்யூம், ஐரோப்பிய போர்னோகிராபி போன்ற வற்றையும் அனுபவிப்பார்கள். ஜீன்ஸ் பாண்டையும், அடிடாஸ் ஷூக்களையும் அணிந்துகொண்டு ஆத்ம விசாரப்படுவார்கள்.

சனாதனிகளின் கதை இது என்றால் நம்மூர் நவீனத்துவவாதிகளும் இவர்களுக்குச் சளைத்தவர்கள் அல்ல என்றே சொல்ல வேண்டும்.

ஒரு காலத்தில் காப்கா, சார்த்தர், ஆல்பர் கெமூ என்ற பெயர்களைச் சொல்லியும் எழுதியும், சனாதனிகளைப் பயமுறுத்தியவர்கள் இவர்கள். 'தமிழில் என்ன இருக்கிறது. எல்லாம் மேற்கில்தான் இருக்கிறது' என்று மந்திர உச்சாடனம் செய்தவர்கள். மரபு எழுத்துக்கு எதிராக 'நனவோடை உத்தி', 'எக்ஸிஸ்டென்ஷியலிஸம்' போன்றவற்றைப் பிரகடனப்படுத்திய இவர்கள் பின்நவீனத்துவத்தின் வருகையால் பெரிதும் நிலைகுலைந்து போனார்கள்.

பின்நவீனத்துவம் தங்கள் இருத்தலுக்கு எதிராக வந்திருக்கும் அச்சுறுத்தல் என்று இவர்கள் நினைக்கிறார்கள். தங்கள் ஆஸ்தான பீடங்கள் அசைக்கப்படுவதாக அஞ்சுகிறார்கள்.

ஒரு நவீனவாதி பின்நவீனவாதிகளைக் 'கான மயிலாடக் கண்டிருந்த வான்கோழிகள்' என்கிறார். இவரேகூட வெள்ளைக்கார மயில்களைப் பார்த்து ஆங்கிலம் கற்று, தானும் ஆங்கிலத்தில் எழுதும் வான்கோழி தான் என்பதை யார் இவருக்குச் சொல்வது? இன்னும் சில நவீனத்துவவாதிகள் பின்நவீனத்துவத்தைப் பொருட்படுத்தாமல் மௌன அரசியல் செய்கிறார்கள். பொருட்படுத்தாமல் இருந்தால் பின்நவீனத் துவம் கவனிப்பாரின்றிச் செத்துப்போய்விடும் அல்லவா? அந்த நம்பிக்கைதான். சரி, தமிழில் பின்நவீனத்துவ வருகை எப்படி ஆரம்பித்தது?

1994இல் தமிழவன் 'நவீனத் தமிழும் பின்நவீனத்துவமும்' என்ற தலைப்பில் ஒரு கட்டுரை எழுதினார். பின்நவீனத்துவத்துக்குப் பெயரளவில் தொடர்புடையதாக இருந்தபோதிலும் இதைத் தமிழில் வெளியான முதல் பின்நவீனத்துவக் கட்டுரை எனலாம்.

தமிழவனின் ஸ்ட்ரக்சுரலிசம் (அமைப்பியலும் அதன் பிறகும் என்னும் தலைப்பில் விரிவாக்கப்பட்ட புதிய பதிப்பாக தற்போது வெளிவந்திருக்கிறது. வெளியீடு: அடையாளம்) என்னும் தலைப்பில் என்ற நூல் வெளிவந்தபோதுதான் தமிழில் அமைப்பியல் மூலமாகப் பின்நவீனத்துவம் பிரவேசித்தது எனலாம். இந்தப் பிரதியில் தமிழவன் அல்தூஸரையும், ரொலாண் பார்த்தையும் கலந்து கட்டி

எழுதியிருந்தார். தொடர்ந்து எம்.டி. முத்துக் குமாரசாமியின் 'பிற்கால அமைப்பியலும் குறியியலும்' என்ற கட்டுரை வெளியானது. அதைத் தொடர்ந்து நாகர்ஜுனனின் கட்டுரைகள் வெளி வர ஆரம்பித்தன. தமிழ்ப் பின்நவீனத்துவத்தைப் பொறுத்தவரை நாகார்ஜுனனின் பங்கு முக்கியமானது எனலாம்.

நோயல் ஜோசப் இருதயராஜின் 'இயக்கத்திலிருந்து ஆட்டத்துக்கு' என்ற கட்டுரைதான் தமிழில் முக்கியத்துவம் வாய்ந்த முதல் பின்நவீனத்துவக் கட்டுரை எனலாம். தமிழவனின் ஸ்ட்ரக்சுர லிஸத்தை எதிர்த்து நோயல் எழுதிய 'கிடங்கும் தொழிற்சாலையும்', 'பொதுப் புத்தியின் அமைப்பியலும், அமைப்பியலின் பொதுப் புத்தியும்' போன்ற கட்டுரைகள் ஒரு பின்நவீன உரையாடலைத் தமிழ்ச் சூழலில் துவக்கி வைத்தன.

பூரணச்சந்திரனின் 'அமைப்பு மையவாதம்', 'கவிதைத் தகர்ப்பும் அமைப்பும்' போன்ற பிரதிகள் தமிழ்ப் பின்நவீனத்துவ உரையாடலைத் தொடர்ந்து நிகழ்த்த உதவியவை. 'சிலப்பதிகாரம்', 'யாதும் ஊரே யாவரும் கேளிர்' போன்ற கருத்தியல்களைப் பூரணச்சந்திரன் கட்ட விழ்ப்பு செய்தார். ரமேஷ்-பிரேமின் 'பின்நவீனத்துவ பிரச்சினைப் பாடுகள்' ஒரு முக்கிய நிகழ்வு. மேலும் இதழ் ஒரு பின்நவீன இதழாக வெளிவந்தது. பல பின்நவீனப் பிரதிகளை வெளியிட்டது.

அ.மார்க்ஸ் கல்குதிரை இதழில் 'ஸ்ட்ரக்சுரலிச'த்தை இடதுசாரிப் பார்வையில் ஆய்வு செய்திருந்தார். அது ஒரு முக்கியமான கட்டுரை ஆகும்.

லத்தீன் அமெரிக்கர்கள் இடதுசாரிப் பின்நவீனத்துவத்தை உருவாக்கிக் கொண்டது போல் தமிழ்ச் சூழலில் இடதுசாரிப் பின்நவீனத்துவத்துக்கு வழிவகுத்தவராக அ. மார்க்ஸைக் குறிப்பிடலாம். அ. மார்க்ஸ் தொடர்ந்து தமிழ்ச் சூழலில் பின்நவீன உரையாடலை நிகழ்த்தி வருகிறார். முன்னதாக அ. மார்க்ஸ், எஸ். ரவிக்குமார் மற்றும் பொ. வேல்சாமி போன்றவர்களும் சேர்ந்து நடத்திய நிறப்பிரிகை ஒரு முக்கியமான பின்நவீனத்துவ நிகழ்வு எனலாம். நிறப்பிரிகை பின்நவீனத்துவத்தைப் பாலியல் புரட்சி, குடும்பக் கலைப்பு, ஓரினப்புணர்ச்சி வரவேற்பு என்ற ரீதியில் அடையாளப்படுத்தியது. அடித்தள மக்கள் ஆய்வை பின்நவீனத்துவம் என்று புரிந்துகொண்டது. முதன்மைப்படுத்தியது. தமிழில் அவரவர் விருப்பத்துக்கேற்பப் பின்நவீனத்துவத்தை அரசியல் போக்காகவும், இலக்கிய இயக்கமாகவும் தத்துவ விசாரணை யாகவும், ஒடுக்கப்பட்ட மக்களின் இலச்சினையாகவும் கையில்

எடுத்துக்கொண்டிருக்கிறார்கள் என்பது குறிப்பிடத்தக்கது.

- வித்தியாசம் என்ற பின்நவீனத்துவ இதழை நாகார்ஜுனனும் தமிழவனும் ஒன்றுசேர்ந்து நடத்தினார்கள். அதில் பல பின்நவீனத்துவக் கட்டுரைகள் வெளிவந்தன. வித்தியாசம் இதழில் எஸ். சண்முகம் எழுதிய பின்நவீனத்துவக் கட்டுரைகள் முக்கியமானவை.
- 1997இல் கோவை ஞானியும் 'தமிழில் நவீனத்துவமும் பின் நவீனத்துவமும்' என்ற தலைப்பில் கட்டுரை எழுதி யிருக்கிறார்.
- நிகழ் இதழில் எதிர்விவாதங்கள் ஜனநாயகப் பண்புடன் முன்வைக்கப்பட்டன என்பது முக்கியமானது.
- லயம் இதழில் பல அருமையான மொழிபெயர்ப்புக் கட்டுரைகள் வெளிவந்தன. அவை தொகுக்கப்படவில்லை.
- சாருநிவேதிதாவின் சிதைவு ஒரு பின்நவீன இதழாக வெளிவந்தது.
- 'பிரதியியல் ஆய்வு' என்ற பெயரில் அ.மார்க்ஸ், மௌனி, புதுமைப்பித்தன் போன்றவர்களைத் 'தகர்த்து' எழுதிய கட்டுரைகளைப் பின்நவீனத்துவக் கட்டுரைகள் என்று சொல்ல முடியாவிட்டாலும் அவற்றின் இடம் முக்கியமானது.
- பின்நவீனத்துவம் பற்றி நோயல் எழுதிய கட்டுரைகள் பின் நவீனத் தொனியிலும் நடையிலும் எழுதப்பட்டவை. நையாண்டியும் சுய எள்ளலும் அவற்றின் தனிச்சிறப்பு எனலாம்.

தமிழில் பின்நவீனத்துவம் என்ற பெயரில் வெளியான பெரும்பாலான கட்டுரைகள் கருக கலைந்த வெறும் பிண்டங்களாகவே வந்து விழுந்தன என்றே சொல்ல வேண்டும். இந்தப் பிண்டங்களைப் படித்துவிட்டு இதுதான் பின்நவீனத்துவம் என்று தவறாகப் புரிந்து கொண்டதன் விளைவாக வந்து விழுந்த இன்னொரு பிண்டம் தான் அஸ்வகோஷின் பின்நவீனத்துவம்: பித்தமும் தெளிவும் என்ற புத்தகம். இவராக எதையோ பின்நவீனத்துவம் என்று தவறாகப் புரிந்துகொண்டு காற்றாலையுடன் சண்டைபோட்ட டான் க்விக்ஸாட் போலத் தமிழ்ப் பின்நவீனத்துடன்(?) சண்டை போட்டு விட்டு உலகப் பின்நவீனத்துவத்தையே ஜெயித்துவிட்ட திருப்தியுடன் இருக்கிறார்.

எண்பதுகளில் சாருநிவேதிதா, ரமேஷ்-பிரேம், தமிழவன் போன்றோர் பின்நவீனத்துவ எழுத்தாளர்களாக அறியப்பட்டிருந்தனர்.

பின்னர் எம்.ஜி. சுரேஷின் பிரதிகளும் பின்நவீனத்துவப் பிரதிகளாக அடையாளப்படுத்தப்பட்டன.

உலகமெங்கும் நிகழ்ந்ததைப் போலவே தமிழ்ச் சூழலிலும் டாடாயிஸ்டுகள், சர்ரியலிஸ்டுகள், மார்க்ஸியவாதிகள் போன்றோர் பின்நவீனத்துவத்தைத் தழுவினார்கள். இதனால் அவர்களது பிரதி களும் அத்தன்மைகளைப் பிரதிபலித்தன.

சாருநிவேதிதாவின் எழுத்துகள் டாடாயிஸப் போக்கினை ஏற்றுக் கொண்டிருந்தன. டாடாயிஸ எதிர்-கலை மரபு அவரது ஜீரோ டிகிரி யில் அத்தனை தூக்கலாக இருக்கிறது. ரமேஷ்—பிரேமின் பிரதிகளில் இடதுசாரித் தன்மை தூக்கலாக இருப்பதை அறியலாம். எம்.ஜி. சுரேஷ் பிரதிகளில் சர்ரியலிஸத்தன்மை விரவியிருக்கிறது. கோணங்கியின் பிரதிகள் சர்ரியலிஸத்தின் இன்னொரு வகைமையான தானியங்கி எழுத்து முறையைக் கொண்டிருக்கின்றன. தமிழவனின் பிரதிகள் ஏற்கெனவே சொல்லப்பட்ட பிரதிகளை வேறுமாதிரி எழுதிப் பார்க்கும் முயற்சிகளாக இருக்கின்றன.

இதில் எது பின்நவீனத்துவப் பிரதி ?

நாம் ஏற்கெனவே பார்த்தபடி பின்நவீனத்துவத்தில் நிலையானது என்று ஏதுமில்லை. மையம் என்றும் எதுவும் இல்லை. கதை, கட்டுரை, கவிதை, வாழ்க்கை வரலாறு போன்ற பலவிதக் கூறுகளாக்கப் பட்ட வகைமைகளும் இல்லை. இதில் ஏதாவது ஒன்றையோ அல்லது எல்லாவற்றையும் சேர்த்தோ ஒரு பிரதி அமையலாம். ஆனாலும் இப்படித்தான் ஒரு பின்நவீனத்துவப் பிரதி இருக்கவேண்டும் என்று கறாராக வரையறுக்க முடியாது.

ஆனாலும், எதெல்லாம் பின்நவீனத்துவம் இல்லை என்று சொல்ல முடியும்.

உம்பர்ட்டோ ஈக்கோ, டொனால்ட் பார்த்தல்மே, ஜான் பார்த், இதாலோ கால்வினோ போன்ற மேற்கத்தியப் பின்நவீன எழுத் தாளர்கள் ஒவ்வொருத்தரும் ஒருத்தருக்கொருத்தர் வித்தியாசமான மொழியில், வெளிப்பாட்டில் தங்கள் பிரதிகளைத் தந்தார்கள். தமிழிலும் பின்நவீனத்துவ எழுத்தாளர்களின் மொழி, கதையாடல் எல்லாமே ஒருத்தருக்கொருத்தர் வித்தியாசமான கையாளுதல் கொண்டு இருப்பது குறிப்பிடத்தக்கது.

பின்நவீனத்துவம் தமிழகத்தில் பிரவேசித்தபோது, பின்நவீனத் துவத்துக்கேற்ற சூழ்நிலை தமிழகத்தில் இல்லை. எனவே பின்நவீனத் துவம் ஒரு புரியாத புதிராக இருந்தது. அதை விளங்கிக்கொள்வதில்

சிக்கல் இருந்தது. இன்றைக்கோ நிலைமை மாறிவிட்டது. உலக மயமாக்கல், பன்னாட்டு மூலதனம், தாராளமயமாக்கல், உள்நாட்டுத் தொழில்களில் அன்னிய முதலீடு, ஃஎப்டீவி, எம்டீவிக்களின் ஆதிக்கம் போன்றவற்றின் படையெடுப்பால் இப்போது பின்நவீனத்துவத்தின் மீதான ஆர்வம் தமிழ்ச் சூழலில் வளர்ந்துவருகிறது. முன்பு தெரிதா, பூக்கோ போன்றவர்களைத் திட்டியவர்கள் இப்போது இரகசியமாக அவர்களைப் படித்துப் பார்க்கிறார்கள். ஒரு காலத்தில் பின்நவீனத்துவம் என்றாலே முகம்சுளித்த தமிழ் அறிவுஜீவிகள் இப்போது பியரி பூர்தூ பற்றி எழுத விரும்புகிறார்கள். பூர்தூவை மொழிபெயர்க்கிறார்கள். பின்நவீனத்துவத்தின் தொடர்ச்சியாக வருபவர்தான் பூர்தூ என்பது இவர்களுக்குத் தெரியவில்லை. அல்லது தெரிந்துகொள்ள விரும்பவில்லை. தவிரவும், இப்போது எல்லோருமே பெண்ணியம், தலித்தியம், பன்முகப்பார்வை, உரையாடல், தகர்த்தல் என்றெல்லாம் பேச ஆரம்பித்திருக்கிறார்கள். இதெல்லாம் அவர்கள் தங்களையும் அறியாமல் தங்களின் ஆழ்மனத்தில் பின் நவீனத்துவத்தை மறைமுகமாக அங்கீகரித்திருப்பதைத்தான் காட்டுகிறது. தமிழ்ச் சூழலில் பின்நவீனத்துவம் தன்னை ஸ்தாபித்துக் கொண்டுவிட்டதையே இவை காட்டுகின்றன.

19

பின்நவீனத்துவம் எதிர்கொள்ளும் பிரச்சினைகள்

புதிதாக வரும் எந்த ஒரு விஷயமும் எதிர்ப்புக்குள்ளாகும். இது இயல்பானதே.

மன்னராட்சி யுகத்தில் மக்களாட்சித் தத்துவம் ஒரு உட்டோப்பியக் கருத்தியலாகத்தான் இருந்தது. மக்கள் என்றாலே அவர்களை ஆள்வதற்கு மன்னன் வேண்டாமா? அது எப்படி மக்களை மக்களே ஆள முடியும் என்று கிண்டல் செய்தார்கள். அப்போதெல்லாம் ஜனநாயகம் என்பதே தீவிரவாதிகள் பேசும் வார்த்தையாக இருந்தது. பிரெஞ்சு மன்னராட்சிக்கு எதிராக ஜனநாயகம் பேசிய, ஜனநாயகத்துக்காகப் போராடிய ராபர்ட்ஸ்பியர், மாரட் போன்றவர்களின் ஜனநாயகப் புரட்சி கில்லட்டினில் போய் முடிந்தது.

இன்றைக்கு எல்லோரும் தெருவுக்குத் தெரு நின்று வாய் நிறைய ஜனநாயகத்தைப் பற்றிப் பேசுகிறார்கள்.

அதேபோல் மார்க்ஸியம் அறிமுகமானபோது பூர்ஷுவாக்களைவிட அன்னக்காவடிகள்தான் அதிகம் பயந்தார்கள். முதலாளிகளின் மூலதனங்கள் பாதிப்புக்குள்ளாகும் என்பதைவிடத் தங்கள் கோவணம் பறிபோய்விடுமோ என்றுதான் அதிகம் அஞ்சினார்கள்.

'கம்யூனிஸ்ட்கள் மனைவியைக்கூடப் பொதுவுடமையாக்கி விடுவார்கள்' என்றெல்லாம் வக்கிரபுத்தியுடன் நக்கலடித்தார்கள்.

இன்றைக்கு நிலைமை மாறிவிட்டது.

இன்றைக்கு ஆளாளுக்குத் தங்களைக் கம்யூனிஸ்ட்டுகளாகக் காட்டிக் கொள்ளப் பிரயத்தனப்படுகிறார்கள்.

இதைப் போலவே பின்நவீனத்துவமும் அறிமுகமான காலத்திலிருந்தே ஒருபுறம் வரவேற்கப்பட்ட போதிலும் இன்னொருபுறம் எதிர்க்கப்பட்டும் வருகிறது.

பின்நவீனத்துவம் முன்வைக்கும் கருத்தாக்கங்களில் ஒன்று 'பகுத்தறிவே பயங்கரம்' என்பது.

இதைக் கேட்டதுமே பகுத்தறிவாளர்களும் மார்க்ஸியவாதிகளும் முகம் சுளிக்கிறார்கள். இது எந்த அர்த்தத்தில் சொல்லப்படுகிறது என்பது புரியாமல் அவசர அவசரமாக, பின்நவீனத்துவவாதிகள் எல்லோரும் சாமிக்கு மொட்டை போட்டுக்கொண்டு காவடி தூக்கும் மௌடீக பக்தர்களுக்குச் சமமாகிவிட்டதாகக் கூறி எள்ளி நகையாடுகிறார்கள்.

பகுத்தறிவு ஒரு அடிப்படையான அறிவுதான். பிரபஞ்சத்தையும் அறிவியலையும் புரிந்துகொள்ளக் குறைந்தபட்சம் பகுத்தறிவுகூட இல்லையென்றால் நிலைமை மோசமாகத்தான் போயிருக்கும். அது உண்மையே.

அதேசமயம் முழுமையான உண்மை என்று எதுவும் இல்லை. அதைப் போலவே முழுமையான பகுத்தறிவு என்பதுமில்லை. இந்தப் பிரபஞ்சத்தில் உள்ள எல்லாமே சார்பியலால் கட்டமைக்கப்பட்டவையே, பகுத்தறிவு உட்பட. உதாரணமாக, உலகத்தின் வரைபடம் ஒன்றை எடுத்துக்கொள்வோம். பொதுவாக வரைபடங்கள் எல்லாமே தட்டையான காகிதத்தில்தான் அச்சிடப்படுகின்றன. தட்டையான தாளில் அச்சிடப்படும் தேசப்படத்தையோ அல்லது உலகப் படத்தையோ நாம் பார்க்கும்போது அதை நமது பகுத்தறிவு உண்மை என்று சொல்வதால் ஒப்புக்கொள் கிறோம். ஆனால் உண்மையில் உலகம் உருண்டையானது. வரைபடத்தில் உள்ள அட்ச தீர்க்கரேகைகள் உண்மையில் வளைந்துதான் இருக்கவேண்டும். ஒரு கோளத்தின் மீது நேர்கோடு ஒன்றை வரைய முற்பட்டால் அந்த நேர்கோடு வளைந்த கோடாக மாறிவிடும். ஆனால் இந்த வரைபடம் வளைந்த கோடுகளை நேர்கோடுகளாகக் காட்டுகிறது. இது ஒரு பாவனை. பகுத்தறிவு இதுபோன்ற பாவனைகளை உண்மைபோல் நிரூபித்து நம்மை நம்புமாறு வற்புறுத்துகிறது. யூக்ளிட்டின் ஜியோமிதி விதிகள் கிடைமட்டமான சமதளத்துக்கானவை. வட்டமான பூமிக்கும், வட்டமான பிரபஞ்சத்துக்கும் பொருந்தாதவை. ஆனாலும் யூக்ளிட்டின் ஜியோமிதி விதிகளைப் பின்பற்றித்தான் நாம் நிலங்களை அளக்கிறோம். கட்டடங்கள் கட்டுகிறோம். ஏனெனில், பூமியின் ஒரு குறிப்பிட்ட சிறிய பகுதிக்கு அது சரியாக இருக்கிறது. அதை மட்டும் அது சார்ந்திருக்கிறது. மொத்த உலகத்துக்கும் பிரபஞ்சத்துக்கும் யூக்ளிட் விதி பொருந்தாமல் அபத்தமானதாக இருக்கிறது.

அதேபோல் பகுத்தறிவு 'மேலே', 'கீழே', 'கிழக்கு', 'மேற்கு' என்றெல்லாம் இடங்களைப் பிரித்துக் காட்டுகிறது. இவையும் ஒன்றை ஒன்று சார்ந்திருப்பவையே. பிரபஞ்சத்தில் மேல், கீழ், கிழக்கு மேற்கெல்லாம் கிடையாது. இந்தியாவுக்கு வடக்கே இமயமலை இருக்கிறது. தெற்கே இலங்கை இருக்கிறது என்று எதையும் சார்ந்து தான் சொல்ல முடியுமே தவிர பொதுவாக வடக்கு, தெற்கு என்று எதையும் தான்தோன்றியாகச் சொல்ல முடியாது.

இப்படிக் குறையுடைய பகுத்தறிவைப் பற்றிக் கேள்விகள் எழுப்புவதற்கும், மொண்ணையாகப் பகுத்தறிவின் எதிரிகள் என்று தங்களைச் சொல்லிக்கொள்வதற்கும் வித்தியாசம் உண்டென்பதை இந்தப் பகுத்தறிவாளர்கள் புரிந்துகொள்ள வேண்டும்.

அடுத்ததாகப் பின்நவீனத்துவம் 'தர்க்கமே வன்முறை' என்று சொல்கிறது என்று குற்றம் சாற்றுகிறார்கள். தர்க்கம் என்றால் என்ன என்று விளக்கி தர்க்கம் எத்தனை விஞ்ஞானத்தன்மை கொண்டது என்று பின்நவீனத்துவவாதிக்குக் கற்றுக் கொடுக்கிறார்கள்.

தர்க்கம் என்பது அறிதலை நோக்கி நகரும் ஒருவகை முயற்சியே. கணிதம், அறிவியல், தத்துவம் போன்றவை தர்க்கத்தின் அடிப்படையில் கட்டமைக்கப்பட்டவை.

தர்க்கத்தின் இடம் முக்கியமானதுதான். சந்தேகமே இல்லை.

பகுத்தறிவைப் போலவே தர்க்கத்தின் எல்லைகளும் வரையறுக்கப் பட்டவை. அறிவியல் வளர வளரப் பகுத்தறிவும் தர்க்கமும் தங்கள் எல்லைகளைத் தாண்ட முடியாமல் தவிக்கின்றன என்பதே உண்மை.

உதாரணமாக, ஒளி நேர்கோட்டால் ஆனது. ஒளி நேராகத்தான் செல்லும் என்பது மரபு விஞ்ஞானத்தின் கோட்பாடு. பகுத்தறிவும் தர்க்கமும் இந்த 'உண்மை'யின்படி இயங்கிவந்தன. இருட்டில் இருக்கும் ஒரு பொருளை டார்ச் அடித்துப் பார்க்க வேண்டுமானால் அதற்கு எதிரே நேராக நின்றுகொண்டு டார்ச் ஒளியை அதன்மேல் பாய்ச்ச வேண்டும் என்பது அறிவியலும், பகுத்தறிவும், தர்க்கமும் ஒப்புக்கொண்ட விஷயமாகும். நிச்சயமாக நாம் பார்க்க வேண்டிய பொருளுக்குக் கொஞ்சம் தள்ளிப் பக்கத்தில் டார்ச் விளக்கை அடித்துப் பார்த்தால் ஒளி வளைந்துபோய் நாம் பார்க்க வேண்டிய பொருளின் மேல் பாயாது என்பதும் பகுத்தறிவும் தர்க்கமும் ஒப்புக்கொண்ட விஷயம்தான். நவீன விஞ்ஞானம் ஒளி நேராகச் செல்லக்கூடியதல்ல; வளைந்து செல்லக்கூடியது என்கிறது. பூமி உருண்டையானது. அது வளைந்த நீள்வட்டப்பாதையில் சூரியனைச் சுற்றிவருகிறது. அதேபோல்

பிரபஞ்சமும் வளைவானதே. ஒளி பிரபஞ்சத்தின் வளைவையொட்டித் தானும் வளைந்து போகிறது என்பது ஐன்ஸ்டீனின் கோட்பாடு.

ஆக, நாம் டார்ச் அடித்துப் பார்க்கும் ஒளி வளைவதில்லை என்ற போதிலும், பிரபஞ்சத்தில் ஒளியின் நடவடிக்கை நேரானதாக இருக்க வில்லை என்பது நிரூபிக்கப்பட்ட உண்மை. இதனால் வளையாமல் இருப்பதுதான் ஒளியின் தன்மை என்று பகுத்தறிவும் தர்க்கமும் நம்பும் நம்பிக்கை மூடநம்பிக்கையாக மாறிவிடுகிறது. ஆக, ஒளி நேராக இருப்பதும் வளைந்து இருப்பதும் சார்பியலின் விளைவான காரியமாக இருக்கிறது. எனவே பகுத்தறிவும் தர்க்கமும் இடம் பொருள் ஏவலைச் சார்ந்துதான் இருக்கின்றன. இப்போது இந்த நிகழ்வை எப்படிப் பகுத்தறிவும் தர்க்கமும் கொண்டு விளக்க முடியும்?

குவாண்டம் தியரி எனப்படும் கற்றையியல் கோட்பாடு ஒரு முக்கியமான கண்டுபிடிப்பை நிகழ்த்தியது.

அணுவின் உள்ளே இருக்கும் சார்நிலைத் துகள்களின் இயக்கம் குழப்பம் தருவதாக இருக்கிறது. அவற்றின் செயல்பாடு மரபார்ந்த இயற்பியலின் தர்க்கத்துக்கு எதிரானதாக இருக்கிறது என்பதை அறிவியலறிஞர்கள் கண்டுபிடித்தார்கள்.

அணுவின் மையத்தில் இருக்கும் 'நியூக்ளியஸ்' எனப்படும் கருவை எலெக்ட்ரான், ப்ரோட்டான் போன்ற சார்நிலை அணுத் துகள்கள் சுற்றிவருகின்றன. எப்படி சூரியனைப் பூமியும் இதர கோள்களும் சுற்றிவருகின்றனவோ அதேபோல அணுவின் உள்ளேயும் மையக்கருவை இவை சுற்றிச் சுற்றிவருகின்றன.

இந்தச் சார்நிலைத் துகள்களில் ஏதாவது ஒன்றின் வேகத்தை அளவிட அறிவியலறிஞர்கள் முயன்றார்கள். எவ்வளவு முயன்றும் அதை அவர்களால் கண்டடைய முடியவில்லை. அதுமட்டுமல்லாமல், ஒரு துகள் ஒரு சமயத்தில் எங்கே இருக்கிறது என்பதையும் அவர்களால் நிச்சயப்படுத்திக்கொள்ள முடியவில்லை. ஒரே துகள் எல்லா இடங்களிலும் ஏக காலத்தில் தெரிந்தது. ஒரு துகள் ஒரு நேரத்தில் ஏதாவது ஒரு இடத்தில்தானே இருக்கமுடியும். அது எப்படி எல்லா இடங்களிலும் இருக்கமுடியும் என்று புரியாமல் குழம்பினார்கள்.

அந்தத் துகள் ஒரு இடத்திலிருப்பதற்கு 'உண்மைநிலை' என்றும் பிற இடங்களில் இருப்பதற்குத் தோற்றநிலை உண்மைநிலை என்றும் பெயரிட்டார்கள்.

ஒரு பொருள் ஒரு நேரத்தில் ஒரு இடத்தில்தான் இருக்கும் என்பது தர்க்கம். அப்படி இல்லாமல் இருப்பது தர்க்கத்தின் மீறல்.

பகுத்தறிவும் தர்க்கமும் மீறக்கூடியவையாக இருக்கின்றன; சார்ந்து இயங்குகின்றன என்று சொன்னால் அதைச் சரியான அர்த்தத்தில் புரிந்துகொள்ள வேண்டும். அதை விட்டுவிட்டுப் பின்நவீனத்துவ வாதிகள் மோடி மஸ்தான்களாக மாறி மந்திர தந்திர மாயா ஜாலங்களை நம்புகிற மத்தியகால மக்களைப் போலாகிவிட்டார்கள் என்று கேலி செய்வது நியாயமான செய்கை ஆகாது.

பகுத்தறிவும் தர்க்கமும்தான் உண்மையை நிறுவும் காரியத்தைச் செய்கின்றன என்பது ஒரு பொதுப்புத்தி. இந்தப் புத்தி, உண்மை என்பது ஒன்றே ஒன்று என்று நம்பும் மனோபாவத்தினால் வருவது.

எர்வின் ஷ்ரோடிங்கர் என்ற அறிவியலறிஞர் தனது புகழ்பெற்ற பூனைக்கோட்பாட்டின் மூலம் உண்மை என்பது ஒற்றையானது அல்ல என்பதை நிரூபித்தார்.

ஒரு பெட்டியினுள் ஒரு பூனையை அடைத்து வைக்கவேண்டும். அந்தப் பெட்டியில் இரண்டு கிண்ணங்களையும் வைக்கவேண்டும். அவற்றில், ஒரு கிண்ணத்தில் உணவையும் இன்னொரு கிண்ணத்தில் விஷத்தையும் இடவேண்டும். பின்பு பெட்டியை மூடிவிட வேண்டும்.

இப்போது பெட்டிக்குள் நடப்பது என்ன?

இப்போது அந்தப் பெட்டியைத் திறந்து பார்க்கும் வரையில் அந்தப் பூனை ஏக காலத்தில் உயிருடனும் இறந்தும் இருக்கிறது.

ஆமாம். பெட்டிக்குள் இருக்கும் பூனை உணவைத் தின்றிருந்தால் உயிருடன் இருக்கும். விஷத்தைத் தின்றிருந்தால் இறந்துபோயிருக்கும். ஆனால் பெட்டியைத் திறந்து பார்த்தால் மட்டுமே அது உயிருடன் இருக்கிறதா இல்லையா என்று தெரியும். எனவே, பெட்டியைத் திறக்கும் வரை பூனையின் இருத்தல் பற்றி இரண்டு விதமான உண்மைகள் கிடைக்கின்றன. அது உயிருடன் இருக்கிறது என்பது ஒரு உண்மை. இறந்து விட்டது என்பது இன்னொரு உண்மை. இரண்டுமே உண்மை தான்.

எனவே பகுத்தறிவு, தர்க்கம், உண்மை என்று ஜல்லியடிப்பவர்கள் ஒற்றை உண்மை என்று எதுவும் இல்லை என்பதை உணர்ந்துகொள்ள வேண்டும்.

அதேபோல் இன்னொரு குற்றச்சாற்றாகப் பின்நவீனத்துவம் வரலாற்றை எதிர்க்கிறது. வரலாறு என்ற ஒன்றே இல்லை என்று சொல்கிறது என்கிறார்கள். அப்படி யாரும் சொன்னதில்லை.

ஃபூக்கோ 'இதுவரை எழுதப்பட்ட வரலாற்றை வன்முறைகளின் தொகுப்பு' என்று பார்க்கிறார். 'இது மற்றமை ஒதுக்கப்பட்ட வரலாறு.

எனவே ஒரு புதிய வரலாற்றை மீண்டும் எழுத வேண்டும்' என்கிறார். வரலாறே கூடாது, வரலாற்றைக் கழித்து ஒதுக்கவேண்டும் என்றெல்லாம் சொல்லவில்லை.

'எந்த ஒரு தத்துவமும் மனிதனது விடுதலைக்கு வழிகாட்ட வேண்டும். அப்படி வழிகாட்டாத தத்துவத்தால் பயனேதும் இல்லை. பின்நவீனத்துவத்தில் வழிகாட்டுதல் என்று ஏதும் இல்லை' என்று ஒரு குற்றச்சாற்றைப் பின்நவீனத்துவத்தின் மேல் வைக்கிறார்கள்.

பின்நவீனத்துவம் என்பது வாழ வழிகாட்ட வந்த தத்துவமோ அல்லது மார்க்ஸியத்தைப் போன்ற அரசியல் செயல்திட்டமோ அல்ல. அது தத்துவ, அரசியல், இலக்கியக் கோட்பாடுகளைக் கேள்விக்கு உட்படுத்தி அவற்றின் போதாமையை வெளிக்காட்டிய ஒரு தொகுப்பறிவு முறை.

ஒவ்வொரு காலகட்டத்திலும் ஒரு சமூகம் தனது யுகத்தின் தேவை களையும் அத்தேவைகளை நிறைவு செய்துகொள்ள முடியாத தனது போதாமையையும் கண்டுகொள்கிறது. அந்தப் போதாமையின் விளைவாகவே புதுப்புதுத் தத்துவங்களும் கோட்பாடுகளும் கண்டறியப்படுகின்றன.

எந்த ஒரு தத்துவமும் கோட்பாடும் தேவையில்லாமல் திடீென்று ஆகாயத்திலிருந்து குதிப்பதில்லை. தேவையின் விளைவாகவே ஒன்றிலிருந்து இன்னொன்று உருவாகிறது.

பிரெஞ்சு சோஷலிஸம், இங்கிலாந்து அரசியல் பொருளாதாரம், ஜெர்மானியத் தத்துவஞானம்—இம்மூன்றாலும் ஆனதுதான் மார்க்ஸியம். பௌத்தத்தின் கூறுகளால் ஆனது அத்வைதம். அதே போல் பின்நவீனத்துவமும் மார்டின் ஹைடெக்கரின் தீவிரவாத அடிப்படை விமர்சனச் சிந்தனைகளிலிருந்து தோன்றியது எனலாம். நீட்ஷே, ஹைடெக்கர் போன்ற சிந்தனையாளர்கள் மேற்கொண்ட சிந்தனைமுறை என்பது தத்துவங்களையும் கோட்பாடுகளையும் தகர்த்து மாற்றியமைத்து வாசித்துப் பார்ப்பதாகும். இதைப் பின்பற்றியே தெரிதா தனது கட்டவிழ்ப்புக் கோட்பாட்டை உருவாக்கினார்.

பின்நவீனத்துவத்துக்கு முந்தைய காலகட்டத்தைச் சேர்ந்த மார்க்ஸியமும் தன்னுள் போதாமையைக் கொண்டிருந்தது. இது காலத்தின் வளர்ச்சிக்கேற்பத் தன்னை வளர்த்துக்கொள்ளாததன் விளைவாக வந்த போதாமை.

அந்தப் போதாமையைத் தனது தகர்ப்பு விமர்சனத்தின் மூலம் தெரிதா போன்றவர்கள் வெளிப்படுத்தினார்கள். மார்க்ஸியத்தை

விமர்சிப்பது என்பது மார்க்ஸியத்துக்குக் குழி வெட்டும் காரியம் அல்ல. தன்னை விமர்சிக்கக்கூடாது என்று சொல்லும் எந்த ஒரு மார்க்ஸியவாதிக்கும் ஹிட்லருக்கும் அதிக வித்தியாசம் இருக்க முடியாது. 'மையங்கள் தகர்க்கப்பட வேண்டும்', 'நூறு பூக்கள் மலரட்டும்' என்று மாவோ சொல்லியிருப்பதை மார்க்ஸிஸ்ட்கள் கவனித்துப் பார்க்கவேண்டும்.

பிரபஞ்சத்தில் மாறாதது என்று எதுவுமே இல்லை. எல்லாமே மாறிக் கொண்டிருக்கின்றன. அதற்குப் பரிணாம வளர்ச்சி என்று பெயர். காலந்தோறும் முதலாளித்துவம் மாறிவந்திருக்கிறது. சமயத்துக்கேற்ற மாதிரி தன்னைத் தகவமைத்துக் கொள்கிறது. அதே போல் மார்க்ஸியமும் தன்னைப் பரிணாம வளர்ச்சிக்கேற்ப மாற்றிக் கொண்டிருந்திருக்க வேண்டும். ஆனால் மார்க்ஸிஸ்டுகள் மார்க்ஸியத்தை அதைப்போல் பரிணாம வளர்ச்சியடைய விடவில்லை. கம்யூனிஸ்ட் கட்சி அறிக்கைக்கும், தாஸ் காப்பிடலுக்கும் பிறகு வருடங்கள் பல உருண்டோடிவிட்டன. மார்க்ஸ் காலத்தில் இருந்த முதலாளி தொழிலாளி வேறு; இந்த யுகத்தின் முதலாளி தொழிலாளிகள் வேறு, அவர்களின் பிரச்சினைகளும் வேறு. இவற்றை மார்க்ஸியம் கையாள்வதற்குத் தோதாக மார்க்ஸியம் நவீனப்படுத்தப்படவேண்டும். அதைப் பின்நவீனத்துவத்தின் துணையுடன் மட்டுமே செய்ய முடியும். பின்நவீனத்துவப் பார்வையுடன் மார்க்ஸியத்தைச் செழுமைப்படுத்துவதை விட்டுவிட்டுப் பின்நவீனத்துவத்தைக் கிண்டல் செய்வதில் மார்க்ஸியத்துக்கும் பயனில்லை; மார்க்ஸியர் களுக்கும் பயனில்லை.

'தனித்துப் பிரித்துப் பார்க்க முடியாத வெவ்வேறு இரட்டை எதிர் நிலைகள்கொண்ட முழுமையில் ஒன்றை நிராகரித்து இன்னொன்றை மட்டுமே வலியுறுத்துகிறது பின்நவீனத்துவம். ஒழுங்கு × ஒழுங் கின்மை, தூய்மை x தூய்மையின்மை, நன்மை × தீமை இவற்றில் இடதுபுறம் உள்ள நல்ல விஷயங்களை நிராகரித்துவிட்டு வலதுபுறம் உள்ளவற்றைக் கொண்டாடுகிறது. அதாவது 'தூய்மையின்மை', 'தீமை' போன்றவற்றைக் கொண்டாடுகிறது' என்று சிலர் பிரச்சாரம் பண்ணிக் கொண்டிருக்கிறார்கள்.

மையம் × விளிம்பு
வெள்ளைக்காரன் × கறுப்பினத்தவன்
தலைவன் × தொண்டன்

போன்ற இரட்டை எதிர்நிலைகளில் இடதுபுறம் உள்ளவை சிறப்புச்

சலுகை பெற்றவை. வலதுபுறம் உள்ளவை புறக்கணிக்கப்பட்டவை. எனவே புறக்கணிக்கப்பட்டவை உரிய கவனத்தைப் பெறவேண்டும். அவற்றை மட்டுமே முன்னிறுத்த வேண்டும் என்கிறது பின் நவீனத்துவம். அத்துடன்,

திருடாமை × திருடுதல்

உண்மை பேசுதல் × பொய் பேசுதல்

காதல் × விபசாரம்

என்ற ரீதியில் ஓர் இரட்டை எதிர்நிலையை வேண்டுமென்றே உருவாக்கி, இவற்றில் வலதுபுறம் உள்ளவற்றைப் பின்நவீனத்தும் கொண்டாடுகிறது. எனவே பின்நவீனத்துவம் திருடச் சொல்கிறது; பொய் பேசச் சொல்கிறது; விபசாரம் செய்யச் சொல்கிறது என்று கூறுவது விஷமத்தனமானது என்றே சொல்லவேண்டும்.

'முரண்பாடுகளைப் பற்றி' என்ற தனது கட்டுரையில் மாவோ பின்வருமாறு சொல்கிறார்:

'உலகம் முரண்பாடுகளால் ஆனது. முரண்பாடுகள் இல்லையேல் உலகமே இல்லை. எனவே நாமும் நமது லட்சியத்தை அடைய சில முரண்பாடுகளைச் செய்யவேண்டியிருக்கிறது. நாம் பேதங்களே இல்லாத ஒரு சமுதாயத்தை உருவாக்க விரும்புகிறோம். ஆனால் முதலாளி, தொழிலாளி என்கிற வர்க்க பேதத்தை உருவாக்குகிறோம். கட்சிகளே இல்லாத ஒரு சமூக அமைப்பை உருவாக்க விரும்புகிறோம். அதற்கு ஆரம்பமாகக் கம்யூனிஸ்ட் கட்சி என்ற ஒரு கட்சியைத் துவக்குகிறோம். இவை முரண்பாடுகள் போலத் தோன்றினாலும் இந்த முரண்பாடுகள் மூலமே முரண்களைத் தீர்க்க முடியும்.'

இதேபோலத்தான் பின்நவீனத்துவமும் மையம்–விளிம்பற்ற நிலையை உருவாக்குவதற்கு முன்நிபந்தனையாக விளிம்புநிலை மக்களையும்; புறக்கணிக்கப்பட்ட விஷயங்களையும் தூக்கிப் பிடிக்கிறது. இந்த முரண்பாடும் நிலவிவரும் முரண்பாடுகளைத் தீர்ப்பதற்காகச் செய்யப்படுவதே தவிர ஒரு மையத்தைத் தகர்த்துவிட்டு இன்னொரு மையத்தை உருவாக்கும் முயற்சி அல்ல.

அதேபோல் அறம், நீதி, ஒழுக்கம் போன்றவற்றைப் பின்நவீனத் துவம் எதிர்க்கிறது என்கிறார்கள்.

அறம் என்பது ஒற்றையான விஷயம் அல்ல. அமெரிக்காவுக்கு ஆதரவான அறம் ஈராக்குக்கு எதிரானது; ஈராக்குக்கு ஆதரவான அறம் அமெரிக்காவுக்கு எதிரானது. ஜாருக்கு ஆதரவான அறம் லெனினுக்கு எதிரானது. லெனினுக்கு ஆதரவான அறம் ஜாருக்கு எதிரானது

என்பதே உண்மை. அமெரிக்காவில் சொத்தைத் திருடுவது குற்றம். ஒரு கம்யூனிஸ்ட் நாட்டில் சொத்து வைத்திருப்பதே குற்றம். இவ்விதம் அறம் பின்னப்பட்டு இருக்கிறது. பொத்தாம் பொதுவாக 'அறனெனப் படுவதே இல்வாழ்க்கை', 'அறத்தான் வருவதே இன்பம்' என்றெல்லாம் பழம்பெருமை பாடுவதில் அர்த்தமில்லை. நீட்ஷே அறத்தை ஆண்டைகளின் அறம்; அடிமைகளின் அறம் என்று இரண்டாகப் பிரித்தார். அதன்படி பார்த்தால் 'அறத்தான் வருவதே இன்பம்' என்பது யாருடைய அறத்தால் யாருக்கு வரும் இன்பம் என்று கேள்வி எழுப்புகிறது.

பின்நவீனத்துவவாதிகளுக்கு அறம் என்ற ஒன்று கிடையாது என்கிறார்கள்.

ஸிக்மெண்ட் பாவ்மன், மார்க் அலெய்ன் உவாக்னின், இம்மானுவேல் லெவினாஸ் போன்றவர்கள் பின்நவீன அறம் குறித்த கட்டுரைகள் எழுதியவர்கள். இவர்கள், 'அறச்சூழல்கள் தெளிவில்லாமலும், இரட்டை தீர்வுக்கான சாத்தியக்கூறுகள் உள்ளவையாகவும் இருக்கின்றன. சமயங்களில் தீர்வுகளேதும் சாத்தியமில்லாமலும் இருக்கின்றன' என்கிறார்கள்.

நமது ஆளும் வர்க்கங்கள் எல்லாம் இதுவரை முன்வைத்த அறங்கள் எல்லாமே திருடாதே, கொலை செய்யாதே, அடுத்தவன் மனைவியை இச்சிக்காதே என்று எதிர்மறை உத்தரவுகளாகவே கட்டமைக்கப்பட்டவை. ஒருவனைப் பார்த்துத் 'திருடாதே' என்று சொல்லும் அறத்தைவிட அவன் ஏன் திருடுகிறான் என்பதை அடி முதல் நுனிவரை ஆய்வு செய்து பார்த்து அதற்குத் தீர்வு காணும் அறமே சிறந்தது.

அத்தகைய அறத்தால் மட்டுமே மையமும் விளம்பு நிலையும் அழிக்கப்பட்ட ஒரு சமூகத்தையும் அதனைச் சார்ந்த ஓர் அறத்தையும் கட்டமைப்பது சாத்தியம். அத்தகைய அறம் மட்டுமே மற்றமை யையும் தன்னைப் போன்ற சுயமாக உணர்ந்துகொள்ளும் தன்மை பெற்றதாக இருக்கும். அத்தகைய அறமே பின்நவீனத்துவ அறமாகும்.

சரி, பின்நவீனத்துவம் என்பது மேற்கத்தியச் சிந்தனை. அது மூன்றாவது உலக நாடுகளுக்குப் பொருந்தாது என்று ஒரு குற்றச்சாட்டு இருக்கிறதே. அது உண்மையா?

இல்லை. பண்டைய எகிப்தில் 'முகமூடிக் கோவில்' என்ற ஒரு கோவில் இருந்தது. அந்தக் கோவிலில் ஒரு முகமூடியை வைத்து மக்கள் வழிபட்டார்கள். ஒரே முகத்தைக் கொண்ட ஆனால் எல்லா முகங்களையும் ஏககாலத்தில் தன்னகத்தே கொண்ட மூகமூடி அது.

கடவுளின் முகத்திலிருந்து சாத்தானின் முகம்வரை சகல முகங்களும் அதில் இருந்தன. நாம் எந்த முகத்தை நினைத்துக்கொண்டு பார்த்தாலும் அந்த முகம் அதில் தெரியும். அதில் மையம் × விளிம்பு இல்லை. இதையேதான் பண்டைய இந்தியத் துறவிகளும் 'தத்வமஸி – நீயே அது' என்றார்கள். இதற்கு, சுயமும் நீயே; மற்றமையும் நீயே என்று அர்த்தம். திபேத்திய பௌத்தம் இதையே 'இந்திரவலை' என்கிறது. பிரபஞ்சம் ஓர் இந்திர வலை. இந்த இந்திரவலையில் குறுக்கும் நெடுக்குமாக ஏகப்பட்ட வலைப்பின்னல்கள் இருக்கின்றன. அந்தப் பின்னல்கள்தான் பிரபஞ்சத்திலுள்ள பல்வேறு சுயங்கள். அந்த ஒரு வலைப்பின்னலில் பதிக்கப்பட்டுள்ள ஒரு சுயத்தை வலையிலுள்ள மற்ற சுயங்கள் பிரதிபலிக்கின்றன. எந்த ஒரு சுயமும் தனித்திருப்ப தில்லை. ஒன்றின் இருத்தல் மற்றதன் இருத்தலோடு இணைந் திருக்கிறது என்கிறது. அத்வைதம், ஆன்மாவும் பரம்பொருளும் இரண்டல்ல; ஒன்று என்றது. இங்கேயும் மையமும் விளிம்பும் இரண்டல்ல ஒன்று என்று தெரிகிறது. கௌதம புத்தர் தன்னைத் ததாகரன் என்று அழைத்துக்கொண்டார். 'ததா' என்றால் மற்றமை என்று பொருள். தன்னை 'மற்றமையோன்' என்று அழைத்துக் கொண்டதன் மூலம் புத்தர் மையங்கள் தங்களை மற்றமைகளாக உணர வேண்டியதன் அவசியத்தை உணர்த்தினார். இது லக்கான் சொல்லும் கோட்பாடான மற்றமைதான் சுயத்தைக் கட்டமைக்கிறது என்ற கருத்தை நினைவு படுத்துகிறது. இதுதான் மையமும் மற்றமையும் அழிந்தநிலை.

இவ்வாறு மையமும் விளிம்பும் அற்ற நிலையை எய்த வேண்டும் என்பது மனித குலத்தின் யுகாந்தரக் கனவு. இவை காலங்காலமாக உணரப்பட்டுவரும் கூறுகள். அப்படி இருக்கையில் பின்நவீனத்துவம் மூன்றாவது உலக நாடுகளுக்குப் பொருந்தாது என்று எப்படிச் சொல்ல முடியும்?

அதேசமயம் இன்றைய பின்நவீனத்துவக் கூறுகளை ஒத்த விஷயங்கள் புராண காலத்திலிருந்தே இருந்துவருவதால் பின்நவீனத்துவம் ஒன்றும் புதிய விஷயம் இல்லை. எல்லாம் ஏற்கெனவே இருந்ததுதானே என்று தீர்மானித்துக்கொள்ளக்கூடாது. ஏனெனில், அது பின்நவீனத்துவத் தன்மையுடனும் இருக்கிறது; அப்படி இல்லாமலும் இருக்கிறது என்பதே உண்மை.

பின்னுரை

முன்னுரை என்பது வாசிப்பு சுதந்திரத்தைத் தடுப்பது. எனவே, 'முன்னுரை' கூடாது என்பார் தெரிதா. எனவே இந்தப் பின்னுரையை நான் எழுத நேர்ந்தது.

'ஆசைபற்றி அறையலுற்றேன்' என்றான் கம்பன். நானும்தான். கடந்த பதினைந்தாண்டு காலமாகப் பின்நவீனத்துவம் என்ற பகுப்பாய்வு முறையை, மாற்றுச் சிந்தனையைத் தொடர்ந்து கவனித்து வருபவன் என்ற முறையில், நான் புரிந்துகொண்ட அளவில், பின் நவீனத்துவம் என்றால் என்ன என்று என்னையே நான் கேட்டுக் கொண்டு அதற்குப் பதில் சொல்ல யத்தனிக்கும் முயற்சியாக ஆசை பற்றி அறையலுற்றதுதான் இந்தப் பிரதி என்றே சொல்ல வேண்டும்.

ஆங்கிலத்தில் இதுபோன்ற பின்நவீனத்துவ அறிமுக நூல்கள் ஏராளமாக வெளியாகின்றன. தமிழில் ஏனோ இதுவரை யாரும் முயற்சி செய்யவில்லை. இதற்கான தேவை தமிழில் இருக்கிறது என்பது முக்கியமானது.

'அமைப்பியல்' பற்றி ஸ்ட்ரக்சுரலிசம் என்ற தலைப்பில் தமிழவன் எழுதினார். இருத்தலியல் பற்றி எக்ஸிஸ்டென்ஷியலிஸம் என்ற பெயரில் எஸ்.வி.ராஜதுரை எழுதியிருக்கிறார். அதுபோல் 'போஸ்ட் மாடர்னிசம்' என்று முழுக்கப் பின்நவீனத்தைப் பற்றித் தமிழில் யாரும் எழுதவில்லை. இதனால் பின்நவீனத்துவத்தைப் பற்றிப் பலரும், தங்கள் விருப்பம் போல் திரித்துக் கூறுகிறார்கள். மேலும், பெரும்பாலான வாசகர்களுக்கும் பின்நவீனத்துவம் என்றாலே என்னவென்று புரியாத நிலையில், பின்நவீனத்தைப் பற்றி ஆதரித்தும் எதிர்த்தும் ஏகப்பட்ட பிரதிகள் உற்பத்தி செய்யப்பட்டு வருவது, வாசகர்களை மிரட்டுவதற்கு மட்டுமே பயன்படும் சூழலைக்கொண்டிருக்கிறது. இந்தச் சூழலில் இப்படி ஒரு பிரதியை நான் எழுதவேண்டும் என்ற விருப்பத்துடன், அதேசமயம் தயக்கத்துடன் நான் மேற்கொண்ட சிறு முயற்சியே இது.

இப்பிரதியை நான் எழுதுவதற்கு என்னைத் தூண்டி, உற்சாகப் படுத்திய கோவை ஞானி போன்ற பலருக்கும், இப்பிரதியின் லேசர் ஒளி அச்சுப்பிரதியைப் படித்துப் பார்த்து ஆலோசனைகள் சொன்ன நண்பர்கள் திருச்சி பாரதிதாசன் பல்கலைக்கழகப் பேராசிரியர் டாக்டர் நோயல் ஜோசப் இருதயராஜ், பின்நவீனத்துவ இலக்கியத் திறனாய்வாளர் ஆர். முத்துக்குமார் ஆகியோருக்கும், முதல் பிரசுரமாக வெளியிட்ட 'புதுப்புனல்' மற்றும் தற்போது இரண்டாம் பதிப்பாக இந்நூலை வெளியிடும் 'அடையாளம்' பதிப்புக் குழுவினருக்கும் எனது நன்றி என்றும் உரியது.

எம்.ஜி. சுரேஷ்

பின்னிணைப்பு

பின்நவீனத்துவ முன்னோடிகள்

ழாக் தெரிதா

தெரிதா 1930ஆம் ஆண்டு அல்ஜீரியாவிலுள்ள அல்-பையர் என்ற ஊரில் யூதப் பெற்றோருக்குப் பிறந்தவர். 22 வயதில் பாரீசுக்குத் தனது மேற்படிப்பின் நிமித்தம் போன தெரிதா அங்கிருந்த இடதுசாரி இதழான தெல் க்வலுடன் தன்னை இணைத்துக் கொண்டார். பின்பு க்ரிட்டிக் என்ற இதழிலும் எழுதினார்.

தெரிதா 1965 முதல் 1984 வரையிலான காலக் கட்டத்தில் எக்கோல் நார்மேல் சுபீரியர் கல்லூரியில் ஆசிரியப் பணிபுரிந்தார். 1967இல் தெரிதா மூன்று புத்தகங்களை எழுதினார்:

1. பேச்சும் நிகழ்வும்
2. சொல்லிலக்கணம் பற்றி
3. எழுதுவதும் வித்தியாசப்படுதலும்

இந்த மூன்று புத்தகங்களும் தெரிதாவின் முக்கியமான சிந்தனை யான கட்டவிழ்ப்பைப் பற்றிப் பேசுகின்றன. பின்பு தெரிதா தனது சகாவான இம்மானுவேல் லெவினாஸுடன் சேர்ந்து மேற்கத்தியத் தத்துவ மரபைப் பரிசீலித்துப் பகுப்பாய்வு செய்தார்.

தெரிதா, தடம், இருத்தல், வித்தியாசம், கட்டவிழ்ப்பு, சொல் (Logos), விளையாட்டு போன்ற தனித்தன்மைவாய்ந்த கலைச்சொற்களை உருவாக்கியிருக்கிறார். இவை அமைப்பியல், பின்-அமைப்பியல், பின்நவீனத்துவம், பின்காலனியம் போன்ற எல்லாத் தளங்களில் நிகழ்த்தப்படும் உரையாடல்களைச் சாத்தியமாக்குகிறது.

எழுத்து என்பது முழுக்க முழுக்க வாயால் ஒலிப்பதற்கு ஈடான விஷயமாக எடுத்துக்கொள்ள இயலாதது. அதேபோல, பேச்சு என்பதும் முழுக்க முழுக்க ஒலியால் மட்டுமே ஆனதும் அல்ல. எழுதும்போது

ஆங்காங்கே விடப்படும் இடைவெளியைப் போன்றதே பேச்சின் இடை இடையே நிலவும் மௌனமும்.

எழுத்தில் எந்தவிதமான தூய்மையோ, தனித்த அடையாளங்களோ இல்லை என்று நிறுவுவதையே தனது முக்கிய நோக்கமாகக் கொண்டிருந்த தெரிதா அரசியல் நிகழ்வுகளிலும் தன்னை ஈடுபடுத்திக் கொண்டார். அல்ஜீரியாவிலிருந்து பிரான்ஸுக்குப் புலம்பெயர்ந்தவர்களின் உரிமைக்காகப் போராடினார். 2004ஆம் ஆண்டு காலமான தெரிதாதான் கடைசியாகக் காலமான பின்நவீனத்துவ முன்னோடி எனலாம்.

மிஷல் ஃபூக்கோ

அக்டோபர் 15, 1926ஆம் ஆண்டு பிரான்சிலுள்ள 'போய்ட்டியர்ஸ்' என்ற ஊரில் பிறந்தார். அப்பா புகழ் பெற்ற மருத்துவர். மகன் தன்னைப் போலவே மருத்துவராக வேண்டும் என்று விரும்பினார். மகனோ தத்துவத்தில் ஆர்வம் காட்டினார். பள்ளியிலேயே நான்காவது 'ராங்க்' மாணவனாக வெற்றிபெற்றுத் தேறினார். 1948இல் தத்துவத்துக்கான உரிமமும், 1950இல் உளவியலுக்கான உரிமமும் 1952இல் உளவியல் பகுப்பாய்வுக்கான பட்டயமும் பெற்றார்.

1954 முதல் 1958 வரையிலான ஆண்டுகளில் ஸ்வீடனில் உள்ள உப்சலா பல்கலைக்கழகத்தில் பிரெஞ்சு கற்பிக்கும் ஆசிரியராகப் பணிபுரிந்தார். பின்பு வார்சா, ஹாம்பர்க் போன்ற பல்கலைக்கழகங்களிலும் குறுகிய காலம் பணியாற்றினார்.

1960இல் அவரது புகழ்பெற்ற நூலான 'நாகரிகமும் மனநிலைப் பிறழ்வும்' என்னும் கட்டுரையை வெளியிட்டார். அந்த நூல் ஃபூக்கோவுக்குப் பெரும் புகழையும் டாக்டர் பட்டத்தையும் பெற்றுத் தந்தது. அதே ஆண்டு டேனியல் டெஃபர் என்ற நெருங்கிய துணைவனையும் ஃபூக்கோவுக்குப் பெற்றுத் தந்தது. ஃபூக்கோவைவிடப் பத்து வயது இளைஞரான டேனியல் மீது ஃபூக்கோ காதல்வயப்பட்டார்.

தொடர்ந்து நிகழ்ந்த 1968 மே புரட்சி அவரைப் பெரிதும் கோபமுறச் செய்தது. புரட்சிக்குப் பிந்தைய சூழலில் ஃபூக்கோ சிறைச்சாலைகளுக்குச் சென்று சிறைக் கைதிகளுடன் பேசித் தகவல்களைத் திரட்டினார். இதன் விளைவாக அவரது நூலான அறிவின் தொல்லியல் வெளியானது. பின்னர் 1975இல் அவருடைய ஒழுக்கமும்

தண்டனையும்: சிறைகளின் தோற்றம் என்ற நூல் வெளியானது. பின்பு கடைசியாக இவரது முற்றுப் பெறாத பிரதியான பாலியலின் வரலாறு வெளியாயிற்று. உடனடியாக 1984இல் காலமான ஃபூக்கோ எய்ட்ஸ் நோயால் தாக்கப்பட்டிருந்தார்.

ரொலாண் பார்த்

ஆசிரியனின் மரணத்தை அறிவித்ததன் மூலம் எழுத்தாளர்களுக்கு எதிரியாக மாறிவிட்ட ரொலாண் பார்த் 1915ஆம் ஆண்டு பிரான்சில் பிறந்தார். உடல் நலக் கோளாறின் விளைவாகத் தாமதித்தே அவர் தனது கல்விப் பணியை மேற்கொண்டார். பாரீஸில் இருந்த எக்கோல் பிராட்டிக் பள்ளியில் ஆசிரியராகப் பணிபுரிந்த பார்த் 1953இல் தனது முதல் பிரதியான பூஜ்ய பாகைக்கோண எழுத்துவை எழுதினார். பின்னர் தொடர்ந்து கட்டுக்கதைகள் (1957), மொழியியலின் அடிப்படைகள் (1964) போன்றவற்றை எழுதினார்.

1966ஆம் ஆண்டு பார்த் எழுதிய விவரணை மீதான அமைப்பியல் ஆய்வு, புகழ்பெற்றதும் பலர்மேல் தாக்கத்தை ஏற்படுத்தியதுமான கட்டுரையாகும்.

பார்த் இலக்கியத் திறனாய்வை விஞ்ஞானபூர்வமானதாக்கினார். காலப்போக்கில் பார்த் மரபார்ந்த இலக்கிய வகைமைகளான படைப்பாளி × விமர்சகன், புனைவு × புனைவின்மை, இலக்கியம் × இலக்கிய மற்றது போன்ற வரையறுக்கப்பட்ட எல்லைகளைத் தகர்த்தார்.

புகழ்பெற்ற காலேஜ் டி ஃபிரான்ஸில் கௌரவத்துக்குரிய பதவியான மொழியியல் இலக்கியப் பேராசிரியராக இருந்தார்.

1980ஆம் வருடம் தனது 65வது வயதில் நண்பர்களுடன் பேசியவாறே சாலையைக் கடந்த பார்த்தின் மீது ஒரு சலவைத்துணியக லாரி வந்து மோதியது. உடனே மருத்துவமனையில் சேர்க்கப்பட்ட பார்த் சில தினங்களுக்குப்பின் காலமானார்.

ழாக் லக்கான்

ழாக் மேரி எமிலி லக்கான் 1901ஆம் ஆண்டு ஒரு கத்தோலிக்கக் குடும்பத்தில் பிறந்தார். இளம் பருவத்தில், கெட்டிக்கார மாணவராகத் திகழ்ந்த இவர் லத்தீன் மொழியிலும் தத்துவத்திலும் சிறந்து விளங்கினார். 1920ஆம் ஆண்டு மருத்துவம் பயின்றார்.

லக்கானின் உளவியல் மருத்துவப் பணிக் காலத்தைக் பின்வருமாறு பிரிக்கலாம். 1926 முதல் 1953 வரை யிலான காலகட்டத்தில் மரபார்ந்த உளவியல் முறையில் பணிபுரிந்தது. 1936இல் தனது புகழ்பெற்ற கண்ணாடிக் கோட்பாட்டை முன்வைத்து மரபார்ந்த உளவியலிருந்து விலகியது. பின்பு உளவியல் தொடர்பான பல கட்டுரைகளை எழுதியது.

இந்தக் காலகட்டத்தில் அவர் பாரிசிலிருந்த சர்ரியலிஸ்டுகளுடன் பழக ஆரம்பித்தார். ஆந்த்ரே ழீத், ஜேம்ஸ் ஜாய்ஸ் போன்றவர்களைச் சந்தித்திருக்கிறார். ஆந்த்ரே பிரதான், சால்வடார் டாலி போன்றவர் களுக்கு நண்பராக இருந்திருக்கிறார். இதனால்தான் இவருடைய புதிய உளவியல், சர்ரியலிஸத்தை உளவியலில் புகுத்தும் முயற்சி என்று சிலர் விமர்சித்தார்கள்.

சிக்மண்ட் பிராய்டின் மரபார்ந்த உளவியலை லக்கான் தனது புதிய கோட்பாடுகளின் மூலம் கடந்து சென்றார். இதனால் மரபு உளவியலாளர்களுக்கும் லக்கானுக்கும் இடையே பெரிய பிளவு ஏற்பட்டது. மரபார்ந்த உளவியல் பள்ளியைவிட்டு வெளியேறி தன்னுடைய தனித்த பள்ளியை நிறுவவேண்டிய அவசியம் ஏற்பட்டது.

1964–73 வாக்கில் லக்கானின் கருத்துகள் பிராய்டைவிட்டு முற்றாக விலகிய நிலையில் ‘லக்கானியன் கோட்பாடு’ என்று அழைக்கப்பட்டது.

தெகார்த் ‘நான் சிந்திக்கிறேன்: எனவே இருக்கிறேன்’ என்று சொன்னதை மாற்றி அமைத்து, ‘மனிதன் பேசுகிறான்; ஏனெனில், அந்தப் பேச்சினால்தான் அவன் கட்டமைக்கப்பட்டிருக்கிறான்’ என்றார் லக்கான்.

உயிருள்ள காலத்தில் லக்கானின் பல கட்டுரைகள் பிரசுரமாகா மலேயே இருந்தன. தவிரவும் லக்கான் பிரசுரத்தையே எதிர்த்தார். பிரெஞ்சு மொழியில் பிரசுரத்துக்கு பூப்லிகேஷன் என்றும் குப்பைத் தொட்டிக்கு பூபுல் என்றும் குறிப்பிடப்படுகிறது. ஒரு எழுத்து பிரசுரிக்கப்பட்டதும் குப்பையாக மாறிவிடுகிறது என்று கிண்டல் செய்தவர் லக்கான். அவரது வாழ்நாளிலேயே வெளியான அவருடைய நூல் எக்ரிட்ஸ் என்பதாகும்.

பல இளம் பெண்களின் காதலராகத் திகழ்ந்த லக்கான், பெண் என்று யாருமே இல்லை என்று சொன்னது ஒரு நகைமுரண்.

நான் (ஈகோ) என்பது சராசரி சமனிலை மனம் என்பது பிராய்டின் கோட்பாடு.

'நான்' என்பது ஆரோக்கியமான மனத்தின் வெளிப்பாடு அல்ல; சிதறுண்ட மனத்தின் வெளிப்பாடே' என்று அறிவித்ததன் மூலம் பிராய்டின் ஈகோ என்ற மரபார்ந்த கருத்தியலைத் தகர்த்தவர் லக்கான்.

1981இல் மரணமடைந்தபோது, அவர் உலகின் மிகவும் புகழ்பெற்ற, சக்திவாய்ந்த மாபெரும் சிந்தனையாளராக இருந்தார்.

கிலே தெலூஸும் ஃபெலிக்ஸ் கத்தாரியும்

கிலே தெலூஸும் ஃபெலிக்ஸ் கத்தாரியும் பின் நவீனத்துவ இரட்டையர்கள் என்றே சொல்ல வேண்டும். தெலூஸ் 1925இல் பிறந்தவர். அவருடைய தந்தை ஒரு பொறியியல் அலுவலர். தெலூஸ் ஒரு தத்துவ மாணவர். தத்துவ ஆசிரியரும்கூட. தெலூஸும் கத்தாரியும் சேர்ந்து ஓடிபஸுக்கு எதிராக: ஒரு குறு இலக்கியத்தை நோக்கி போன்ற பல புத்தகங்களை எழுதினார்கள்.

1968 பிரெஞ்சு எழுச்சி தோல்வியடைந்தபோது, ஏன் புரட்சிகள் தோல்வியடைகின்றன என்ற கேள்வியை இவர்கள் எழுப்பினார்கள். நமக்குள் மண்டை முழுக்க போலீஸ், நீதிபதி, போன்றோரால் நிரம்பியிருக்கிறது. அதிலிருந்து விடுபட யத்தனிக்கும் மனம் புரட்சியை நாடுகிறது என்றார்கள்.

உளவியல் பகுப்பாய்வை இவர்கள் இருவருமே எதிர்த்தார்கள். காஃப்காவை இவர்கள் இருவரும் மறுவாசிப்பு செய்தார்கள். காஃப்காவை இலக்கியத்தின் இலச்சினை என்று அறிவித்தார்கள். அவர்களது தத்துவம் என்றால் என்ன? என்னும் நூலில் கலை, அறிவியல், தத்துவம் போன்றவை பயங்கரங்களின் பயங்கரங் களால் நம்மைக் கடத்திச் செல்லும் அபாயத்தைப் பற்றி விளக்கினார்கள். தெலூஸ் தத்துவ ஆசிரியராகவும், கத்தாரி உளவியல் அறிஞராகவும் பணிபுரிந்தனர். கத்தாரி பாரீஸில் இருந்த லா போர்ட் மருத்துவ மனையில் உளவியல் பகுப்பாய்வாளராகப் பணிபுரிந்தார். தெலூஸ் பாரீஸில் இருந்த பல்கலைக்கழகத்தில் தத்துவப் பேராசிரியராக இருந்தார்.

இருவருமே தங்களை அனுபவவாதிகளாகவும், பன்மைவாதி களாகவும், கருத்துருக்களின் நண்பர்களாகவும் அடையாளப்படுத்திக் கொண்டார்கள்.

'அல்லது' என்று சிந்திக்க வேண்டாம் 'மேலும்' என்று சிந்திக்க வேண்டும் என்று வலியுறுத்தினார்கள். எந்த ஒரு விஷயத்தையும் சரி அல்லது தவறு என்று குறுக்கக்கூடாது. அது தொடர்பான முற்றிலும் வேறான இன்னொரு விஷயத்தோடு அதைப் பற்றிப் புதிய பிராந்தியத்தில் சிந்திக்க வேண்டும். அப்போதுதான் ஏற்கெனவே இருக்கும் ஒன்றோடு முற்றிலும் வேறான இன்னொன்றும் இருப்பதை அறியமுடியும். இரண்டும் ஒன்றல்ல; வேறுவேறும் அல்ல என்பதை ஏக காலத்தில் கண்டடைய முடியும் என்று வலியுறுத்தினார்கள்.

தெலூஸ் தனது பிரதியான தத்துவம் என்றால் என்ன? என்னும் நூலில், 'தத்துவாதி எதையும் உருவாக்குவதில்லை. பிரதிபலிக்கவே செய்கிறான்' என்றும் 'தத்துவம் என்ற சிந்தனை வரலாற்றுபூர்வமாக உருவாக்கப்பட்டது. அது மக்களைச் சிந்திப்பதிலிருந்து தடுக்கிறது' என்றும் எழுதினார்.

கத்தாரி 1992இல் காலமானார். அதன் பிறகு செங்குத்தான தன்மையை வாழ்நாள் முழுக்க எதிர்த்துவந்த தெலூஸ், 1995இல் ஒரு செங்குத்தான கட்டடத்தின் உச்சியிலிருந்து குதித்துத் தற்கொலை செய்து கொண்டார்.

ழீன்—பிரான்சுவா லியோதார்த்

பின்நவீன நிலவரம்: அறிவின் மீதான அறிக்கை (1979) என்ற பிரதிதான் முதன் முதலாகப் பின்நவீனத்துவச் சிந்தனையை ஆரம்பித்து வைக்கிறது என்று சொல்லப் படுகிறது. இந்தப் பிரதியை எழுதியவர்தான் ழீன்—பிரான்சுவா லியோதார்த்.

1924இல் வெர்சயில்ஸில் பிறந்த லியோதார்த் தத்துவம் பயின்றவர். அல்ஜீரியாவில் பள்ளியில் தத்துவத்தைப் பாடமாகப் போதித்தவர். மார்க்ஸிஸ்டாகத் தனது ஆரம்பகால வாழ்க்கையை ஆரம்பித்த லியோதார்த் மார்க்ஸியம் நீக்கிய பின் நவீனத்துவவாதியாக மாற்றம் அடைந்தவர்.

தொடர்ந்து பின்நவீனத்துவம் தொடர்பான பல கட்டுரைகளை எழுதிய லியோதார்த் தனது பிரதிகளில் நவீனத்துவம், பின்நவீனத்துவம், கலை, இலக்கியம், இசை, திரைப்படம், நினைவாற்றல் வெளி, நகரம் என்று எல்லாவற்றையும் தீவிரமாக அலசினார்.

'நவீன சமூகங்கள் எல்லாமே பெருங்கதையாடல்கள் மூலம் முறைமைப்படுத்தப்பட்டவையே' என்று சொல்லும் லியோதார்த்,

'நாம் சர்வாதிபத்தியத்துக்கு எதிராகப் போர் தொடுக்க வேண்டும். பிரதிநிதித்துவப்படுத்த இயலாதவர்களுக்கு ஆதரவான சாட்சிகளாக நாம் இருக்க வேண்டும். பேதங்களுக்கு உயிரூட்டி நம் நற்பெயரையும் கௌரவத்தையும் காத்துக்கொள்வோம்' என்கிறார்.

பாரீஸ் பல்கலைக்கழகத்தின் கீழ் இயங்கும் சர்வதேசத் தத்துவக் கல்லூரியின் நிறுவனரும் இயக்குநருமாகப் பொறுப்பேற்றிருந்த லியோதார்த் 1998இல் காலமானார்.

ழீன் பொத்ரியார்

புகழ்பெற்ற பிரெஞ்சு சமூகவியலாளரும், விமர்சகரும் பின்நவீனத்துவவாதியுமான ழீன் பொத்ரியார் 1929இல் வடக்கு ரெய்ம்ஸ் நகரில் பிறந்தார். அவர் குடும்பத்தில் பல்கலைக்கழகம் போய்ப் படித்த முதல் பையன் அவர்தான்.

1966இல் பாரீஸில் உள்ள நான்டியர் பல்கலைக் கழகத்தில் உதவியாளராகப் பணிக்குச் சேர்ந்தார். அங்கு இவருக்கு ரொலாண் பார்த்தின் நட்பு கிடைத்தது. மாஸ், பதாய்ல், சார்த்தர், தாஸ்தாயெவ்ஸ்கி, நீட்ஷே போன்றவர்களால் பெரிதும் கவரப்பட்டார்.

பொத்ரியாருக்கு பிராய்டின் தாக்கமும் இருந்தது. பொத்ரியாரின் முக்கியமான கோட்பாடுகளாக அதீத உண்மையையும், நகல்களின் பெருக்கத்தையும் கூறலாம். பொத்ரியார் சமூகவியலாளரான க்ளாத் லெவி ஸ்ட்ராஸ் வழியில் வந்தவர்.

பொத்ரியாரின் பொருட்கள் மற்றும் நுகர்வோரின் அமைப்பு 1968இல் வெளியானபோது அது முதலாளித்துவத்தின் வளர்ச்சியையும் அதன் விளைவான நுகர்பொருள் கலாச்சாரத்தையும் பற்றி அலசியது. அடுத்தடுத்து அவருடைய குறிகளின் அரசியல் பொருளாதாரம் குறித்த விமர்சனம் (1972), தயாரிப்பின் கண்ணாடி (1973) ஆகிய பிரதிகள் வெளிவந்தன.

அவரது பெரும்பான்மையினரின் மௌனத்தின் நிழல் என்ற பிரதியில், 'நமது யுகம் மன்றாடலைக் கோரும் யுகம்' என்கிறார். 'பழைய வர்க்க பேதங்கள் இப்போது இல்லாமல் போய்விட்டன. வெகுஜனம் என்பது ஒரு வெற்றிடம் போல் ஆகிவிட்டது. வெகுஜனம் தொடர்ச்சியான புள்ளி விவரங்கள், தேர்தல் கணிப்புகள், சந்தையாக்கல், போன்றவற்றால் சதா துளைக்கப்பட்டவாறே இருக்கிறது. அவர்கள் நடுநிலைப்படுத்தப்பட்ட கருத்தியல்களாலும், மதம்

கடந்துசெல்லும் ஆசைகளாலும் உறிஞ்சப்பட்டுக் கொண்டிருக்கிறார்கள். நம்மீது பிரயோகிக்கப்படும் சட்டம் என்பதே குழப்பம் தரக்கூடிய வகைமைகளால் ஆனது. நம்மைச் சுற்றியுள்ள ஒவ்வொரு விஷயமும் பாலுணர்வு சம்பந்தப்பட்டதாகவும், அரசியலாகவும், அழகியலாகவும் இருக்கிறது' என்கிறார்.

அவருடைய *த பர்ஃபெக்ட் கிரைம்* (1996) என்னும் நூலில் ஒரு கொலையைப் பற்றித் துப்பறிகிறார் பொத்ரியார். கொலையுண்ட நபரின் பெயர்: 'உண்மை நிலவரம்.'

இஹாப் ஹஸன்

இஹாப் ஹஸன் எகிப்திலுள்ள கெய்ரோவில் பிறந்தவர். கெய்ரோவில் பொறியியல் பட்டம் பெற்றபின் மேற்படிப்புக்காக அமெரிக்கா சென்ற ஹஸன் பென்சில்வேனியா பல்கலைக் கழகத்தில் எம்.எஸ். பட்டம் பெற்றார். பின்பு எதிர்பாராத விதமாக ஆங்கில இலக்கியம் கற்று எம்.ஏ. பட்டமும் (1950) தொடர்ந்து பி.எச்.டி (1953) பட்டமும் பெற்றார். *புரட்சிகர குற்றமின்மை: நவீன அமெரிக்க நாவல்* (1961), *ஆர்பியஸைப் பிரித்துப் போடுதல்: பின்நவீன இலக்கியத்தை நோக்கி* (1971) போன்ற ஏகப்பட்ட பிரதிகளை எழுதிக் குவித்தார். பல்வேறு பல்கலைக் கழகங்களில் பேராசிரியராகப் பணிபுரிந்தார்.

பின்நவீனத்துவத்தைச் செழுமைப்படுத்தியவர்களில் ஒருவராக அறியப்படும் ஹஸனின் எழுத்துகள் பதினாறு மொழிகளில் மொழி பெயர்க்கப்பட்டுள்ளன.

பிரெடரிக் ஜேம்சன்

மேற்கத்திய மார்க்ஸியம், ஹெகலியம், ஸ்டாலினிய எதிர்ப்பு, பலவிதமான பிரச்சினைகளில் மார்க்ஸிய மற்ற அணுகுமுறை போன்றவற்றின் கலவையான பிரெடரிக் ஜேம்சன் அமெரிக்காவில் கிளிவ்லாந்தில் 1934இல் பிறந்தார். ஹேவர்போர்ட் கல்லூரியில் 1954இல் பட்டம் பெற்ற ஜேம்சன் யேல் பல்கலைக் கழகத்தில் 1960இல் டாக்டர் பட்டம் பெற்றார். 1961இல் வெளியான ஜேம்சனின் *சார்த்தர்: பாணியின் மூலம்* ஒரு புதிய அலையை எழுப்பியது.

தொடர்ந்து பல பிரதிகளை எழுதினார் ஜேம்சன். *பிந்தைய மார்க்ஸியம்* **(1990)**, *புலனாகும் கையெழுத்துகள்* **(1990)**, *புவி அரசியலின் அழகியல்* **(1992)**, *காலத்தின் விதைகள்* **(1994)**, *கலாச்சாரத் திருப்பம்* **(1998)** போன்ற தனது பிரதிகளில் பின்நவீனத்துவ நிலவரம் எவ்வாறு நமது யுகத்தை மயக்கிப் போதைக்குள்ளாக்கி வருகிறது, ஆழமற்ற தன்மையுடன் இருக்கிறது என்று விளக்கினார். ஜேம்சனின் புகழ்பெற்ற *பிந்தைய முதலாளித்துவத்தின் கலாச்சார தர்க்கம்* **(1991)** என்ற கட்டுரையில் பின்நவீன நிலவரத்தைப் பற்றி மிகத் தெளிவாகச் சுட்டிக் காட்டுகிறார்.

'பன்னாட்டு முதலாளித்துவத்தின் பெருக்கமானது தனது யுகத்தின் கலை, இலக்கியம், கட்டடக்கலை, திரைப்படம் போன்ற எல்லா வற்றிலும் நிலவும் தனித்தன்மையை, ஒன்றுக்கொன்று இருக்கும் வித்தியாசங்களை அழித்துவிட்டது. தனிமனிதனின் தன்னிலை என்பது மறைந்துவிட்டது. இதன் பின்விளைவாகத் தனித்த உணர்வு, பாணி போன்றவை தேய்ந்து மங்கிவிட்டன. கடந்த காலத்தையும் எதிர் காலத்தையும் இணைத்துக்கொண்டு நிகழ்காலம் தடுமாற்றத் துடன் நடக்கிறது. இதனால் ஒருவித மனப்பிறழ்வு தோன்றிவிட்டது. கதம்பத் தன்மை, போலிசெய்தல் போன்றவை எங்கும் நிலவுகின்றன' என்கிறார் ஜேம்சன்.

கலைச்சொற்கள்

அதிகாரத்தின் நுண் அரசியல்	Micro politics of Power
அதீத இடம்	Hyper Space
அதீத உண்மை	Hyper Real
அமைப்பியல்	Structuralism
அறிவைப் பற்றிய தொல் ஆய்வு	Archaelogy of epistemes
அறிவொளி இயக்கம்	Age of Enlightenment
ஆழமான அமைப்பு	Deep Structure
இடமற்ற இடம்	Non Place
இணைப்பு வரிசை	Syntagmatic series
இம்ப்ரெஷனிஸம்—பாவஇயல் கலைத்திறம்	Impressionism
இரட்டை எதிர்நிலை அமைப்பு	Biary Models
இரட்டைக் குறியீட்டுத்தன்மை	Double Coding
இருத்தலியல்	Existentialism
உப-மொழி	Sub-Language
ஊடிழைப் பிரதி	Inter textuality
எக்ஸ்பிரஷனிஸம்—அகத்திறப் பாங்கியல்	Expressionism
எதிர் நவீனத்துவம்	Anti-modernism
ஒலியன்	Phoneme
கட்டமைக்கப்பட்ட உண்மை	Constructed truth
கருத்துமையம்	Logocentricism
குறி	Sign
குறிப்பான்	Signifier
குறிப்பீடு	Signified
குறியீட்டுருவம்	Symbolism
குறுக்குமறுக்கு	Rhizome
குறுங்கதையாடல்	Micro Narrative
க்யூபிஸம்—கனசதுர ஓவியப்பாணி	Cubism
சந்தைக் கதைகள்	Pulp fiction
சர்ரியலிஸம்—கனவு நனவு ஆகியவற்றின் கலப்பு இயம்	Surrealism

சார்நிலை அணுத்துகள்கள்	Sub-atomic particles
சுழற்சி இயக்கக் கோட்பாடு	Vorticism
டாடாயிஸம்—எதிர்-கலை மரபு இயக்கம்	Dadaism
தனிக்குறிப்பீடு	Signification
தனிச்சலுகை	Privilege
தேர்ந்தெடுப்பு வரிசை	Paradigmatic series
தோற்றநிலை உண்மை	Virtual reality
நடுநிலையான	Neutral
நவீனத்துவம்	Modernism
நிச்சயமற்ற அர்த்தம்	Ambiguity
நிச்சயமின்மை	Uncertainty
நிர்-நிர்மாணம், கட்டுடைப்பு, கட்டவிழ்ப்பு, சிதைவாக்கம், தகர்வமைப்பு	De-Construction
படிநிலை அமைப்பு	Hierarchy
பருப்பொருளாக இல்லாதது	Metaphysics
பற்றற்ற	Non-affective
பின்அமைப்பியல்	Post Structuralism
பிரக்ஞை	Conscious
பிரதி	Text
புதுவகை நாவல்	Noueau Roman
பூஜ்ய பாகைக்கோண எழுத்து	Writing Zero Degree
பெருங்கதையாடல்	Grand Narrative
போமா—போஸ்ட் மாடர்னிசம்-பின்நவீனத்துவம்	Pomo
போலி பின்நவீனத்துவம்	False post modernism
மரபறுக்கும் புரட்சி இயக்கம்	Futurism
மருந்து/விஷம்	Pharmakon
மற்றமை	Other
மாற்று சாத்தியம்	Alternate possibility
முடிவை முன்கூட்டி அறியும் கோட்பாடு	Teleology
முறைமையாக்கம் (அ) நியாயப்படுத்துதல்	Legitmisation
மையம்	Centre
மொழி விளையாட்டு	Language Game
யதார்த்தவியல்	Realism
வரலாற்றுவாதம்	Historicism
வார்த்தை	Moneme
விளிம்பு	Margin
விவரணை	Narrative

உசாத்துணை

ஃபூக்கோ, மிஷல், *Foucault Reader*, 1984, பாந்தியன் புக்ஸ், நியூயார்க்.

கிப்ஸன், வில்லியம், *Neuromancer*, 1987, ஏஸ், நியூயார்க்.

சேத், எட்வர்ட், *Orientalism*, 1995, பென்குவின், லண்டன்.

டேவிட் லாட்ஜ், *Modern Criticism and Theory, A Reader*, 1988, லாங்மன், லண்டன் & நியூயார்க்.

தெரிதா, ழாக், *Writing and Difference*, 2002, ரௌட்லெஜ், லண்டன் & நியூயார்க்.

தெலூஸ், கிலே மற்றும் கத்தாரி, ஃபெலிக்ஸ், *Anti-Oedipus*, 1977, வைகிங், நியூயார்க், மற்றும் *Kafka: For a Minor Literature*, 1987, மின்னசோட்டா பிரஸ்.

நாரிஸ், கிறிஸ்டோஃபர், *Deconstruction*, 2000, ரௌட்லெஜ், லண்டன் & நியூயார்க்.

பார்த், ரொலாண், *A Roland Barthes Reader*, 1993, விண்டேஜ், லண்டன்.

பிராட்பரி, மால்கம் மற்றும் மக்ஃபர்லேன் ஜேம்ஸ் எழுதிய *Modernism*, 1991, பென்குவின் புக்ஸ், லண்டன்.

பிரெண்டன், கிரேன், கிறிஸ்டோஃபர், ஜான் மற்றும் ராபர்ட் லீ உல்ஃப், வின்க்ஸ் ராபின் ஆகியோர் எழுதிய *The History of Civilization*, 1984, நியூ ஜெர்ஸி.

பெரக், ஜார்ஜ், *Life: A Users Manual*, 1987, விண்டேஜ், லண்டன்.

பொத்ரியார், ழீன், *The Ecstasy of Communication*, 1988, செமியோடெக்ஸ்ட், நியூயார்க்.

ரபேலாஸ், ஃபிரான்சுவா, *Garagantua and Pantagruel*, 1999, வேர்ட்ஸ்வர்த் கிளாசிக்ஸ் ஆஃப் வேர்ல்ட் லிடரேச்சர், ஹெர்ட்ஸ்வர்த் கிளாசிக்ஸ் ஆஃப் வேர்ல்ட் லிடரேச்சர், ஹெர்ட்போர்ட்ஷயர், இங்கிலாந்து.

லக்கான், ழாக், *Ecrits: A Selection*, 1989, ரௌட்லெஜ் & நியூயார்க்.

லியோதார்த், ழீன் ஃபிரான்சுவா, *The Postmodern Condition: A Report on Knowledge*, 1992, மான்செஸ்டர் யுனிவர்சிடி பிரஸ்.

ஜென்க்ஸ், சார்லஸ், *Postmodernism: The classism in Art and Architecture*, 1987, அகாடமி.

ஜேம்சன், ஃபிரெடரிக், *Postmodernism or the cultural Logic of Late Capitalism*, 1991, வெர்சோ, லண்டன் மற்றும் *The Political Unconcious*, 1983, ரௌட்லெஜ், லண்டன்.

ஹஸன், இஹாப், *The Dismemberment of Orpheus Toward a Postmodern literature*, 1982, ஆக்ஸ்ஃபோர்ட் யுனிவர்சிடி பிரஸ், நியூயார்க்.

கூடுதல் பார்வைக்கு:

Random House Encyclopedia, 1990.

Cambridge Encyclopedia, 1994.

Encyclopedia Americana, 1997.

☙❦❧

படித்துவிட்டீர்களா?

எம்.ஜி. சுரேஷ் எழுதிய பிற நூல்கள்

பால் மிஷெல் ஃபூக்கோ

பக்கம்: *64*, விலை: ₹ 60, ISBN 978 81 7720 081 2

ழாக் தெரிதா

பக்கம்: *64*, விலை: ₹ 60, ISBN 978 81 7720 082 9

ழாக் மேரி எமில் லக்கான்

பக்கம்: *64*, விலை: ₹ 60, ISBN 978 81 7720 083 6

ரொலாண் பார்த்

பக்கம்: *64*, விலை: ₹ 60, ISBN 978 81 7720 084 2

கிலே தெலூஸ்-ஃபெலிக்ஸ் கத்தாரி

பக்கம்: *64*, விலை: ₹ 60, ISBN 978 81 7720 086 7

இஸங்கள் ஆயிரம்

பக்கம்: *248*, விலை: ₹ 220, ISBN 978 81 7720 167 3